መጽሐፈ ደጎንነት

መጽሐፈ ደኅንነት

The Book of Salvation

ባርኮን ለገሠ

Barkon Legesse

2016 ዓ.ም

USA, Maryland

BARKON TRADING COMPANY

መጽሐፈ ደኅንነት

(The Book of Salvation)

የቅጁ መብት 2016 ዓ.ም ባርኮን ለገሠ የአሳታሚ መብት በሕግ የተጠበቀ ነው።

USA, Maryland

Email address :-

barkonbook@gmail.com

BARKON TRADING COMPANY

ማውጫ፦

መቅድም

በ መጽሐፈ ደኀንነት ውስጥ የተገለጠውን ቤዛነት ፤ ወደ ጥልቅ መጽሐፍ ቅዱሳዊ የመዳን ጽንስ-ሐሳቦች በክርስትና ውስጥ እንመረምራለን። ይህ ባለ 223 ገፆች መፅሐፍ የመቤዠትን እና የዘላለም ተስፋን ማለትም የመዳንን ፤ ከሰው ልጅ ውድቀት ጀምሮ እስከ ክርስቶስ መስዋዕትነት የመለወጥ ሀይል ድረስ በመጽሐፍ ቅዱሳዊ ምንባቦች እና ቃላቶች የበለፀገ ፤ሲሆን ይህ መጽሐፍ የመዳንን መንገድ ያብራራል፤ አማኞችን ለዘመናት ሲመሩ የቆዩትን ቃላት ለማርካት ሞክሮዋል። በመጨረሻው የፍቅር እና የመስዋዕትነት ተግባር ተስፋን፤ ይቅርታን እና የዘላለም ህይወትን የሚሰጠውን መለኮታዊ እቅድ እንገልጣለን።

መልካም ንባብ

ባርኮን ለገሠ

መግቢያ

በክርስትና እምብርት ላይ የእምነትን፣ የመቤዠትን እና የዘላለም ተስፋን ማለትም የመዳንን ማንነት የሚገልጥ ጽንስ-ሀሳብ አለ። ይህ ጽንስ-ሐሳብ፣ በክርስትና እምነት ውስጥ በጥልቀት ስለ ማዳን፣ መታደስ እና እርቅ ጥልቅ ትረካ ይሰጣል። በሰው እና በመለኮታዊ ፍፁምነት መካከል ያለውን ክፍተት በማጥas መለኮታዊ ፍቅር ወደ ሰው ልጆች የመድረሱን ምስል ያሳያል። መዳን ሥነ-መለኮታዊ ረቂቅ ብቻ አይደለም; እያንዳንዱ ክርስቲያን የጀመረው የለውጥ ጉዞ ነው። የሰው ልጅ የተሰበረውን ክርቀት ወደ ሟላ የሚመለስ ስብራትን በመበቀል የተጀመረ ጉዞ ነው። በዚህ መግቢያ ላይ፣ በክርስትና ውስጥ ያለውን ደህንነት፣ መጽሐፍ ቅዱሳዊ አመጣጡን፣ በአማኞች ሕይወት ውስጥ ያለውን ጠቀሜታ እና በውስጡ የያዘውን ዘላለማዊ ተስፋዎች በጥልቀት በመመርመር አጠቃላይ የሆነ የደህንነት ፍለጋ መድረክን እናዘጋጀለን።

ከመጽሐፍ ቅዱስ ገጾች እስከ የግል እምነት ጥልቀት፣ የመዳን ጽንስ-ሐሳብ መለኮታዊ ርኅራኤን፣ የሰውን ተጋድሎ እና የመጨረሻውን መስዋዕትነት አንድ ላይ ያጣምራል። ይህ ጉዞ የኃጢያት እና የቤዛት ትረካዎችን፣ በፈቃዱ የሰውን በደል ክብደት በራሱ ላይ በወሰደው አዳኝ እና ወሰን በማያውቀው ፍቅር ትረካ ውስጥ ይወስደናል። የደኅንነት መልከዓ ምድርን ስንዳስር፣ በዚህ የለውጥ ጉዞ ላይ እንደ መመሪያ ሆነው የሚያገለግሉ መጽሐፍ ቅዱሳዊ ምንባቦችን እናገኛለን። የክርስቲያን ወደ መዳን የሚወስደውን ጉዞ የሚቀርጹ እርስ በርስ የተያያዙ የጸጋ፣ የንስሐ፣ የእምነት እና የመቀደስ ጭብጦችን እንገልጣለን።

በመንገዳችን ላይ፤ አሁን ባለው ህይወት እና በተስፋው የዘላለም ህላዌ የመዳን እናንድምታ እንመረምራለን። ከመጀመሪያው እስከ መጨረሻው፤ የደኅንነት ጉዞ የሰውን ልጅ ከራሱ ጋር ለማስታረቅ የሚፈልገውን የተስፋ፤ የመታደስ እና የማያልቅ ጸጋ መልእክት ያስተጋባል። ** የክርስትናን ደህንነት መንገድ መግለጥ** ይህ መለኮታዊ ጽንስ-ሐሳብ ተራ ሥነ-መለኮታዊ ረቂቅ አይደለም፤ ምእመናንን ከጨለማ ወደ ብርሃን፤ ከስብራት ወደ ሙሉነት የሚያመጣ ህያው ጉዞ፤ የለውጥ ሂደት ነው።

ጉዟችን የሚጀምረው በዘፍጥረት መጽሐፍ ሲሆን የሰው ልጅ ውድቀት ኃጢአትን ያስተዋወቀው - የሰውን ልጅ ከእግዚአብሔር ፍጹምነት የሚለየው ገደል ነው። ነገር ግን በዚህ የስብራት ትረካ ውስጥ የተሸመነው የደኅንነት ተስፋ፤ የመዳን ግንዘቤ በሚመራው በመጽሐፍ ቅዱሳዊ ቃላቶች እና ትረካዎች የሚገለጽ ቃል ኪዳን ነው። በብሉይ ኪዳን፤ ትንቢታዊ ድምጾች የአዳኝ፤ የሰማይና የምድርን ከፍተት የሚያስተካክል መሲሕ እንደሚመጣ ያበስራሉ። እነዚህ ትንቢታዊ ንግግሮች በሰዎች ደካማነት መካከል ያለውን የተስፋ ምስል በመሳል ፍለጋችንን በጉጉት ስሜት ያስተጋባሉ። ከዚያም፤ በአዲስ ኪዳን፤ ኢየሱስ ክርስቶስ ወደ ዓለም ሲገባ ቃል ሥጋ ይሆናል። የክርስቶስ ስቅለት እና ትንሣኤ የደኅንነት ማእከል ሆኖ ። እነዚህ መጽሐፍ ቅዱሳዊ ቃላት የኢየሱስ በመስቀል ላይ የተናገረው ቃል፤ የደቀመዛሙርቱ ምስክርነት፤ የድል አድራጊው ባዶ መቃብር - በአማኞች ልብ ውስጥ በጥልቅ ያስተጋባሉ፤ ይህም ቤዛነታችንን የሚያረጋግጥልን ጥልቅ መስዋዕትነት ፍንጭ ይሰጣሉ። በዚህ ዳሰሳ ውስጥ፤ የመዳን መሠረት የሆኑትን መጽሐፍ ቅዱሳዊ ቃላት ያጋጥሙናል። እንደ "ስርየት"፤ "መጽደቅ" እና "ጸጋ" ያሉ ቃላት ወደ መለኮታዊ የማስታረቅ ስራ ፍንጭ ይሰጣሉ። የ"እምነት" ጽንስ-ሐሳብ በሰው ልጆች ፍላጎት እና በእግዚአብሔር የተትረፈረፈ አቅርቦት መካከል እንደ ድልድይ ቆሟል።

በእግዚአብሔር ምህረት ብርሃን ልቦች ሲለወጡ እና ሲታደሱ "ንስሃ መግባት" ወሳኝ የለውጥ ነጥብ ይሆናል።

"ጥምቀት" ዳግም መወለድን እንዴት እንደሚያመለክተው፤ እና "መቀደስ" እንዴት የክርስቶስን መምሰል እንደሚቀርጸን እና የ"ዘላለማዊ ሕይወት" ተስፋ በመለኮታዊ ኃብረት ወደተገለጠው የወደፊት ሕይወት እንዴት እንደሚገፋፋን እንመረምራለን። ወደ ክርስትና ጥልቅ እውነት-የደገንነት መንገድ ልብ ውስጥ ስንገባ ይቀላቀሉን። በእያንዳንዱ የገጹ መታጠፊያ፤ መረዳታችንን የሚያበራ፤ እምነታችንን የሚያነለብት እና የመዳንን የለውጥ ጉዞ እንድንቀበል የሚጠራን መሪ ብርሃን የእግዚአብሔር ቃል እናገኛለን።በክርስትና እምነት ፤ ደገንነት ማለት ወሰን የለሽ የእግዚአብሔር ፍቅር እና የሰው ልጅ የመቤዠት ፍለጋ ትረካ አንድ ላይ የሚያጣምረው ሕያው ክር ነው። በቅዱሳት መጻሕፍት ውስጥ ሥሩን የሚያገኝ፤ በየዘመናቱ የሚያስተጋባ እና በአማኞች ልብ ውስጥ የሚያስተጋባ ጽንስ ሐሳብ ነው። ከፍጥረት ጊዜ ጀምሮ, መለኮታዊ ንድፍ በፍቁምነት ተለይቷል. ነገር ግን፤ በኤደን ገነት ውስጥ በተደረጉት ምርጫዎች፤ የሰው ልጅ እራሱን ከእግዚአብሔር ጋር ካለው ህብረት ተቋርጦ በኃጢአት ወጥመድ ውስጥ ወድቆ አገኘው። የሰው ልጅ ወደ ፈጣሪው እንዲመለስ የተስፋ ብርሃን የሆነውን አዳኝ እንደሚያስፈልግ በማሳየት የዚህ ውድቀት ማስተጋባት በመላው መጽሐፍ ቅዱስ ውስጥ እናገኛለን። ብሉይ ኪዳን የመሲሑን መምጣት በሚናገሩ ትንቢታዊ ቃላት የመዳንን መድረክ ያዘጋጃል። ከዚህ ጥቅሶች አንዱ ኢሳያስ 7:14 "ስለዚህ ጌታእርሱ ራሱ ምልክት ይሰጣችኋል ድንግል ትፀንሳለች ወንድ ልጅም ትወልዳለች ስሙንም አማኑኤል ብላ ትጠራዋለች" ይህ የተስፋ ቃል መዳንን የሚያካትት አዳኝን መጠባበቅ ያሳየናል።በሐዲስ ኪዳን የትንቢት ፍጻሜ ከክርስቶስ ልደት በኃላ ይገለጣል። የኢየሱስ ክርስቶስ ልደት:- በሉቃስ 2:11 ላይ ያለው ቃል በናፍቆት ሲጠበቅ

የነበረው አዳኝ መምጣት ያውጃል፦ "11 ዛሬ በዳዊት ከተማ መድኃኒት እርሱም ክርስቶስ ጌታ የሆነ ተወልዶላችኋልና። 15 መላእክትም ከእነርሱ ተለይተው ወደ ሰማይ በወጡ ጊዜ፤ እረኞቹ እርስ በርሳቸው፦— እንግዲህ እስከ ቤተ ልሔም ድረስ እንሂድ እግዚአብሔርም የገለጠልንን ይህን የሆነውን ነገር እንይ ተባባሉ።" የኢየሱስ መወለድ አዲስ ዘመንን አበሰረ—በእግዚአብሔር እና በሰው ልጆች መካከል ያለውን የተቋረጠውን ግንኙነት ለማስተካከል መለኮታዊ ጣልቃገብነት ሆነ። የመጨረሻው ደኅንነት መግለጫ የሚገኘው በክርስቶስ ስቅለት እና ትንሳኤ ነው። ዮሐ 3፥16 የእግዚአብሔርን የመሥዋዕትነት ፍቅር ምንነት ይሸፍናል፦ "በእርሱ የሚያምን ሁሉ የዘላለም ሕይወት እንዲኖረው እንጂ እንዳይጠፋ እግዚአብሔር አንድያ ልጁን እስኪሰጥ ድረስ ዓለሙን እንዲሁ ወዶአልና።" መስቀል የመዳን አርማ ይሆናል— በኃጢአትና በይቅርታ መካከል ያለውን ልዩነት የሚያስተካክል የክርስቶስ የኃጢያት ክፍያ መስዋዕትነት ምልክት ወደ ደኅንነት ፍለጋ በጥልቀት ስንነዝ ስለ ጸጋ፤ ንስሐ፤ እምነት እና የእግዚአብሔር ቃል የመለወጥ ኃይል የሚናገሩ ጥቅሶችን እናገኛለን።

ከኤፌሶን 2፥ 8-9፤"ማንም እንዳይመካ ፣ መዳን በሥራ አይደለም" በማለት ያስተምረናል።»የአማኞችን ሀይወት እንዴት እንደሚቀርፅ፤ እምነታቸውን እንደሚመራ እና ከፈጣሪያቸው ጋር የዘላለም ኅብረት የመገባት ቃል ኪዳን እንደሚሰጥ እንረዳለን።

1.1- የመዳን አስፈላጊነት በክርስትና

**የመዳን አስፈላጊነት በክርስትና፡ ** መዳን የክርስትና የማዕዘን ድንጋይ
ሆኖ ቆሞአል፤ የእግዚአብሔርን ፍቅር የመለወጥ ኃይል እና የሰው ልጅ ሕልውና
የመጨረሻ ዓላማን የሚያካትት ነው፡፡ ከሥነ-መለኮታዊ ጽንስ-ሐሳብ በላይ
ነው፤ የእንዳንዱን አማኝ የሕይወት ገጽታ የሚነካ ጥልቅ ግላዊ እና የጋራ
ተምክሮ ነው፡፡ በክርስትና ውስጥ ያለው የመዳን አስፈላጊነት በሰዎች እና
በፈጣሪው መካከል ያለውን አለመግባባት በማረም ተስፋን፤ ተሐድሶን እና
የዘላለም ሕይወትን በመስጠት ላይ የተመሰረተ ነው፡፡ ከዘፍጥረት እስከ ራዕይ
ያለው የመጽሐፍ ቅዱስ ትረካ በኃጢአት ምክንያት የተፈጠረውን መለያየት
ቁልጭ አድርጎ ያሳያል፡፡ በሮሜ 3፡23 ላይ፤ ሐዋርያው ጳውሎስ ይህንን እውነት
በአጭሩ "ሁሉ ኃጢአትን ሠርተዋልና የእግዚአብሔርም ክብር ጎድሎአቸዋል"
በማለት ተናግሯል፡፡ ይህ የተሰበረን መሆናችንን ማወቃችን ለደህንነቱ ጥልቅ
ጠቀሜታ መሰረት ይጥላል፡፡

መዳን ለዚህ ስብራት የእግዚአብሔር ምላሽ ነው—በሰው ልጅ እና በራሱ
መካከል ያለውን ክፍተት የሚያገናኝ መለኮታዊ ተነሳሽነት፡፡ ዮሐንስ 3፡16 ፡-
"በእርሱ የሚያምን ሁሉ የዘላለም ሕይወት እንዲኖረው እንጂ እንዳይጠፋ
እግዚአብሔር አንድያ ልጁን እስኪሰጥ ድረስ ዓለሙን እንዲሁ ወዶአልና፡፡
በኢየሱስ ክርስቶስ መሥዋዕታዊ ሞት እና ትንሳኤ፤ ድነት የእግዚአብሔር ወሰን
የለሽ ፍቅር እና ፍጥረቱን ለመመለስ ያለውን ፍላጎት የሚያሳይ ተጨባጭ
መግለጫ ይሆናል፡፡ የመዳን አስፈላጊነት ከግለሰብ ቤዛነት በላይ ይዘልቃል፡፡
የክርስቲያን ማህበረሰብ የማዕዘን ድንጋይ ይመሰረታል—በጋራ የጸጋ እና
የይቅርታ ልምድ ያለው ማህበረሰብ ይፈጥራል፡፡

ኤፌሶን 2:8-9 ይህንን የጋራ ገጽታ ያጠናክራል፦ "በእምነት ድናችኋልና በጸጋው ድናችኋልና፤ ይህም የእግዚአብሔር ስጦታ ነው እንጂ ከእናንተ አይደለም፤ ማንም እንዳይመካ ከሥራ አይደለም።" ይህ የጋራ የመዳን ልምድ ከባህላዊ፣ ማህበራዊ እና ጂኦግራፊያዊ ድንበሮች በላይ የሆነ ትስስር ይፈጥራል። በተጨማሪም፣ ድነት አማኞች የተለወጠ ሕይወት እንዲመሩ ኃይል ይሰጣቸዋል። 2ኛ ቆሮንቶስ 5:17 "ስለዚህ ማንም በክርስቶስ ቢሆን አዲስ ፍጥረት መጥቶአል፤ አሮጌው ነገር አልፎአል፤ አዲሱም በዚህ አለ" ይላል። ይህ ለውጥ መቀደስ የሚባል ሂደት ነው—በመንፈስ ቅዱስ የሚመራ የማያቋርጥ የእድገት እና የመታደስ ጉዞ። አማኞች ሕይወታቸውን ከክርስቶስ ትምህርቶች ጋር ሲያቀናጁ፣ የመዳን አስፈላጊነት በባህሪያቸው፣ በግንኙነታቸው እና በድርጊታቸው ይገለጣል። በዮሐንስ 14:2-3 ኢየሱስ ደቀ መዛሙርቱን እንዲህ ሲል አረጋግጦላቸዋል፦ "የአባቴ ቤት ብዙ ክፍል አለው፤ ያ ባይሆንስ ስፍራ አዘጋጅላችሁ ዘንድ ወደዚያ እንደምሄድ እነግራችኋለሁን? ሄጄ ባዘጋጅም ነበር። እኔ ባለሁበት እናንተ ደግሞ ትሆኑ ዘንድ ተመልሼ እመጣለሁ ከእኔም ጋር እወስዳችኋለሁ አላቸው።

በክርስትና ውስጥ ያለው የመዳን አስፈላጊነት የማይለወጥ የእግዚአብሔርን ፍቅር፣ የሰው ልጅ የመቤዠትን ፍላጎት እና የእምነትን የመለወጥ ኃይል ያጠቃልላል። መዳን ተስፋን፣ ይቅርታን፣ እና አዲስ ጅማርን ይሰጣል— ጉዞ የአሁኑን የሚቀርፅ እና ከእግዚአብሔር ጋር ወደ ሚገኘው የከበረው የዘላለም ህይወት ቃል ኪዳን የሚያመለክት ነው።

በክርስትና ውስጥ ያለው የመዳን ጥልቅ ጠቀሜታ፦ የተስፋ እና የተሃድሶ ጉዞ መዳን በክርስቲያናዊ አውድ ውስጥ፣ የእምነትን እምብርት የሚቀርጸውን ጥልቅ ትርጉም ያቀፈ እና አማኞችን በለውጥ ጉዞ ላይ ይመራል። ትርጉሙ

ከሥነ-መለኮት አስተምህሮ ባሻገር፤ የሰውን ልምድ በተስፋ መልእክት፤ በቤዛነት እና በእግዚአብሔር ዘላለማዊ ጎብረት የሚነካ ነው።

የሰው ልጅ ስብራት እውቅና፦ የመዳን አስፈላጊነት በመጽሐፍ ቅዱሳዊ ትረካ ውስጥ እንደተገለጸው በሰው ልጅ በተፈጥሮ ስብራት ይገለጣል። በኤደን ገነት ውስጥ ያለው ውድቀት (ዘፍጥረት 3) በእግዚአብሔር እና በሰው ልጆች መካከል መለያየት መጀመሩን የሚያመለክት ሲሆን በዚህም ምክንያት የተበላሸ ግንኙነት እና መንፈሳዊ ባዕነት። ሮሜ 5፡12 "እንግዲህ ኃጢአት በአንድ ሰው ወደ ዓለም ገባ በኃጢአትም ሞት እንደ ገባ እንዲሁ ሁሉ ኃጢአትን ስላደረጉ ሞት ለሰው ሁሉ ደረሰ።"

** *መለኮታዊ ፍቅር በተግባር* ***፦ የደጎንነት ማዕከላዊ የእግዚአብሔር ፍቅር በልጁ በኢየሱስ ክርስቶስ መስዋዕትነት መታየቱ ነው።

ዮሐ 15፡13 ምንንት ይይዛል

ነፍሱን ስለ ወዳጆቹ ከመስጠት ይልቅ ከዚህ የሚበልጥ ፍቅር ለማንም የለውም። ስቅለቱ በኃጢአት ምክንያት የተፈጠረውን ክፍተት በማስተካከል እና እርቅን በማቅረብ የመጫረሻውን የፍቅር ድርጊት ይወክላል።

** *መታረቅ እና ተሃድሶ* ***፦ መዳን በሰው ልጆች እና በእግዚአብሔር መካከል መታረቅን ያመለክታል። 2ኛ ቆሮንቶስ 5፡18-19 ይህንን የተሃድሶ ገጽታ አጉልቶ ያሳያል፦- "ይህ ሁሉ በክርስቶስ ከራሱ ጋር ካስታረቀን የማስታረቅንም አገልግሎት ከሰጠን ከእግዚአብሔር ዘንድ ነው፤ እግዚአብሔር የሰውን በደል አይቆጥርም በክርስቶስ ዓለሙን ከራሱ ጋር ያስታርቅ ነበርና። ይህ ተሐድሶ የተበላሸውን ግንኙነት ያስተካክላል፤ አማኞች የእግዚአብሔርን መገነት እና ፀጋ እንዲለማመዱ ያስችላቸዋል።

** *ለውጥ እና አዲስ ሕይወት***፦ የመዳን የመለወጥ ኃይል በአማኞች ሕይወት መታደስ ላይ ይገለጣል። ገላትያ 2፡20 ከክርስቶስ ጋር ተሰቅዬአለሁ እኔም

አሁን ሕያው ሆኜ አልኖርም፤ ክርስቶስ ግን በእኔ ይኖራል፤ አሁን በሥጋ የምኖርበት ኑሮ በወደደኝ በእግዚአብሔር ልጅ ላይ ባለ እምነት የምኖረው ሕይወት ነው፤ ለኔ ራሱን አሳልፎ ሰጠል። ይህ ለውጥ ከክርስቶስ ትምህርቶች እና በጎ ምግባራት ጋር ወደሚታወቅ ህይወት ይመራል።

የዘላለም ተስፋ፦ የዘላለም ሕይወት ተስፋው የመዳን ቁም ነገር ነው። በዮሐንስ 11፥25-26፣ ኢየሱስ "ትንሣኤና ሕይወት እኔ ነኝ፤ የሚያምንብኝ ቢሞት እንኳ ሕያው ይሆናል፤ በእኔ የሚያምንም ሁሉ ለዘላለም አይሞትም" ብሏል። ይህ ተስፋ ከምድራዊ ሕይወት ባሻገር ለአማኞች ከእግዚአብሔር ጋር ለዘላለም የመኖር ዋስትና ይሰጣል።

የጋራ እና የግለሰብ ልምድ፦ መዳን የግል እና የጋራ ልምድ ነው። ሮሜ 10፥ 9 "ኢየሱስ ጌታ ነው ብለህ በአፍህ ብትናገር እግዚአብሔርም ከሙታን እንዳስነሣው በልብህ ብታምን ትድናለህና" በማለት የግለሰቡን ሚና አጽንኦት ይሰጣል። በተመሳሳይ፣ አማኞች በጋራ ድነት፣ ህብረትን እና ድጋፍን በማግኘበት አንድ ማህበረሰብ ይመሰርታሉ።

በክርስትና ውስጥ ያለው የመዳን አስፈላጊነት የእግዚአብሔርን ፍቅር፣ የሰው ልጅ ፍላጎት እና የእምነትን የመለወጥ ኃይል የሚያንፀባርቅ ዘርፈ ብዙ ዕንቁ ነው። በኃጢአት እና በጽድቅ መካከል ያለውን ክፍተት ያስተካክላል፣ ወደ ዘላለማዊ ህይወት መንገድ እና የመለኮታዊ እና የሰው ግንኙነት ወደነበረበት ይመልሳል። ይህ የደነንነት ጉዞ የአማኞችን ሕይወት ይቀርጻል፣ ተስፋን፣ ዓላማን እና ጥልቅ የሆነ የእምነት ቤተሰብን በእምነት ቤተሰብ ውስጥ ያሳድጋል።

የደኅንነት ጥልቅ ትርጉም በክርስትና፣ የመቤዠት እና የመታደስ ጉዞ

መዳን የክርስትና እምነት የማዕዘን ድንጋይ የመለኮታዊ ፍቅር ትረካ፣ የሰው ልጅ ስብራት እና የዘላለም ቤዛነት ተስፋን ያሳያል። ትርጉሙም አማኞች ለራሳቸው ያላቸውን ግንዛቤ፣ ከእግዚአብሔር ጋር ያላቸውን ግንኙነት እና በዓለም ላይ ያላቸውን ዓላማ ይገለጻል።

የተሰበረ ዓለም እና መለኮታዊ ምላሽ፦ የመዳን አስፈላጊነት የተመሰረተው በኃጢአት ለተበላሸ ዓለም የወደቀውን ዓለም እውቅና በመስጠት ነው። የሰው ልጅ በኤደን አለመታዘዝ ከመረጠበት ጊዜ ጀምሮ ከእግዚአብሔር መለየት ተጀመረ። ሮሜ 3፡23 "ሁሉ ኃጢአትን ሠርተዋልና የእግዚአብሔርም ክብር ጎድሎአቸዋል" በማለት ይህንን እውነታ አጽንኦት ይሰጣል። መዳን እንደ እግዚአብሔር ምላሽ ነው - የተሰበረውን ለማስተካከል መለኮታዊ ጣልቃ ገብነት ነው።

የቤዛነት ዋጋ፦- በክርስቶስ የመሥዋዕት ሞት የተከፈለው የመጨረሻው ዋጋ በመዳን ውስጥ ነው። የሐ/ 3፡16 "በእርሱ የሚያምን ሁሉ የዘላለም ሕይወት እንዲኖረው እንጂ እንዳይጠፋ እግዚአብሔር አንድያ ልጁን እስኪሰጥ ድረስ ዓለሙን እንዲሁ ወዶአልና" በማለት ይህን መስዋዕትነት ሰፍራል። የደኅንነት አስፈላጊነት ከስቅለቱ ጋር በጥብቅ የተቆራኘ ነው—የሰው ልጅን ከኃጢአት ነፃ የገዛው የማይለካ የፍቅር በተግባር ያየንበት ነው።

ግንኙነት ዳግመኛ መመለስ፦ 2ኛ ቆሮንቶስ 5፡17 ስለዚህ ለውጥ ሲናገር "ስለዚህ ማንም በክርስቶስ ቢሆን አዲስ ፍጥረት መጥቶአል፤ አሮጌው ነገር አልፈል አዲሱም በዚህ አለ" ይላል። መዳን አማኞች የመለያየትን ሰንሰለት በመስበር ከእግዚአብሔር ጋር አንድ ጊዜ እንዲገናኙ ያስችላቸዋል።

የለውጥ ጉዞ፦ የመዳን የመለወጥ ኃይል የማታደስ እና የማደግ ሂደት ነው። ሮሜ 12፡2 ስለዚህ ለውጥ ሲናገር "በአእምሮአችሁ መታደስ ተለወጡ እንጂ

የዚህን ዓለም ምሳሌ አትምሰሉ::" መዳን አማኞችን ከክርስቶስ ትምህርቶች እና በጎነቶች ጋር እንዲጣጣሙ ያደርጋቸዋል፤ ይህም በርነራኔ፤ ፍቅር እና ጽድቅ ወደ ታወቀው ሕይወት ይመራል::

የዘላለም ተስፋ፤ የመዳን ተስፋው ከምድር ህልውና በላይ ነው:: ዮሐንስ 10:28 ምእመናንን "እኔ የዘላለም ሕይወትን እሰጣቸዋለሁ ለዘላለምም አይጠፋም፤ ከእጄም ማንም አይነጥቃቸውም:: ይህ የተስፋ ቃል ከጊዜያዊው በላይ ተስፋን ይሰጣል፤ ወደፊት ከእግዚአብሔር ጋር ያለውን ዘላለማዊ ህብረት ያረጋግጣል::

አንድነት እና ህብረት፤ የመዳን አስፈላጊነት በአማኞች መካከል የአንድነት ስሜትን ያሳድጋል:: ኤፌሶን 4:4-6 ይህንን አንድነት አጉልቶ ያሳያል:- "4 በመጠራታችሁ በአንድ ተስፋ እንደ ተጠራችሁ አንድ አካልና አንድ መንፈስ አለ፤5 አንድ ጌታ አንድ ሃይማኖት አንዲት ጥምቀት፤6 ከሁሉ በላይ የሚሆን በሁሉም የሚሠራ በሁሉም የሚኖር አንድ አምላክ የሁሉም አባት አለ::: " ይህ የጋራ ድነት መለያየትን የሚያልፍ ትስስር ይፈጥራል::

የዓላማ ጥሪ፤ የመዳን አስፈላጊነት አማኞችን ወደ ዓላማ እና የአገልግሎት ሕይወት ይገፋፋቸዋል:: ኤፌሶን 2:10 ይህንን ጥሪ አጽንኦት ይሰጣል፤ "እኛ የእግዚአብሔር የእጅ ሥራዎች ነንና፤ አንሠራውም ዘንድ እግዚአብሔር አስቀድሞ ያዘጋጀውን መልካሙን ሥራ ለማድረግ በክርስቶስ ኢየሱስ ተፈጠርን:: መዳን ዓለምን በአዎንታዊ መልኩ የመነካካት ፍላጎትን ያቀጣጥላል:: በክርስትና ውስጥ ያለው የመዳን አስፈላጊነት የፍቅር፤ የቤዛነት እና የመለወጥ ምልክት ነው:: ከፍተቱ የሚያስተካክል አምላክ፤ ዘላለማዊ ተስፋን የሚሰጥ አዳኝ እና አማኝ ወደ መታደስ የሚያደርገውን ጉዞ የሚያሳይ ነው::

የሰው ልጅን ፍላጎት ማወቅ፡ የመዳን አስፈላጊነት የሰው ልጅ ጥልቅ የማዳን ፍላጎትን በመገንዘብ ላይ ነው። በኃጢአት አማካኝነት የሰው ልጅ ከእግዚአብሔር ፍጹም ተለየ። ሮሜ 6፡23 "የኃጢአት ደመወዝ ሞት ነውና፤ የእግዚአብሔር የጸጋ ስጦታ በክርስቶስ ኢየሱስ በጌታችን የዘላለም ሕይወት ነው።" መዳን የሚገለጠው ለዚህ ከባድ ፍላጎት የእግዚአብሔር የጸጋ ምላሽ ሆኖ ነው። **የመለኮታዊ ፍቅር ፍጻሜ**፡ የደኅንነት ዋና ክፍል ከማስተዋል በላይ የሆነ ፍቅር ነው።1ኛ ዮሐ. 9-10 ይህንን ፍቅር ይይዛል፤ "እግዚአብሔር በእኛ መካከል ያለውን ፍቅር በዚህ ገለጸ በእርሱ በኩል በሕይወት እንኖር ዘንድ አንድ አንድ ልጁን ወደ ዓለም ላከ። ፍቅር ይህ ነው፤ እርሱ ራሱ አንደ ወደደንና ስለ ኃጢአታችንም ማስተስሪያ ይሆን ዘንድ ልጁን እንደ ላከ ነው እንጂ እኛ እግዚአብሔርን እንደ ወደድነው አይደለም።" ስቅለቱ የዚህ የመሥዋዕት ፍቅር ጫፍ ነው። በማስታረቅ ላይ ነው።2ኛ ቆሮንቶስ 5፡18-19 እንዲህ ይላል፡- "ይህ ሁሉ በክርስቶስ ከራሱ ጋር ካስታረቀን የማስታረቅንም አገልግሎት ከሰጠን ከእግዚአብሔር ዘንድ ነው፤ እግዚአብሔር የሰውን ኃጢአት አይቈጥርም በክርስቶስ ዓለሙን ከራሱ ጋር ያስታርቅ ነበርና።" በእግዚአብሔርና በሰው ልጆች መካከል ያለው ገደል ድልድይ ሆኖ ተሐድሶን እና መንፈሳዊ ምሉዕነትን ያመጣል።

የመለወጥ ጉዞ፡ የመዳን አስፈላጊነት የሚገለጠው እንደ የለውጥ ጉዞ ነው። ገላ 2፡20 ይህንን ለውጥ ያሳያል። ከክርስቶስ ጋር ተሰቅዬአለሁ እኔም አሁን በሕይወት አልኖርም ክርስቶስ ግን በእኔ ይኖራል። አሁን በሥጋ የምኖረው ኑሮ፤ በወደደኝና ስለ እኔ ራሱን በሰጠው በእግዚአብሔር ልጅ ላይ ባለ እምነት የምኖረው ነው።

" አማኞች በሕይወታቸው ውስጥ የክርስቶስ ሥራ ሕያው ምስክሮች እንዲሆኑ ተጠርተዋል።

** ከአድማስ ባሻገር ያለው ተስፋ* **: የዘላለም ደጎንንት ተስፋ የተስፋ ብርሃን ነው::በዮሐንስ 14:2-3፤ ኢየሱስ ማረጋገጫ ሰጥቷል፤ "የአባቴ ቤት ብዙ ክፍሎች አሉት:: ያ ባይሆን ኖሮ ቦታ አዘጋጅላችሁ ዘንድ ወደዚያ እንደምሄድ እነግርሃለሁ? ሄጄም ስፍራ ባዘጋጅላችሁ፤ እኔ ባለሁበት እናንተ ደግሞ እንድትሆኑ ተመልሼ እመጣችኋለሁ ከእኔም ጋር እወስዳችኋለሁ::

በእምነት ቤተሰብ ውስጥ ያለ አንድነት: የመዳን ፋይዳ በአማኞች መካከል አንድነትን እስከማሳደግ ድረስ ይዘልቃል::

ኤፌሶን 4:4-6 ይህንን የጋራ ልምምድ አጽንዖት ይሰጣል:- "በተጠራችሁበት ጊዜ ለአንድ ተስፋ እንደ ተጠራችሁ አንድ አካልና አንድ መንፈስ አለ፤ አንድ ጌታ አንድ ሃይማኖት አንዲት ጥምቀት፤ አንድ አምላክ የሁሉም አባት አለ ከሁሉም በላይ እና በሁሉም እና በሁሉም ውስጥ ነው." ::

ለዓላማ ማብቃት:- በድነት አማኞች ከራሳቸው አልፈው ላለ ዓላማ ስልጣን ተስጥቷቸዋል:: ኤፌሶን 2:10 ስለዚህ አላማ ሲናገር "እኛ የእግዚአብሔር የእጅ ሥራዎች ነንና፤ እንሠራውም ዘንድ እግዚአብሔር አስቀድሞ ያዘጋጀውን መልካሙን ሥራ ለማድረግ በክርስቶስ ኢየሱስ ተፈጠርን፤" የደጎንነት አስፈላጊነት አማኞችን ወደ ፍቅር፤ ፍትህ እና አገልግሎት ተግባራት ያነሳሳቸዋል:: የደጎንነት በክርስትና ውስጥ ያለው ጠቀሜታ በጊዜ ሂደት የሚያስተጋባ የጸጋ፤ የፍቅር እና የለውጥ ምልክት ነው:: በሰው ልጅ ፍላጎት ላይ የተመሰረተ፤ በመለኮታዊ ፍቅር የተቃኘ እና በዘላለማዊ ቃል ኪዳን የሚጠናቀቅ፤ ድነት አማኞችን ወደ አላማ ህይወት፤ አንድነት እና ከፈጣሪያቸው ጋር የታደሰ ግንኙነትን ያሳያል::

የሰው ልጅ ልብ ጨከሽት: የመዳን አስፈላጊነት የእያንዳንዱን ሰው ልብ ጨከሽት ያስተጋባል:: ለሙሉነት እና ለማገገም ሀሜም መልስ ነው. ሮሜ 3:23 "ሁሉ ኃጢአትን ሠርተዋልና የእግዚአብሔርም ክብር ጎድሎአቸዋል" በማለት

ያሳስበናል። መዳን ለተሰባበረ ህይወታችን መድህኒት ሆኖ ብቅ ይላል፤ ወደ ፈጣሪያችን እቅፍ መመለሻ መንገድ ነው። **የፍቅር አንጸባራቂ ድል**፦ በመዳን ውስጥ፤ፍቅር በጨለማ ላይ ያለውን ድል እንመሰክራለን። ዮሐ 3፥16 "በእርሱ የሚያምን ሁሉ የዘላለም ሕይወት እንዲኖረው እንጂ እንዳይጠፋ እግዚአብሔር አንድያ ልጁን እስኪሰጥ ድረስ ዓለሙን እንዲሁ ወዶአልና" በማለት ይህንን እውነት ያበስራል። ስቅለቱ የፍቅር ድንቅ ሥራ ነው - የሰውን ስብራት ትረካ እንደገና የሚጽፍ መለኮታዊ ተግባር ነው።

የጠፋውን እንደገና ማገናኘት፦ በደገንነት አስኳል ላይ የሚያስተጋባው የማስታረቅ ማስታወሻ አለ። 2ኛ ቆሮንቶስ 5፥18-19 "ይህ ሁሉ በክርስቶስ ከራሱ ጋር ካስታረቀን የማስታረቅንም አገልግሎት ከሰጠን ከእግዚአብሔር ዘንድ ነው፤ የሰውን በደል አይቆጥርባቸውም ነበርና በክርስቶስ ዓለሙን ከራሱ ጋር ያስታርቅ ነበር" ይላል። መዳን እግዚአብሔርን እና ሰውን የሚያገናኝ ድልድይ ነው። ** የትራንስፎርሜሽን ሲምፎኒ**፦ የደገንነት ፋይዳ በለውጥ ሒደት ይገለጻል። ገላ 2፥20 የለውጥ መዝሙር ይሆናል "ከክርስቶስ ጋር ተሰቅዬአለሁ ወደ ፊትም አልኖርም ክርስቶስ ግን በእኔ ይኖራል።" የደገንነት ጉዞ አማኞችን ወደ የክርስቶስ ባህሪ ነጸብራቅ ይቀርጻቸዋል፤ ወደ ዓላማ ያለው ህይወት ይገፋፋቸዋል።

የማይጠፋ የተስፋ ነበልባል፦ ከምድራዊ አድማስ ባሻገር፤ መዳን የዘላለም ተስፋ ነበልባል ያቀጣጥላል። ዮሐንስ 14፥2-3 "የአባቴ ቤት ብዙ ክፍል አለው፤ ያ ባይሆንስ ስፍራ አዘጋጅላችሁ ዘንድ ወደዚያ እሄዳለሁን?" የሚለውን ሰማያዊ የተስፋ ቃል ፍንጭ ይሰጣል። ይህ ተስፋ የአማኞችን ሕይወት በዓላማ እና በጉጉት እንዲጠብቁት ያደርጋል። **በብዝሃነት መካከል ያለ አንድነት**፦ የመዳን ፋይዳ የአንድነት ታፔላ ለመፍጠር ይዘልቃል። ኤፌሶን 4፥4-6 የአንድነት ሥዕላዊ መግለጫ ሲገልጽ «በተጠራችሁ ጊዜ ለአንድ ተስፋ እንደ

ተጠራችሁ አንድ አካልና አንድ መንፈስ አለ፤ አንድ ጌታ አንድ ሃይማኖት አንዲት ጥምቀት፤ አንድ አምላክ የሁሉም አባት አለ። " በተሰበረ ዓለም ውስጥ፤ ድነት አማኞችን በአንድ ባንዲራ ስር አንድ ያደርጋል።

** *ታሪክን የመቅረጽ ጥሪ***:- በድነት አማኞች የታሪክ ሂደት እንዲቀርጹ ተጠርተዋል። ኤፌሶን 2:10 ለዚህ ጥሪ ኃይል ይሰጣል፤ "እኛ የእግዚአብሔር የእጅ *ሥራዎች* ነንና፤ አንሥራውም ዘንድ እግዚአብሔር አስቀድሞ ያዘጋጀውን መልካሙን *ሥራ* ለማድረግ በክርስቶስ ኢየሱስ ተፈጠርን። መዳን አማኞች ለውጥ ፈጣሪ፤ የፍቅርና የብርሃን አምባሳደሮች እንዲሆኑ ያነሳሳቸዋል። በክርስትና ውስጥ ያለው የመዳን አስፈላጊነት በጊዜ እና በዘለአለም ውስጥ የሚያስተጋባ የፍቅር፤ የቤዛነት እና የዓላማ ዝማሬ ያሳያል። የሰውን ጥልቅ ፍላጎት እና የመለኮታዊ ጸጋን ከፍታ የሚናገር ዜማ ነው።

1.2- የመጽሐፍ ቅዱስ መሰረቶችን መረዳት

መዳን:- መረዳቱን በመጽሐፍ ቅዱሳዊ መሠረቶች መግለጥ የመዳንን ምንነት በትክክል ለመረዳት፤ ይህንን ፅንሰ-ሀሳብ በሚደግፉት መጽሐፍ ቅዱሳዊ መሠረቶችን እንይ ። ከዘፍጥረት የመከፈቻ ምዕራፎች አንስቶ እስከ የራዕይ ፍጻሜ ራእዮች ድረስ፤ ቅዱሳን ጽሑፎች የመዳንን ጥልቀትና አስፈላጊነት የሚያብራራ ሰፉ ያለ ጽሑፍ ያቀርባሉ።

** ዘፍጥረት**:- መጽሐፍ ቅዱሳዊው የደኅንነት መሠረቶች ወደ የሰው ልጅ መገኛ ወደ ኋላ ይመለሳል። በዘፍጥረት 3:6-7 ውስጥ፤ በኤደን ገነት ውስጥ የነበረው ያለመታዘዝ እጣ ፈንታ በእግዚአብሔርና በሰው ልጆች መካከል ያለውን ትስስር የሚፈታው በኤደን ገነት ውስጥ የነበረው እጣ ፈንታ

ተተርኳል። ይህ መለያየት የኃጢአትን ዘር ዘርቷል፤የመዳን አስፈላጊነትንም ወለደ። **የቤዛነት ተስፋ**፣ በሰው ልጅ ውድቀት መካከል እንኳን የተስፋ ጭላንጭል ያበራል። ዘፍጥረት 3:15 ፕሮቶወንጌላውያንን ይገልጣል የመቤዠት ተስፋ:- "በአንተና በሴቲቱ መካከል፣ በዘርህና በዘሯም መካከል ጠላትነትን አደርጋለሁ፤ እርሱ ራስህን ይቀጠቅጣል አንተም ሰኮናውን ትቀጠቅጣለህ። ይህ እንቆቅልሽ ጥቅስ ኃጢአትን የሚያሸንፈው ስለወደፊቱ መሲሕ ይጠቁማል።

** ትንቢታዊ ዜማዎች**: ብሉይ ኪዳን የመዳንን ጭብጥ በሚያነሉ በትንቢታዊ ዜማዎች ያስተጋባል። ኢሳይያስ 53 ኃጢአታችንን ስለሚሸከም የሚሠቃይ አገልጋይ ቁልጭ አድርጎ ይገልጸዋል:- "ስለ መተላለፋችን ቈሰለ፣ ስለ በደላችንም ደቀቀ" ይላል። እነዚህ ትንቢቶች የክርስቶስን የማዳን ተልዕኮ ለመረዳት መሰረት ይጥላሉ። **የተዋሕዶ መገለጥ**:- አዲስ ኪዳን የእነዚህ ትንቢቶች ፍጻሜ በኢየሱስ ክርስቶስ ማንነት ላይ መሆኑን ያበስራል።

ሉቃ 2:11 ‹‹ዛሬ በዳዊት ከተማ መድኃኒት እርሱም ክርስቶስ ጌታ የሆነ ተወልዶላችኋል›› ሲል የአዳኝን መወለድ አበሰረ። ትስጉት መዳን በሰው መልክ የሚመጣበት ወሳኝ ወቅት ነው። **መስቀል እንደ ስርየት**: ሮሜ 5:8 "ነገር ግን ገና ኃጢአተኞች ሳለን ክርስቶስ ስለ እኛ ሞቶአል በዚህ እግዚአብሔር ለእኛ ያለውን የራሱን ፍቅር ያስረዳል። ስቅለት ለሰው ልጆች ኃጢአት ዋጋ የከፈለ የመጨረሻው የፍቅር ተግባር ይሆናል።

** የትንሳኤው ድል**: የክርስቶስ ትንሳኤ የደኅንነትን ድል ያጎላል። 1ኛ ቆሮንቶስ 15:17 "ክርስቶስም ካልተነሣ እምነታችሁ ከንቱ ነት እስከ አሁን በኃጢአታችሁ አላችሁ። ባዶው መቃብር በሞት እና በኃጢአት ላይ የመዳንን ኃይል ማረጋገጫ ያትማል። **የጸጋና የእምነት መንገድ**: ኤፌሶን 2:8-9 መጽሐፍ ቅዱሳዊውን የደኅንነት መሠረቶች በአጭሩ ይሸፍነዋል:- "በጸጋው

ድናቾኋልና በእምነት ነው፡ ይህም ስጦታ ነው እንጂ ከእናንተ አይደለም - ማንም እንዳይመካ በሥራ አይደለም።

ትምክሀተኛ።" ይህ ጥቅስ የሚያነላው መዳን በእምነት የሚገኝ መለኮታዊ ስጦታ እንጂ የሰው ጥረት እንዳልሆነ ነው። **የዘላለም ሕይወት ተስፋ**፡ ራእይ 21:4 የደጋንንት ፍጻሜ የሆነውን የከበረ ምስል ይገልጻል፤ "እንባን ሁሉ ያብሳል። ከዓይኖቻቸው. ሞት ወይም ሃዘን ወይም ልቅሶ ወይም ሥቃይ ከእንግዲህ ወዲህ አይሆንም፤ አሮጌው ሥርዓት አልፎአልና።" ይህ የዘላለም ሕይወት ተስፋ የመዳንን ጉዞ የመጨረሻውን ፍጻሜ ያመለክታል። ከዘፍጥረት እስከ ራዕይ፤ መጽሐፍ ቅዱስ የመዳንን ስጦታ የሚያሰፋ የአምላክን የያምላክ ምሉይነት ያሳያል፤ ይህም የሰው ልጆችን ወደ ለውጥ የሚያመጣ ግንኙነት ሁለቱንም የሚሸፍን መሆኑ ያሳያል። **የኃጢአት እና የጸጋ አመጣጥ**፡ ።

በሮሜ 5:12 ሐዋርያው ጳውሎስ:- "እንግዲህ ኃጢአት በአንድ ሰው ወደ ዓለም ገባ በኃጢአትም ሞት እንደ ገባ እንዲሁ ሁሉ ኃጢአትን ስላደረጉ ሞት ለሰው ሁሉ ደረሰ። የመዳን ግንዘቤ የሚጀምረው የኃጢአትን ተፈጥኖ እና የመለኮታዊ ጣልቃገብነት አስፈላጊነትን በመቀበል ነው።

የመድኃኒን ተስፋ፡ የመዳን ዘር በኤደን ገነት ተዘራ። ዘፍጥረት 3:15 "በአንተና በሴቲቱ መካከል፤ በዘርህና በዘርዋም መካከል ጠላትነትን አደርጋለሁ፤ እርሱ ራስህን ይቀጠቅጣል አንተም ሰኮናውን ትቀጠቅጣለህ" የሚለውን የተስፋ ቃል ይዟል። ይህ እንቆቅልሽ ጥቅስ የሚመላለሰው መሲህ የኃጢአትን ኃይል የሚያሸንፍ መሆኑ ይጠቁማል። **እውነትን የሚያበሩ ትንቢቶች**፡ የብሉይ ኪዳን ነቢያት በመንፈስ አነሳሽነት በተጻፉት መልእክቶቻቸው የመዳንን መንገድ አብርተዋል። ኢሳይያስ 9:6-7 የመሲሑን ልደት "ሕጻን ተወልዶልናልና፤ ወንድ ልጅም ተሰጥቶናልና፤ አለቅነትም በጫንቃው ላይ ይሆናል" በማለት ትንቢት ተናግሯል። እነዚህ ትንቢታዊ

ምልክታዎች በክርስቶስ ያለውን የመዳንን ለመረዳት መሠረት ጥለዋል።
የተዋሕዶ ተጽእኖ፦ አዲስ ኪዳን የእነዚህን ተስፋዎች ፍጻሜ በኢየሱስ ክርስቶስ ልደት ይገልጣል። ዮሐ 1፥14 "ቃልም ሥጋ ሆነ በእኛም አደረ" የሚለውን ትስጉት ምንነት ይይዛል። በክርስቶስ ልደት፣ ዘላለማዊው አምላክ ወደ ሰው ልምምድ ገባ፣ የመዳንን መገለጥ መድረክ አዘጋጅቷል። **በመስቀሉ ሥርየት**፦ የደኅንነት ልብ ውስጥ ያለው መስቀል-የሥርየት ምልክት ነው። ቆላስይስ 1፥20-22 የዚህን መስዋዕትነት ጥልቀት ይገልፃል፦ በመስቀሉም የፈሰሰውን በደሙ ሰላም አድርጎ በምድር ወይም በሰማያት ያሉትን ሁሉ ከራሱ ጋር እንዲያስታርቅ ነው። መስቀል የሰው ልጅን ወደ እግዚአብሔር የሚመልስ ድልድይ ይሆናል።

የትንሣኤ ድል፦ ትንሣኤ ደኅንነት በሞት ላይ ያለውን ድል ያጸናል። 1ኛ ቆሮንቶስ 15፥20-22 "ነገር ግን ክርስቶስ ላንቀላፉት በኩራት ሆኖ ከሙታን ተነሥቷል" ይላል። በክርስቶስ ትንሣኤ አማኞች ስለ ራሳቸው የወደፈት ትንሣኤ እና በኃጢአት እና በሞት ላይ ስላለው ድል እርግጠኞች ናቸው። **ጸጋ፣ እምነት እና አዲስ ሕይወት**፦ ኤፌሶን 2፥8-9 የመዳንን መሠረት ያጎላል፦ "ጸጋው በእምነት አድኖአችኋልና ይህም የጸጋ ስጦታ ነው እንጂ ከእናንተ አይደለም እግዚአብሔር እንጂ ማንም እንዳይመካ በሥራ አይደለም። መዳን በእምነት የተገኘ መለኮታዊ ስጦታ ሆኖ ይወጣል፣ ይህም የእግዚአብሔርን ያልተገባ ምገስ ላይ አፅንዖት ይሰጣል። **የዘላለም ክብር ተስፋ**፦ ራዕ 21፥3-4 የመዳንን ፍጻሜ ቁልጭ አድርጎ ያሳያል፦ "እግዚአብሔር ራሱ ከእነርሱ ጋር ይሆናል አምላካቸውም ይሆናል፤ እንባን ሁሉ ከዓይኖቻቸው ያብሳል። ይልቁንስ ሞት ወይም ልቅሶ ወይም ልቅሶ ወይም ሥቃይ፤ አርጌው ሥርዓት አልፎአልና። የመዳን ጉዞ የሚያበቃው ከእግዚአብሔር ጋር በዘለአለማዊ ኅብረት ነው።

የሰው ልጅ ዘፍጥረት እና ስብራት: የመዳን ታሪክ የሚጀምረው በዘፍጥረት ሲሆን የፍጥረት ውበት በሰው ልጅ ውድቀት የተበላሸበት ነው። ዘፍጥረት 3:6 ስለ ምርጫው ቅጽበት ሲተርክ:- "ሴቲቱ የዛፉ ፍሬ ለመብላት ያማረ ለዓይንም ያማረ ለጥበብም ያማረ እንደ ሆነ ባየች ጊዜ ወስዳ በላች። ይህ ድርጊት ኃጢአትንና ውጤቱን ወደ ዓለም ያስተዋውቃል። ** በትርምስ መካከል ቃል ኪዳን ገባ**: በዚህ ግርግር ውስጥ እንኳን እግዚአብሔር የተስፋ ዘርን ተከሲል። ዘፍጥረት 3:15 የመጀመሪያውን የቤዛት ፍንጭ ይገልጣል:- "በአንተና በሴቲቱ መካከልም በዘርህና በዘሯም መካከል ጠላትነትን አደርጋለሁ እርሱ ራስህን ይቀጠቅጣል አንተም ሰኰናውን ትቀጠቅጣለህ።" ይህ ሚስጥራዊ ትንቢት ኃጢአትንና ሞትን ስለሚያሸንፈው ወደፊት አዳኝ ላይ ፍንጭ ይሰጣል። **ነቢያት እና ቅድመ-ጥላዎች**: በብሉይ ኪዳን ሁሉ፤ ነቢያት የመዳንን መምጣት ፍጹሜ ጥላ ጣሉ። ኢሳይያስ 53:5 "እርሱ ግን ስለ መተላለፋችን ቆሰለ፤ ስለ በደላችንም ደቀቀ፤ በእርሱም ቁስል እኛ ተፈወስን። እነዚህ ትንቢታዊ ንግግሮች የክርስቶስን የመስዋዕትነት ተልዕኮ ለመረዳት መንገድ ይከፍታሉ። **ትስጉት: ፍቅር በሰው መልክ**: አዲስ ኪዳን የደገንነት ፍጹሜውን በተዋሕዶ ይገልጣል። የሐንስ 1:14 "ቃልም ሥጋ ሆነ በእኛም አደረ" የሚለውን ቃል ሕያው አድርጎታል። በኢየሱስ ውስጥ፤ መዳን የሰውን መልክ ለብሶ፤ የእግዚአብሔርን ፍቅር እና ጸጋ በተጨባጭ እውነታ ውስጥ አካቲል።

መስቀል እና ቤዛ:- መስቀሉ የደገንነት ዋነኛ ጊዜ ነው። ሮሜ 5:8 "ነገር ግን ገና ኃጢአተኞች ሳለን ክርስቶስ ስለ እኛ ሞቶአል በዚህ እግዚአብሔር ለእኛ ያለውን የራሱን ፍቅር ያስረዳል" የሚለውን ፍሬ ነገሩን ያጠቃልላል። የክርስቶስ መስዋዕትነት ለሚያምኑ ሁሉ ይቅርታን እና ተሃድሶን ስለሚያቀርብ ስቅለቱ የመጨረሻው የቤዛነት ተግባር ይሆናል።

የትንሣኤ ድል:- ትንሣኤ ደገንነት በሞት ላይ ማግተም አድርጓል። 1ኛ ቆሮንቶስ 15:20-22 "ነገር ግን ክርስቶስ ላንቀላፉት በኩራት ሆኖ ከሙታን ተነሥቷል። **ጸጋ እምነትና ለውጥ**: ኤፌሶን 2:8-9 የመዳንን መሰረት ይገልጣል:- "በእምነት ድናችኋልና በጸጋው ነውና ይህም የእግዚአብሔር ስጦታ ነው እንጂ ከእናንት አይደለም፤ ማንም እንዳይመካ በሥራ አይደለም። መዳን የማይገባ ሞገስ ስጦታ ሆኖ ይወጣል፤ ህይወትን በእምነት ይለውጣል። ከዘፍጥረት እስከ ራዕይ፤ የደገንነት ትረካ የእግዚአብሔርን ያላሰለሰ የሰው ልጆችን ልብ ማሳደድ እና በዘላለማዊ የመታደስ እቅዱ ውስጥ እንዲካፈሉ የቀረበውን ግብዣ ያጠቃልላል።

የናፍቆት ዘፍጥረት: የመዳን ታሪክ መነሻው በአሪት ዘፍጥረት የመጀመሪያዎቹ ምዕራፎች ውስጥ ነው። ዘፍጥረት 3:8-10 የሰው ልጅ የመታደስ ናፍቆትን የሚያሳየውን ስሜት ቀስቃሽ ምስል ይገልፃል:- "ሰውየውና ሚስቱም የእግዚአብሔርን ድምፅ በገነት ውስጥ ሲመላለስ ቀኑ በመሽ ጊዜ ከእግዚአብሔር ተሸሸጉ። እግዚአብሔር በገነት ዛፎች መካከል" የሰው ልጅ ወደ እግዚአብሔር መገኘት የሚመለስበትን መንገድ ሲናፍቅ ይህ ናፍቆት በየመመናቱ ያስተጋባል። **የቤዛነት ተስፋ**:- በኃጢአት ጥላ መካከል የተስፋ ጭላንጭል ታየ። ዘፍጥረት 3:15 "በአንተና በሴቲቱ መካከል ጠላትነትንም በዘርዋም መካከል አደርጋለሁ፤ እርሱ ራስህን ይቀጠቅጣል አንተም ሰኮናውን ትቀጠቅጣለህ" የሚለውን የቤዛነት ተስፋ ይዟል። ይህ ትንቢታዊ ጥቅስ ኃጢአትን እና ውጤቱን የሚያሸንፈውን አዳኝ ይጠቁማል። ** ትንቢታዊ ማሚቶ**:- ብሉይ ኪዳን ስለ ድነት መምጣት የሚናገሩ ትንቢታዊ ማሚቶዎችን ያሰማል። ኢሳይያስ 7:14 "ስለዚህ ጌታ ራሱ ምልክት ይሰጣችኋል፤ ድንግል ትፀንሳለች ወንድ ልጅም ትወልዳለች ስሙንም አማኑኤል

ብላ ትጠራዋለች። እነዚህ ትንቢያች የአዳኝ ተልእኮ ለመረዳት መሰረት ይጥላሉ።

ትስጉት **:- አዲስ ኪዳን የደግንነት ፍጻሜውን በሥጋ በመገለጥ ያበስራል። ዮሐንስ 1:14 "ቃልም ሥጋ ሆነ በእኛም አደረ" የሚለውን ፍሬ ነገር ይዘል። በሥጋ መገለጡ የእግዚአብሔርን ፍቅር መጠን ያሳያል፤ ወደ ሰው ልጅ ታሪክ እንዴት እንደገባ እናያለን ። **በመስቀሉ ስርየት: ቆላስይስ 2: 13-14 ውጤቱን ያሳያል:- "እርሱም ኃጢአታችንን ሁሉ ይቅር ብሎናል፤ በእኛ ላይ የቆመውንና የኮነንንበትን የሕግ ዕዳ ከስ ሰርዞ፤ በመስቀል ላይ ጠርቆ ወሰደው" ይላል። መስቀል ኃጢአት የሚታሰርበት እና ይቅርታ የሚቀርብበት ቦታ ይሆናል። **አሸናፊ ትንሳኤ**: የሞዳን ሃይል የሚጻናው በክርስቶስ ትንሳኤ ነው። 1ኛ ቆሮንቶስ 15:20-22 "ነገር ግን ክርስቶስ ላንቀላፉት በኩራት ሆኖ ከሙታን ተነሥቶአል" ይላል። በክርስቶስ ሞት ላይ ባደረገው ድል አማኞች የዘላለም ህይወት እና የኃጢያት መያዣ መሽነፍ ማረጋገጫ ያገኛሉ። **ጸጋ፤እምነት እና ለውጥ**:- ኤፌ 2:8-9 የሞዳንን መሰረት ይገልጣል:- "በእምነት ድናችኋልና በጸጋው ነው፤ ይህም የእግዚአብሔር ስጦታ ነው እንጂ ከእናንተ አይደለም፤ ማንም እንዳይመካ በሥራ አይደለም። መዳን የማይገባ ሞገስ ስጦታ ሆኖ ይወጣል፤ ህይወትን በእምነት ይለውጣል። **የዘላለም ተስፋ እና መታደስ**: ራዕይ 21:5 የሞዳንን የመጨረሻ ፍጻሜ ፍንጭ ይሰጣል:- "በዙፋኑ ላይ የተቀመጠው:- ሁሉን አዲስ አደርጋለሁ አለ። የእግዚአብሔር መገኘት የመጨረሻውን ተሃድሶ ያመጣል። በማጠቃለያው፤ የደግንነት ግንዘቤ በቅዱሳት መጸህፍት የሚደረግ ጉዞ ነው—በመለኮታዊ ፍቅር፤ ከኃጢአት ጥልቀት እስከ ዘለላማዊ ክብር ከፍታ ድረስ፤ የደግንነት ትረካ የእግዚአብሔርን የማያባራ የሰው ልጅ ፍላጋ እና በእሱ ዘላለማዊ የመታደስ እና የመቀደስ እቅዱ ውስጥ እንዲካፈል የተደረገውን ግብዣ ያጠቃልላል።

2. የሰው ልጅ ውድቀት

የሰው ልጅ ውድቀት፡ መጽሐፍ ቅዱሳዊውን የኃጢአትና የሚያስከትለውን መዘዝ መመርመር** በዘፍጥረት መጽሐፍ እንደተገለጸው የሰው ልጅ መውደቅ በመጽሐፍ ቅዱሳዊ ትረካ ውስጥ ትልቅ ቦታ የሚሰጠውን ጊዜ ያሳያል—ይህም የሰውን ልጅ ታሪክና አካሄድ የሚቀርጸው የለውጥ ምዕራፍ ነው። የኃጢአትን ጽንስ-ሐሳብ እና እጅግ በጣም ብዙ ውጤቶችን ያስተዋውቃል። *አቀማመጡ*፡ የውድቀቱ ታሪክ የተቀመጠው በኤደን ገነት፣ እግዚአብሔር የመጀመሪያዎቹን ወንድና ሴት አዳምና ሔዋንን በፈጠረበት ንፁህ ገነት ነው። የአትክልት ስፍራው እንደ የውበት፣ የተትረፈረፈ እና ከእግዚአብሔር ጋር መቀራረብ ያለበት ቦታ ተመስሏል። *ፈተናው*፡- ውድቀቱ የሚጀምረው በእባቡ ነው፣ ብዙ ጊዜ የሰይጣን ምሳሌ እንደሆነ በመረዳት ሔዋንን በጥያቄ ያታልላታል፡- "በእርግጥ እግዚአብሔር 'በአትክልቱ ስፍራ ካለ ከማንኛውም ዛፍ እንዳትበላ' ብሎ ነበር? (ዘፍጥረት 3:1) ይህ ጥያቄ እግዚአብሔር መልካምንና ክፉን ከሚያስታውቀው ዛፍ እንዳትበላ የሰጠውን ትእዛዝ በሔዋን አእምሮ ውስጥ እንዲጠራጠር አድርጓል። *ማታለልና አለመታዘዝ*፡- እባቡ ሔዋንን የበለጠ በማታለል ከተከለከለው ዛፍ ከበላች መልካምንና ክፉን እያወቀች እንደ እግዚአብሔር ትሆናለች። በዚህ ፈተና ተጽዕኖ ያሳደረባት ሔዋን ፍሬውን በልታ እና ለአዳምም ሰጠችው እርሱም አብሮ በላ (ዘፍ 3:6)።

1. *ከእግዚአብሔር መለየት*፡- አዳምና ሔዋን የተከለከለውን ፍሬ ከበሉ በኋላ ራቁታቸውን መሆናቸውን አውቀው ከእግዚአብሔር ፊት ተሸሹ። የሠሩት ኃጢአት ከፈጣሪያቸው ጋር የነበራቸውን ዝምድና መናጋት ፈጥሯል።

2. *በፍጥረት ላይ እርግማን*:- እግዚአብሔር በእባቡ፤ በሴት እና በወንድ ላይ እርግማን ያወጀል። ምድር የተረገመችው በአዳም አለመታዘዝ ነው፤ እናም የሰው ልጅ አሁን ድካምን፤ ህመም እና ሞትን ያጋጥመዋል። 3. *ከኤደን መባረር*:- አዳምና ሔዋንን ከሕይወት ዛፍ እንዳይበሉና በወደቁበት ሁኔታ ለዘላለም እንዳይኖሩ እግዚአብሔር ከገነት አባረራቸው (ዘፍ 3፡22-24)። 4. *የተበላሹ ግንኙነቶች*፡ በሰዎች መካከል ያለው ስምምነት ተበላሽቷል።16፡ ለሴቲቱም አለ፡-"በፀነስሽ ጊዜ ጭንቅሽን እጅግ አበዛለሁ፤በጭንቅ ትወልጃለሽ፤ ፈቃድሽም ወደ ባልሽ ይሆናል፥ እርሱም ገዥሽ ይሆናል።

የኃጢአት መዘዝ በሰዎች ግንኙነት ውስጥ ይንሰራፋል። *ሥነ-መለኮታዊ አንድምታ*:- የሰው ልጅ ውድቀት ጥልቅ ሥነ-መለኮታዊ አንድምታ አለው። የኃጢአትን እውነታ ያስተዋውቃል-ከእግዚአብሔር መለየትን፤ በትእዛዙ ላይ ማመፅን እና ሁሉም የሰው ልጆች የወረሱትን የወደቀ ተፈጥሮን ያሳያል። ይህ ግንዛቤ የመዳንን አስፈላጊነት እና የኢየሱስ ክርስቶስን የማዳን ሥራ መሠረት ይጥላል። ለማጠቃለል ያህል፤ የሰው ልጅ መውደቅ አለመታዘዝ የሚያስከትለውን መዘዝ እና የኃጢአት ወደ ዓለም መግባት እንደ ማስጠንቀቂያ ሆኖ ያገለግላል። የሰው ልጅን መንገድ ይቀርፃል።

ከእግዚአብሔር፤ ፍጥረት እና አንዱ ከሌላው ጋር ይገናኛል፤ ይህም የቤዛነት እና የተሃድሶ ትርካ መድረክን ያዘጋጃል። *የፈተና ዘዴዎች*:- ውድቀት የሚጀምረው በተንኮለኛ እባብ፤ የማታለል መገለጫ ነው። ይህ እባብ የእግዚአብሔርን ትእዛዝ በመጠየቅ የተርጓሬን ዘር በሔዋን ልብ ውስጥ ተከሲል። ዘፍጥረት 3፡4-5 የእባቡን አታላይ ቃል ይይዛል፡- "ሞትም አትሞቱም... እግዚአብሔር ያውቃልና ከእርሱ በበላችሁ ጊዜ ዓይኖቻችሁ እንዲከፈቱ እንደ እግዚአብሔርም መልካምንና ከፉን የምታውቁ እንድትሆኑ ነው። ይህ ተንኮለኛ ማጭበርበር የሰው ልጅን የእውቀት እና የስልጣን ፍላጎት

ይነትታል። *ምርጫውና ውጤቱ*፦ ሔዋን በፈተና ተሸንፋለች፤ አዳምም ይህንኑ ተከተለ። የእነሱ አለመታዘዝ የኤደንን ስምምነት ያፈርሳል። ዘፍጥረት 3:7 አዲስ የተገነዘቡትን ነገር ሲገልጽ "የሁለቱም ዓይኖች ተከፈቱ፤ ራቁታቸውንም መሆናቸውን አወቁ" ይላል። ይህ ግንዛቤ ተጋላጭነታቸውን እና ኃጢአተኝነታቸውን በእግዚአብሔር ፊት መጋለጥን ያመለክታል። *የተቀጣ ግንኙነት*፦ እግዚአብሔር አዳምና ሔዋንን ሲጋፈጣቸው፣ ድርጊታቸው የሚያስከትለውን ፈጣን መዘዝ እንመለከታለን። ዘፍጥረት 3:23-24 ከኤደን መባረራቸውን ሲተርክ፣ 24: አዳምንም አስወጣው፤ ወደ ሕይወት ዛፍ የሚወስደውንም መንገድ ለመጠበቅ ኪሩቤልንና የምትገለባበጥ የነበልባል ሰይፍን በኤድን ገነት ምሥራቅ አስቀመጠ።" ይህ መባረር ከእግዚአብሔር የቅርብ መገኛት መለያየትን ያመለክታል።

* ተጽእኖ*፦ የውድቀቱ መዘዞች የሰው ልጅ ህልውናን እስከመፍጠር ድረስ ይዘልቃሉ። የቃያን ቅናት ወደ መጀመሪያው ግድያ ይመራል (ዘፍ 4) እና የአለም ታላቅ የጥፋት ውሃ አስከትሏል (ዘፍ 6-9)። ኃጢአት በሁሉም የሕይወት ዘርፎች ውስጥ ሰርጎ የሚገባ ኃይል ሆኖል *ሥነ-መለኮታዊ ጠቀሜታ*፦ የውድቀት ሥነ-መለኮታዊ ጠቀሜታ ትልቅ ነው። ሮሜ 5:12 ተጽእኖውን ይገልጻል፦ "እንግዲህ ኃጢአት በአንድ ሰው ወደ ዓለም ገባ በኃጢአትም ሞት እንደ ገባ እንዲሁ ሁሉ ኃጢአትን ስላደረጉ ሞት ለሰው ሁሉ ደረሰ። ውድቀቱ የሰውን ልጅ የወረሰውን የኃጢአተኛ ተፈጥሮ ያሳያል፣ ይህም የመቤዠትን እና የመዳንን አስፈላጊነት ያጎላል። *የቤዛነት መንገድ*፦ ውድቀቱ መጥፎ ገጽታን ቢሳልም፣ የእግዚአብሔርን የቤዛነት እቅድ ይፋ ለማድረግም መሰረት ይጥላል። በዘፍጥረት 3:15 ላይ የእባቡን ራስ ስለሚቀጠቅጠው "ዘር" የተሰጠው ተስፋ ለኢየሱስ ክርስቶስ መምጣት ጥላ ነው— ኃጢአትንና ሞትን የሚያሸንፈው የመጨረሻውን አዳኝ ያሳየናል። * የውድቀት ትምህርት*፦

ውድቀት የሚያስተምረን አለመታዘዝ የሚያስከትለውን መዘዝ፣ የፈተና ረቂቅነት እና የሰውን ተፈጥሮ ደካማነት ነው። ከእግዚአብሔር ጋር ባለን ግንኙነት የመታመን እና የመታዘዝን አስፈላጊነት ያሳያል። ሲጠቃለል፣ የሰው ልጅ ውድቀት ኃጢአት በሰው ልጅ ሕልውና ላይ የሚያደርሰውን ተጽዕኖ ውስብስብ ነገሮች የሚገልጽ ታሪክ ነው። እሱም የሰው ልጅ የመቤዠት፣ የመታደስ እና የአዳኝን ፍላጎት ለማስታወስ ያገለግላል።

የእግዚአብሔር የደግነት እቅድ - ታሪክን የሚሸፍን፣ ጸጋን የሚያጠቃልል እና ለወደቀው አለም ተስፋ የሚሰጥ እቅድ ነው። ታሪክ የኃጢአትን አመጣጥ እና የሚሸከመውን ዘላቂ አንድምታ ያሳያል። *ፍጹም የሆነች ገነት*:- በኤደን መሀል ወደር የለሽ የውበት ገነት፣ እግዚአብሔር የመጀመሪያውን ሰው አዳምን ከምድር አፈር ፈጠረው። ከዚያም የመጀመሪያዋ ሴት ሔዋንን ከአዳም የጎድን አጥንት ፈጠረ። ዘፍጥረት 2:15-17 "በአትክልቱ ስፍራ ካለ ከማንኛውም ዛፍ ትበላለህ፤ ነገር ግን መልካምንና ክፉን ከሚያስታውቀው ዛፍ አትብላ፤ ከእርሱ በበላህ ጊዜ ሞትን ትሞታለህ።" *የእባቡ ማታለል*:- ተንኮለኛውን እባብ በማታለል ሔዋን የእግዚአብሔርን ትእዛዝ በመረዳት የጥርጣሬን እና የማታለል ዘርን በመዝራት ይጠቀምባታል። ዘፍጥረት 3:4-5 "አትሞቱም... ከእርሱ በበላችሁ ጊዜ ዓይኖቻችሁ እንዲከፈቱ እንደ እግዚአብሔርም መልካምንና ክፉን የምታውቁ እንድትሆኑ እግዚአብሔር ስለሚያውቅ ብሎ ያታልላል። * ገዳይ ምርጫ*:- በእባቡ ቃልና በእውቀት ማባበያ ሔዋን በፈተና ተሸንፋለች። የተከለከለውን ፍሬ በልታ ከአዳም ጋር ትካፈላለች። ይህንንም ሲያደርጉ በአምላክ ግልጽ ትእዛዝ ላይ የመጀመሪያውን የማመጽ ድርጊት ፈጸሙ። *የመዘዝ መገለጥ*:- ወዲያው የኃጢአት ውጤቶች ይገለጣሉ። ዘፍጥረት 3:7 ስለተገነዘቡት ነገር ሲገልጽ "የሁለቱም ዓይኖች ተከፈቱ፤ ራቁታቸውንም መሆናቸውን አወቁ" ይላል። ንቃህነታቸው እና

ከእግዚአብሔር ጋር ያላቸው ቅርርብ ፈርሳ፤ በውርደት እና በጥፋተኝነት ተተካ።

የአለምታዘዝ መዘዞች:-ያለምታዘዛቸው ውጤት ከራሳቸው አልፎል። እግዚአብሔር በእባቡ፤ እና በምድር ላይ፤ በወንድና በሴት ላይ እርግማንን ያውጃል። ከኤደን ተባረረዋል፤ ከሕይወት ዛፍ ታግደዋል፤ እና ለድካም፤ ለሥቃይ እና በመጨረሻ ለሞት ተዳርገዋል። *የተቋረጠ ግንኙነት*:- የውድቀቱ በጣም አስከፊ መዘዝ በሰው ልጆች እና በእግዚአብሔር መካከል ያለው የተበላሸ ግንኙነት ነው። ኃጢአታቸው መለኮታዊ ጣልቃገብነት ብቻ የሚያልፍበት ገደል ይፈጥራል። *ሥነ-መለኮታዊ ጠቀሜታ*:- ውድቀቱ ጥልቅ ሥነ-መለኮታዊ አንድምታ አለው። የኃጢአትን ወደ ዓለም የመግባት እውነታ፤ የወደቀውን ተፈጥሮ ውርስ እና የመቤዠትን አስፈላጊነት ይገልጣል። ሮሜ 5:12 "ስለዚህ ኃጢአት በአንድ ሰው ወደ ዓለም ገባ በኃጢአትም ሞት እንደ ገባ እንዲሁ ሁሉ ኃጢአትን ስላደረጉ ሞት ለሰው ሁሉ ደረሰ። *በጥፋት መካከል ያለ ተስፋ*:- ሆኖም፤ በዚህ የተስፋ መቁረጥ ታሪክ ውስጥ፤ የተስፋ ጭላንጭል ብቅ አለ። ዘፍጥረት 3:15 "በአንተና በሴቲቱ መካከል፤ በዘርህና በዘርዋም መካከል ጠላትነትን አደርጋለሁ፤ እርሱ ራስህን ይቀጠቅጣል አንተም ሰኰናውን ትቀጠቅጣለህ" የሚለውን የወደፌት የመቤዠት ተስፋ ይገልጣል።

የቤዛነት ትሩፋት:- የሰው ልጅ መውደቅ ወደ ቤዛነት የሚደረገውን ጉዞ መጀመሪያ ያመለከታል—ይህ ጉዞ በመጨረሻ ወደ ኢየሱስ ክርስቶስ ልደት፤ ሞት እና ትንሳኤ የሚያደርስ ነው። የእግዚአብሔር ጸጋ በኃጢአት መያዝ ላይ ድል የሚነሣበትን ታላቅ የመዳን ትረካ ያሳያል። *የመጀመሪያው የአትክልት ስፍራ*: እግዚአብሔር የመጀመሪያዎቹን ወንድና ሴት አዳምና ሔዋን ያስቀመጠበትን ኤደን የተባለች ንጹሕ የአትክልት ቦታ በዓይነ ሕሊናህ ተመልከት። በዚህ ገነት ውስጥ፤ ከፈጣሪያቸው ጋር ያልተቋረጠ ኅብረት ነበራቸው፤ ይህም በኃጢአት ያልተበከለ ፍጹም ሕልውናው ያለበት ቦታ ነው።

የእባቡ ፈተና፦ እባቡን ተንኮለኛና አታላይ ነው፡፡ እግዚአብሔር መልካምንና ከፉን ከሚያስታውቀው ዛፍ እንዳትበላ የሰጠውን ትእዛዝ በተንኮል ጥርጣሬ ውስጥ በማስገባት ሔዋንን በውይይት ውስጥ እንድትሳተፉ አድርጓል፡፡ ዘፍጥረት 3፡4-5 "አትሞቱም... ከእርሱ በበላችሁ ጊዜ ዓይኖቻችሁ እንዲከፈቱ እንደ እግዚአብሔርም መልካምንና ከፉን የምታውቁ እንድትሆኑ እግዚአብሔር ያውቃልና፡፡ *አስጨናቂው ምርጫ*፦ በእባቡ ቃል ተታልላ በጥበብ መታለል ሔዋን ከተከለከለው ፍሬ ወስዳ ከአዳም ጋር ተካፈለች፡፡ በዚያ ቅጽበት፣ አለመታዘዝን ሲቀበሉ የሰው ልጅ ንፁህና ለዘላለም ይጠፋል፡፡

  የጎፍረትን መግለጥ፦ ፍሬው አንድ ጊዜ ንፁህ የሆነውን ልባቸውን የሚጋርደው የመልካም እና የከፉት ንቃተ ህሊናን ወደ ማስተዋል ያስገባል፡፡ ዘፍጥረት 3፡ 7 ምላሻቸውን ሲገልጽ "የሁለቱም ዓይኖች ተገለጡ፣ ራቁታቸውንም እንደ ሆኑ አወቁ፣ የበለስ ቅጠሎችንም ሰፍተው ለራሳቸው አገለደሙ ፡፡ *ከኤደን መባረር*፦ አዳምና ሔዋን ካለመታዘዛቸው በኋላ ከኤደን ተባርረዋል፣ ከሕይወት ዛፍ ታግደዋል፡፡ ኪሩቤል የነበልባል ሰይፍ ያለው በሰው ልጆች እና በእግዚአብሔር መገኛት መካከል ያለውን መለያየት የሚያመለክት መግቢያውን ይጠብቃል፡፡ *የተሰበረ ዓለም መወለድ*፦ ውድቀት ኃጢአትን ወደ ዓለም ያስተዋውቃል—እግዚአብሔር ያሰበውን ፍጹም ስምምነትን መፍረስ እና ዝምድና፣ ተፈጥሮ እና ሰብአዊነት እራሱ የዚህን የመጀመሪያ አመጽ ጠባሳ ይሸከማል፡፡ *ሥነ-መለኮታዊ ጠቀሜታ*፦ የውድቀት ሥነ-መለኮታዊ ተጽእኖ ጥልቅ ነው፡፡ ሮሜ 5፡12 ዋናውን ነገር ይዘዋል፦ "እንግዲህ ኃጢአት በአንድ ሰው ወደ ዓለም ገባ በኃጢአትም ሞት እንደ ገባ እንዲሁ ሁሉ ኃጢአትን ስላደረጉት ሞት ለሰው ሁሉ ደረሰ፡፡ ውድቀቱ የመቤዠትን አስፈላጊነት ያስቀምጣል እና ለእግዚአብሔር የማዳን እቅድ መንገድ ይጠርጋል፡፡

የተስፋ ጭላንጭል፡ ከጥፋት መሀል፣ የተስፋ ጭላንጭል ብቅ አለ፡፡ ዘፍጥረት 3:15 "በአንተና በሴቲቱ መካከል፣ በዘርህና በዘርዋም መካከል ጠላትነትን አደርጋለሁ፤ እርሱ ራስህን ይቀጠቅጣል አንተም ሰኮናውን ትቀጠቅጣለህ" በማለት ቤዛነትን ያሳያል፡፡ * መቅድም*፡ የሰው ልጅ ውድቀት የእግዚአብሔርን የማዳን እቅድ መድረክን ያስቀምጣል—ይህ እቅድ በኢየሱስ ክርስቶስ መስዋዕትነት የሚጠናቀቅ ነው፤ እሱም እንደ ሁለተኛ አዳም የሰውን ልጅ ከእግዚአብሔር ጋር የሚያስታርቅበት ነው፡፡ ለማጠቃለል፣ የሰው ልጅ መውደቅ የሰውን ልጅ ተፈጥሮ፣ ምርጫ እና መዘዙን የሚያንፀባርቅ ጥልቅ ነው፡፡ እሱ የመቤዠትን አስፈላጊነት፣ የእግዚአብሔርን ፍቅር ጥልቀት፣ እና የሚገለጥ የደኅንነት የሚያሳይ ማስታወሻ ሆኖ ያገለግላል—ይህ ታሪክ በዘመናት ውስጥ ይስተጋባል፡፡ *የነጻነት ገነት*፡- በኤደን ገነት፣ በሀዘንና በጓጣኢት ያልተነካችውን ገነት አስብ፡፡ በዚህ ፣ስፉራ እግዚአብሔር የመጀመሪያውን ሰው አዳምን አስቀመጠው፣ እና በገነት ላይ የመጋቢነትን ኃላፊነት ሰጠው፡፡ *አጓጊው ሹክሹክታ*፡ እባቡ የሚያስከትል ተንኮለኛ ፍጡር ነው፡፡ ዘፍጥረት 3:1:- "በእርግጥ አምላክ፣ 'በአትክልቱ ስፍራ ካለ ከማንኛውም ዛፍ እንዳትበሉ' ብሎ ነበር? እባቡ የሔዋንን ግንዛቤ ይለውጣል፣ ያለመታዘዝን ዘር ይዘራል፡፡

* ገዳይ ምርጫ*፡- ሔዋን በእባቡ ቃል ተሸንፉ ከተከለከለው ፍሬ ትካፈላለች፡፡ እሷም ለአዳም አቀረበች፣ እሱም ደግሞ ይበላል። ድርጊታቸው በእግዚአብሔር ትእዛዝ ላይ የመጀመሪያውን አመጽ ነው፤ ንፁህነታቸውን ለዘላለም ይለውጣል፡፡ *የውርደት መገለጥ*፡- የንፁህነት መጋረጃ ተቀደደ፡፡ ዘፍጥረት 3:7 "በዚያን ጊዜ የሁለቱም ዓይኖች ተከፈቱ፣ ራቁታቸውንም እንደ ሆኑ አወቁ" በማለት ሁኔታውን በምሳሌ ይገልጻዋል፡፡ ውርደት ንፁህነትን ይተካዋል፣ እናም የሰው ልጅ ምርጫው የሚያስከትለውን መዘዝ ይገነዘባል።

መዘዞች እና ማባረር፡ ውጤቱ ፈጣን እና ከባድ ነው፡፡ እግዚአብሔር እርግማንን ያውጃል፡- በወሊድ ጊዜ ህመም፤ ከምድር ምግብ ለማግኘት የሚደረግ ትግል እና በመጨረሻ ሚችነት፡፡ አዳምና ሔዋን ከገነት ተባረርዋል, ከሕይወት ዛፍ እንዳይበሉ ተከልክለዋል. *የተሰበረ ስምምነት*፡ የውድቀቱ ሞገዶች ወደ ግንኙነቶች ይዘልቃሉ—በሰው ልጅ፤ በፍጥረት እና በእግዚአብሔር መካከል ያለው ስምምነት ተበላሽቷል፡፡

የዋናው ኃጢአት መዘዝ**፡ **መንፈሳዊ መለያየት**፡ የመጀመሪያው ኃጢአት በሰው ልጆችና በእግዚአብሔር መካከል ከፍተትን ይፈጥራል፡፡ ኢሳይያስ 59:2 ይህንን መለያየት በምሳሌ ይገልጸዋል፡- "ነገር ግን በደላችሁ ከአምላካችሁ ለይታችኋል፤ እንዳይሰማም ኃጢአታችሁ ፊቱን ከእናንተ ሰውሮታል፡፡ ** በግንኙነት ውስጥ መሰባበር**፡- የመጀመሪያው ኃጢአት ተጽእኖ ወደ ግንኙነቶች ይዘልቃል - በግለሰቦች መካከል ያለውን ስምምነት ማፍረስ እና አለመግባባት መፍጠር፡፡ የኃጢአት ራስ ወዳድነት ግጭትን፤ ቅናትንና መለያየትን ይወልዳል፡፡ **የኃጢአት ዝንባሌ**፡- የወደቀው ተፈጥሮ ግለሰቦችን ወደ ኃጢአተኛ አስተሳሰቦች፤ ፍላጎቶች እና ድርጊቶች ያዘነብላል፡፡ ይህ በጽድቅና በኃጢአት መካከል ያለው ውስጣዊ ተጋድሎ በጳውሎስ ቃል በሮሜ 7:18-19 ግልጥ ነው፡- "መልካም ነገር ራሱ እንደማይኖር አውቃለሁና.

2.1- የመጀመሪያው ኃጢአት እና ውጤቶቹ

2.1 **የመጀመሪያው ኃጢአት እና እጅግ ሰፊ ውጤቶቹ፦- የሰውን ልጅ ተፈጥሮ መግለጥ** ወደ ሥነ-መለኮታዊ አስተምህሮ ልብ ውስጥ ለመግባት ተዘጋጅ፤የመጀመሪያውን ኃጢአት ጽንሰ-ሐሳብ ስንመረምር—የሰውን ተፈጥሮ እና የእኛን ተፈጥሮ ለመረዳት ጥልቅ አንድምታ ያለው መሠረታዊ እምነት፦ ከእግዚአብሔር ጋር ግንኙነት. **የመጀመሪያው ኃጢአት መነሻ**፦ የዋናው ኃጢአት መሠረት ላይ ያለው የሰው ልጅ በኤደን ገነት ውስጥ መውደቅ ነው፦ ዘፍጥረት 3 የአዳም እና የሔዋን አለመታዘዝ ታሪክ ይተርክልናል፤ ኃጢአትን ወደ ዓለም ያስተዋወቀው እና የሰውን ሕልውና አቅጣጫ የለወጠ ሂደት ነው፦ **የወደቀ ተፈጥሮ**፦ የመጀመሪያው ኃጢአት የሰው ልጆች ሁሉ የአዳምና የሔዋን ዘር ሆነው የሚወርሱትን የኃጢአት ተፈጥሮ ያመለከታል፦ ይህ ተፈጥሮ ወደ ራስ ወዳድነት፣ ወደ አመጽ እና ከእግዚአብሔር የመለየት ዝንባሌን ያስከትላል፦ ሮሜ 5:12 ይህንን እውነታ ያጠቃልላል፦- "እንግዲህ ኃጢአት በአንድ ሰው ወደ ዓለም ገባ በኃጢአትም ሞት እንደ ገባ እንዲሁ ሁሉ ኃጢአትን ስላደረጉ ሞት ለሰው ሁሉ ደረሰ፦

በእኔ ማለትም በኃጢአተኛ ተፈጥሮዬ ውስጥ፦ መልካሙን ለማድረግ እመኛለሁና፤ ነገር ግን መፈጸም አልቻልም፦ የምፈልገውን በጎውን አላደርግምና፤ ነገር ግን የማልፈልገውን ክፉ ነገር አደርጋለሁና፦" ለበጎነት የኃጢአት መበከል ሁሉም ፍጹም መስፈርት ይጎድለዋል ማለት ነው **መዳን እና ቤዛነት**፦ የቀደመው የኃጢአት ትምህርት ለመዳንና መሠረት ይጥላል፦ በኢየሱስ ክርስቶስ አማኞች ይቅርታን ያገኛሉ፦ ተሐድሶ እና የዘላለም ሕይወት ተስፋ፦ ሮሜ 5:18-19 የኃጢአትን መዘዝ ተቃራኒ ነጥብ ይሰጣል፦-

"እንግዲህ አንድ በደል ሰዎችን ሁሉ እንደ ኮነነ፤ እንዲሁ ደግሞ አንድ የጽድቅ ሥራ ጽድቅንና ሕይወትን ለሁሉ አደረገ። " **ውስብስብ ሥነ-መለኮታዊ መልክዓ ምድር**፦ የመጀመሪያው ኃጢአት በሥነ-መለኮት ክበቦች ውስጥ ክርክር እና ውይይትን አስነስቷል። የተለያዩ ክርስቲያናዊ ወጎች አንድምታውን በተለየ መንገድ ይተረጉማሉ፤ እንደ ጥምቀት፣ ድነት፣ እና የሰው ልጅ ከእግዚአብሔር ጻጋ ጋር በተገናኘ የሚጫወተው ሚና ላይ ተጽእኖ የሚያሳድሩ ትምህርቶች አሉ። ሲጠቃለል፣ የመጀመሪያው ኃጢአት የሰውን ልጅ የወደቀ ተፈጥሮ እና ውጤቱን የሚያሳያ ጥልቅ ሥነ-መለኮታዊ ጽንስ-ሐሳብ ነው። እሱ የመቤዠትን ሁለንተናዊ ፍላጎት ያጎላል እና የእግዚአብሔርን ጻጋ የመለወጥ ኃይል ይጠቁማል። ተግዳሮቶችን እና ጥያቄዎችን ቢያቀርብም፣ የሰው ልጅ በመለኮታዊ ምሕረት ላይ ያለውን መታመን እና በኢየሱስ ክርስቶስ የመታደስ ተስፋን ለማስታወስ ያገለግላል።

የመጀመርያው ኃጢአት መነሻውን የሰው ልጅ በኤደን ገነት መውደቅ ነው። የአዳም እና የሔዋን አለመታዘዝ ከእግዚአብሔር ጋር ያለውን የጠበቀ ግንኙነት አፈረሰ፤ ይህም የመንፈሳዊ ስብራት ውርስ ትቶ በትውልዶች ውስጥ አስተጋባ። ** ሁለንተናዊ የጋራ እውነታ **፦ የመጀመሪያው ኃጢአት የአንድ ግለሰብ የተሳሳተ እርምጃ ብቻ አይደለም - የጋራ ውርስ ነው። ሮሜ 3:23 "ሁሉ ኃጢአትን ሠርተዋልና የእግዚአብሔርም ክብር ጎድሎአቸዋል" የሚለውን የጋራ እውነታ አጽንኦት ይሰጣል። ጊዜንና ባህልን የሚሻገር ሁሉንም የሰው ልጅ የሚያስተሳስር ሁኔታ ነው። **የልብ መዘዝ**፦ የቀደመው ኃጢአት በሰው ልብ ውስጥ ያስተጋባል። ኤርምያስ 17:9 ይህን ሁኔታ በትኩረት ይገልጻዋል፦- "ልብ ከሁሉ ይልቅ ተንኮለኛ ነው መድኃኒትም የሌለው ነው፤ ማን ያስተውለዋል? ይህ ተፈጥሯዊ ስብራት ሃሳቦቻችንን፣ ፍላጎቶቻችንን እና አነሳሶችን ያበላሻል። **የመታደስ ጥያቄ**፦ የመጀመሪያው ኃጢአት ቀጣይ የሆነውን የሰው ልጅ

ተጋድሎ ያሳያል—የተሃድሶ ፍላጎ እና ባለመታዘዝ ከተቋረጠው መለኮታዊ ጋር ያለውን ግንኙነት መሻት፡፡ ** መለኮታዊው (ፓራዶክስ) ***፡ የቀደመው የጎጢአት ትምህርት መለኮታዊ አያያ (ፓራዶክስ) ያስተዋውቃል - የሰው ልጅ ወደ ጎጢአት ባለው ዝንባሌ እና ወስን በሌለው የእግዚአብሔር ጸጋ መካከል ያለው ውጥረት፡፡

ሮሜ 5፡20 ይህንን ጭንቀት ይይዛል፡- "ጎጢአት በበዛበት ጸጋው አብዝቶ ጨመረ፡፡ **የመዳን መቤዠት**፡ የመዳን ዋናው ነገር ከመጀመሪያው ጎጢአት ጽንስ-ሐሳብ ጋር የተጣመረ ነው፡፡ የክርስቶስ በመስቀል ላይ የፈጸመው የማዳን ተግባር ለወደቀው መንግሥት መድኃኒት ሆኖ ያገለግላል፡፡ ሮሜ 5፡18-19 "ስለዚህ አንድ በደል ሰዎችን ሁሉ እንደ ኮነነ፣ እንዲሁ ደግሞ አንድ የጽድቅ ሥራ ለሰው ሁሉ መጽደቅና ሕይወትን አስገኘ" በማለት ይህንን የቤዛነት ኃዳና ያበራል፡፡ **የተለወጠው ጉዞ**፡ የመቀደስ ሂደት—አማኞች በሂደት ከክርስቶስ አምሳል ጋር የሚመሳሰሉበት—የመጀመሪያው ጎጢአትን ለመያዝ እንደ ማሳያ ነው፡፡ ይህ የመታደስ ጉዞ፣ ለእግዚአብሔር የማያቋርጥ የሰው ልጅ ልብ ፍላጎ ምላሽ ነው፡፡ **የተለያዩ ትርጓሜዎች**፡ የመጀመሪያው ጎጢአት በተለያዩ ክርስቲያናዊ ወጎች ውስጥ የተለያዩ ትርጓሜዎችን እና ሥነ-መለኮታዊ ልዩነቶችን ይፈጥራል፡፡ አንዳንዶች የሰውን ርኩስት ጥልቀት ያጎላሉ, ሴሎች ደግሞ የእግዚአብሔርን ጸጋ ለመቀበል የግል ሃላፊነት አስፈላጊነት ላይ ያተኩራሉ. ** የትሕትና እና የጸጋ ጥሪ**፡ የቀደመው የጎጢአት ትምህርት ለትሕትና እና ለጸጋ አስፈላጊነት ማስታወሻ ሆኖ ያገለግላል፡፡ ሁላችንም የእግዚአብሔር ምሕረት እንደሚያስፈልገን እና መዳን ለሚያምኑ ሁሉ የተሰጠ ስጦታ መሆኑን ያስታውሰናል፡፡ በማጠቃለያው፣ የመጀመሪያው ጎጢአት በሰው ተፈጥሮ ጥልቅ፣ ከእግዚአብሔር ጋር ያለን ግንኙነት፣ እና የደኅንነት ውስብስቦችን የሚመለከት ሥነ-መለኮታዊ መሠረት ነው፡፡ የመዋጀትን

40

የመለወጥ ኀይል እንድንቀበል እና መለኮታዊ ጸጋን እንደሚያስፈልገን እንድንገነዘብ የሚጠቁመን በሰው ልጅ ትረካ ውስጥ የሚሻመን ክር ነው።

2.2- የመዳን ፍላጎት

የመዳን አስፈላጊነት **የመዳን አስፈላጊነት: በተሰበረ ዓለም ውስጥ ተስፋን መቀበል** ወደ ውስብስብ የሰው ልጅ ልምድ ልቤት ፤የመዳን አስፈላጊነት ወደሚያሳይበት - ለዘመናት የሚገለጽ፤በመካከል ተስፋ የሚሰጥ የጨለከት ጥሪ በስቃይ፤ ግራ መጋባት እና ናፍቆት የተበከለው ዓለም። ** የሰው ልጅ ለትርጉም ፍለጋ**:- ለደህንነት አስፈላጊው እምብርት የሰው ልጅ ለትርጉም እና ለዓላማ መሻቱ ነው። መክብብ 3:11 ይህን ናፍቆት "በሰው ልብ ውስጥ ዘላለማዊነትን አድርጓል" ይላል። ጊዜያዊነትን የሚሻገር ትርጉም እንናፍቃለን። ** በትርምስ ውስጥ ያለ ዓለም**: የመዳን አስፈላጊነት በዓለም ውሽንብር ውስጥ ይታያል። ከተፈጥሮ አደጋዎች እስከ ሰው ግጭት፤ ከግል ትግል እስከ ማህበረሰባዊ ኢፍትሃዊነት፤ ስብራት ለቤዛነት ይጮኻል - የጠፋውን ይታደሳል። **የኀጢአት ማሰሪያ**: የኀጢአት ከብደት የሰውን ልጅ ያስተሳስራል፤ በእኛና በመለኮት መካከል ገደል ይፈጥራል። ሮሜ 6:23 "የኀጢአት ደሞዝ ሞት ነውና" የሚለውን ትክክለኛ እውነታ ይገልጣል። መዳን ከዚህ እስራት ነፃ የሚያወጣን የሕይወት መስመር ይሆናል። ** ፍጻሜውን ማሳደድ**: በዚህ ስብራት መካከል የሰው ልጅ ያለ እረፍት ፍጻሜውን ይከታተላል። ሆኖም ፤ ብዙውን ጊዜ ፤ ማሳደዱ ወደ ባዶነት ይመራል።

በተስፋ መቁረጥ ውስጥ ተስፋ: የደኅንነት ጥሪ በጥልቅ የሚያስተጋባው በተስፋ መቁረጥ ውስጥ ነው። ሮሜ 8:22-23 ይህንን ሥዕላዊ መግለጫ ይገልጽዋል:- "23 እርሱም ብቻ አይደለም፤ ነገር ግን

41

የመንፈስ በኩራት ያለን ራሳችን ደግሞ የሰውነታችን ቤዛ የሆነውን ልጅነት እየተጠባበቅን ራሳችን በውስጣችን እንቃትታለን፡፡24 በተስፋ ድነናልና፤ ነገር ግን ተስፋ የሚደረግበቱ ነገር ቢታይ ተስፋ አይደለም፤ የሚያየውንማ ማን ተስፋ ያደርገዋል?፡፡ **የጸጋ ስጦታ**፡- ማዳን ስጦታ ነው-ከእግዚአብሔር ልብ የተዘረጋ ጸጋ፡፡ ኤፌሶን 2:8-9 "ጸጋው በእምነት አድኖአችኋልና፤ ይህም የእግዚአብሔር ስጦታ ነው እንጂ ከእናንተ አይደለም፤ ማንም እንዳይመካ ከሥራ አይደለም፡፡ **መለወጥ እና መታደስ**፡ የመዳን አስፈላጊነት ከይቅርታ በላይ ነው - ስለመለወጥ ነው፡፡ 2ኛ ቆሮንቶስ 4:16 "ስለዚህ አንታክትም፤ በውጫዊ ብንጠፋም በውስጣችን ግን ዕለት ዕለት እንታደሳለን፡፡ **ሁለንተናዊው ጨኸት**፡ የደኅንነት ጨኸት ዓለም አቀፋዊ ነው - የሰውን ልጅ አንድ የሚያደርግ ክር ነው፡፡ ሮሜ 10:13 "የጌታን ስም የሚጠራ ሁሉ ይድናል" ሲል ከዚህ አጽናፈ ዓለም ጋር ያስተጋባል፡፡ ከዘፍጥረት እስከ ራዕይ፤ ታሪኩ ያስተጋባል-የማዳን፤ የመታደስ እና የማስታረቅ ታሪክ፡፡ የደኅንነት አስፈላጊነት በሰው ልጅ ሕልውና ኮሪደሮች በኩል ያስተጋባል፡፡ በውስጣችን ላለው ህመም ምላሽ፤ የፈውስና ሙሉነት መሻት ነው፡፡ ቤዛን በሚፈልግ ዓለም ውስጥ የጸጋን የሕይወት መሰመር የሚያስፉ መለኮታዊ ግብዝ ነው፡፡

3. መለኮታዊው እቅድ ተገለጠ

መለኮታዊው እቅድ ይፋ ሆነ የእግዚአብሔርን ታላቅ የመቤዠት ንድፍ ገልጧል** በጊዜ፤ በባህሎች እና በሁኔታዎች ላይ ያለውን ንድፍ ወደ እግዚአብሔር መለኮታዊ እቅድ ውስጥ በመግባት እናያለን፡፡ ይህ ምዕራፍ የእግዚአብሔር ለሰው ልጆች ያለውን የመቤዠት አላማ መግለጥ ላይ በጥልቀት ይዳስሳል፡፡ **የቤዛነት ንድፍ**፡ በመለኮታዊ እቅድ ውስጥ የመቤዠት ንድፍ አለ፡፡ ኤፌሶን 1፡9-10 ይህንን ዓላማ ይገልጣል፡- "ዘመኑ ሲፈጸም ይፈጸም ዘንድ በክርስቶስ እንዳሰበ እንደ በጎ ፈቃዱ የፈቃዱን ምሥጢር አስታወቀን ይህም ለሁሉ አንድነትን ያመጣል፡፡ **የአዳኝ ተስፋ**፡- መለኮታዊው እቅድ የሚጀምረው በተስፋ ቃል ነው—ለአዳምና ለሔዋን ከአመፃቸው በኋላ በገባው ቃል ኪዳን ነው፡፡ ዘፍጥረት 3፡15 ስለሚመጣው አዳኝ ፍንጭ ይሰጣል፡- "በአንተና በሴቲቱ መካከል፤ በዘርህና በዘርዋም መካከል ጠላትነትን አደርጋለሁ፤ እርሱ ራስህን ይቀጠቅጣል አንተም ሰኮናውን ትቀጠቅጣለህ፡፡ **የቃል ኪዳን ክር**፡- መለኮታዊው እቅድ በቃል ኪዳኑ መጋረጃ ውስጥ ይሸማል፡፡ እግዚአብሔር ከኖኅ፤ ከአብርሃም እና ከእስራኤል ጋር የገባው ቃል ኪዳን በክርስቶስ በኩል ያለውን የመጨረሻውን ቃል ኪዳን ያሳያል—ለሚያምኑ ሁሉ መዳንን የሚያመጣ ቃል ኪዳን፡፡ **የተስፋ መገለጥ**፡ የመለኮት እቅድ መገለጡ በኢየሱስ ክርስቶስ ሥጋ መገለጥ ጫፍ ላይ ደርሷል፡፡ ገላትያ 4፡4-5 ይህን ጊዜ ይጠቅሳል፡- "ነገር ግን የተወሰነው ጊዜ በደረሰ ጊዜ እግዚአብሔር ከሴት የተወለደውን ከሕግም በታች የተወለደውን ልጁን ላከ ከሕግም በታች ያሉትን ይዋጅ ዘንድ ለልጅነት እንሆን ዘንድ፡፡ "

** መስቀሉ እንደ መሀል ክፍል**፡ መስቀሉ የመለኮታዊ እቅድ ማእከል ሆኖ ቆሟል—የመስዋዕት ፍቅር፤ የይቅርታ እና የዕርቅ ምልክት ነው፡፡ ቆላስይስ 1፡

20 "በመስቀሉም የፈሰሰውን በደሙ ሰላም በማድረግ በምድር ወይም በሰማያት ያሉትን ሁሉ ከራሱ ጋር እንዲያስታርቅ በእርሱ በኩል ያስታርቅ ዘንድ ነው፡፡ **በሞት ላይ ያለው ድል**፡- መለኮታዊው እቅድ የሚያበቃው በትንሣኤ በሞት ላይ ባለው ድል ነው፡፡ 1ኛ ቆሮንቶስ 15:54-55 ድሉን ይይዛል፡ "ሞት በድል ተዋጠ፡፡ ሞት ሆይ፤ ድል መንሣትህ የት አለ? ሞት ሆይ፤ መውጊያህ የት አለ?" **የመታደስ ተስፋ**፡ የመለኮታዊ እቅድ መገለጥ ከግለሰብ መዳን በላይ ይዘልቃል፡፡ ራእይ 21:5 "በዙፋኑ ላይ የተቀመጠው፡ ሁሉን አዲስ አደርጋለሁ፡ አለ፡፡ ከዚያም ‹ይህን ጻፍ፤ እነዚህ ቃሎች የታመኑ እና እውነት ናቸውና፡፡› ** ታላቁ ተልእኮ**፡ መለኮታዊው እቅድ አማኞችን በታላቁ ተልእኮ ያሳስባቸዋል—ወንጌልን የማስፋፋት እና ደቀ መዛሙርት የማድረግ ጥሪ፡፡ ማቴዎስ 28:19-20 "ስለዚህ ሂዱና አሕዛብን ሁሉ በአብ በወልድና በመንፈስ ቅዱስ ስም እያጠመቃችኋቸው፤ ያዘዝኋችሁንም ሁሉ እንዲጠብቁ እያስተማራችኋቸው ደቀ መዛሙርት አድርጓቸው፡፡

የሚገለጥ ዘላለማዊ ክብር፡ የመለኮታዊ እቅድ ውበት በታሪካዊ መገለጡ ላይ ብቻ ሳይሆን በዘላለማዊ ፋይዳውም ላይ ነው፡፡ ራእይ 22:3-4 በጨረፍታ እንዲህ ይላል:- "ከእንግዲህ ወዲህ መርገም ከቶ አይሆንም፤ የእግዚአብሔርና የበጉ ዙፋን በከተማይቱ ይሆናል፤ ባሪያዎቹም ያመልኩታል፤ ፊቱንም ያያሉ፤ ስሙም በግንባራቸው ላይ ይሆናል፡፡ የተገለጠው መለኮታዊ እቅድ የእግዚአብሔር ፍቅር፡ ጥበብ እና ጸጋ ማረጋገጫ ነው፡፡ ታሪክን እና ዘላለማዊነትን የሚሸፍን ነው—የቤዛን ታሪክ እንድንቀበል፡ የክርስቶስን ፈለግ እንድንከተል እና የእግዚአብሔርን የመጨረሻ መታደስ ክብር እንድንጠብቅ የሚጠቁመን ነው፡፡ - የፍጥረትን፡ የመውደቅን እና የቤዛትን ክሮች ወደ አስደናቂ የፍቅር፡ የጸጋ እና የታሪክ ትረካ የሚያጣምር ድንቅ ስራ ነው፡፡ ዘፍጥረት 3 አመፃን ይተርካል፡ ይህም በእግዚአብሔር ፍጹም ንድፍ ላይ ጥላ

ይጥላል። ሆኖም፤ በዚህ ጨለማ ውስጥ እንኳን፤ የተስፋ ጭላንጭል ይዘራል—ነገሮችን የሚያስተካክል የአዳኝ ተስፋን ይሰጣል። **የትንቢት መሸጋገሪያ**፦ በብሉይ ኪዳን ሁሉ፤ ትንቢታዊ ድምጾች ጮኹ—የሚመጣው መሲሕ መለኮታዊ ፍንጭ ነው። ኢሳይያስ 9፡6-7 ይህንን ግምት ያስተጋባል፦ "ሕፃን ተወልዶልናልና፥ ወንድ ልጅም ተሰጥቶናልና አለቅነትም በጫንቃው ላይ ይሆናል፤ እርሱም ድንቅ መካር፥ ኃያል አምላክ፤ የዘላለም አባት፤ ልዑል ተብሎ ይጠራል።

የሥጋው ብርሃን፡ዮሐንስ 1፡14 "ቃልም ሥጋ ሆነ፤ ጸጋንና እውነትንም ተመልቶ በእኛ አደረ፤ ከብሩን አየን፤ ጸጋንና እውነትንም ተመልቶ ከአባቱ ዘንድ የመጣውን የአንድያ ልጁን ክብር አየን። **መስቀሉ** * የመለኮቱ ታፔላ የመስቀሉን ክብደት ተሸከሚል -የሞት መሳሪያ የህይወት ምልክት ይሆናል። 1ኛ የጴጥሮስ መልእክት 2፡24 "ለኃጢአት ሞተን ለጽድቅ እንድንኖር እርሱ ራሱ በሥጋው ኃጢአታችንን በመስቀል ላይ ተሸከመ፤ በእርሱ ቁስል ተፈወሳችሁ። ** የትንሳኤው ድል**፦ 1ኛ ቆሮንቶስ 15፡20-22 ትርጉሙን ይይዛል፦ "ነገር ግን ክርስቶስ ላንቀላፉት በኩራት ሆኖ ከሙታን ተነሥቷል፤ ሞት በሰው በኩል ስለ መጣ ትንሣኤ ሙታን በሰው በኩል ሆኖአልና። " **የለውጥ ጥሪ**፦ አማኞች እንዲለወጡ መለኮታዊው ይጠራል—በሚገለጥ የቤዛነት ትረካ ውስጥ እንዲሳተፉ ያደርጋል። ሮሜ 12፡ 2 "በልባችሁ መታደስ ተለወጡ እንጂ የዚህን ዓለም ምሳሌ አትምሰሉ።

የመታደስ ተስፋ፦ መለኮታዊው ታፔላ የሚደመደመው በመታደስ ተስፋ - ጊዜን የሚሻገር ዘላለማዊ ተሃድሶ ነው። ራእይ 21፡4 "እንባዎችንም ሁሉ ከዓይኖቻቸው ያብሳል፤ ሞትም ቢሆን ወይም ኀዘን ወይም ልቅሶ ወይም ሥቃይ ከእንግዲህ ወዲህ አይሆንም፤ የቀደመው ሥርዓት አልፎአልና" የሚለውን ፍንጭ ይሰጣል። **የተገለጠው ግርማ**፦ የመለኮት ውበቱ

ያልተገለጠው መገለጫ ነው—የእግዚአብሔር ወስን የለሽ ፍቅር እና የማይለወጥ የባህርይ መገለጫ ነው። ዕብራውያን 13:8 "ኢየሱስ ክርስቶስ ትናንትና ዛሬ እስከ ለዘላለምም ያው ነው። በማጠቃለያው፣ የተገለጠው መለኮታዊ ታፔላ የእግዚአብሔርን ሉዓላዊነት፣ ርህራሄ እና ማለቂያ የሌለው ጸጋ ማረጋገጫ ነው። በቤዛ ታሪክ ውስጥ እንድንሳተፍ፣ የመለኮታዊ ዓላማውን መገለጥ እንድንመሰክር እና እግዚአብሔር ለሰው ልጆች ባለው ፍቅር ታላቅ ትረካ ውስጥ እንድንገኝ ግብዝ ነው።

3.1- በብሉይ ኪዳን የመዳን ትንቢቶች

በብሉይ ኪዳን ስለ ድነት የተነገሩ ትንቢቶች: የመሲሑን መምጣት መጠበቅ በብሉይ ኪዳን ገፆች ውስጥ ጉዞ ትንቢታዊ ድምጾች በሚመጣው አዳኝ - መዳንንን፣ ተስፋን እና የሚያመጣ መሲህ ተስፋዎች ባሉበት ገጾችን እናያለን። መቤዠት ለሚጠብቀው ዓለም። **ፕሮቶኢቫንጀሊየም**:- የመጀመሪያው የመዳን ትንቢት የሚገለጠው ከውድቀት በኋላ ነው። በዘፍጥረት 3:15 ላይ ፕሮቶኢቫንጀሊየም "በአንተና በሴቲቱ መካከል፣ በዘርህና በዘሯም መካከል ጠላትነትን አደርጋለሁ፤ እርሱ ራስህን ይቀጠቅጣል አንተም ሰኮናውን ትቀጠቅጣለህ" ተብሎ ታወጀ። ይህ የተስፋ ቃል በኃጢአትና በከፋት ላይ ወደፊት አሸናፊ እንደሚሆን ያሳያል። **የዳዊት የዘር ሐረግ**:- ትንቢታዊው ትኩረት የወደቀው በንጉሥ ዳዊት ዘር ላይ ነው። በ2ኛ ሳሙኤል 7:12-13 ላይ እግዚአብሔር እንዲህ ይላል:- "ዘርህን በአንተ ምትክ ሥጋህንና ደምህን አስነሣለሁ፤ መንግሥቱንም እመሠርታለሁ፤ እርሱ ለስሜ ቤትን ይሠራል፤ ለኔም ቤትን የሚሠራ እርሱ ነው። የመንግሥቱን ዙፋን ለዘላለም

አጸናለሁ። ይህ የሚያመለክተው የመሲሑን ዘላለማዊ አገዛዝ ነው። **የድንግል **፦ ኢሳ 7፡14 "ስለዚህ ጌታ ራሱ ምልክት ይሰጣችኋል ድንግል ትፀንሳለች ወንድ ልጅም ትወልዳለች ስሙንም አማኑኤል ብላ ትጠራዋለች" የሚል ጥልቅ ትንቢት ተናግሯል። ይህ ትንቢት የመሲሑን ተአምራዊ ልደት አስቀድሞ ያሳያል—እግዚአብሔር ከሰው ልጆች ጋር መገኘቱን የሚያሳይ ምልክት ነው። ** መከራን የሚቀበል አገልጋይ**፦ ኢሳይያስ 53 ስለ መከራው መሲሕ፤ ኃጢአታችንን ስለሚሸከም እና ፈውስ ስለሚያመጣ አገልጋይ ቁልጭ አድርጎ ያሳያል። ቁጥር 4-5 "በእርግጥ ሕመማችንን ተቀበለ ሕመማችንንም ተሸከመ...በቁስሉ እኛ ተፈወስን" የሚለውን ፍሬ ነገር ይይዛል። **የእሴይ**፦ ኢሳያስ 11፡1-2 የወደፊቱን ጉዞ አመጣጥ ይገልጣል፦- "ከእሴይ ግንድ ላይ ቡቃያ ይወጣል፤ ከሥሩም ቀንጥቆጥ ያፈራል፤ የእግዚአብሔርም መንፈስ ያርፋል። እሱን" ይህ ሥዕላዊ መግለጫ ከዳዊት ዘር የመጣውን የጻድቅ ጉዞ ሥዕል ያሳያል።

ትንቢተ ቤተ ልሔም፦- ሚክያስ 5፡2 የመሲሑን የትውልድ ቦታ አስቀድሞ ይነግረናል፦- "አንቺ ግን ቤተ ልሔም ኤፍራታ ሆይ፤ አንቺ ከይሁዳ ነገድ መካከል ታናሽ ነሽ፤ ከአንቺ ዘንድ በእስራኤል ላይ ጉዞ የሚሆን ይወጣልኛል." **አዲስ ኪዳን**፦ ኤርምያስ 31፡31-34 የአዲስ ኪዳንን ቃል ኪዳን ይገልጣል፦- "ሕጌን በልቡናቸው አኖራለሁ በልባቸውም እጽፈዋለሁ... ኃጢአታቸውን ይቅር እላለሁና፤ ሕጋቸውንም አስባለሁና። ከእንግዲህ ኃጢአት የለም" ይህ የሚያመለክተው በክርስቶስ ያለውን የመዳንን የመለወጥ ኃይል ነው። ** የድል አድራጊው መግቢያ**፦ ዘካርያስ 9፡9 የመሲሑን የመግቢያ ምስል ይቀርጻል፦- "እነሆ ንጉሥሽ ጻድቅና አዳኔ ሆኖ ትሑት ሆኖ በአህያ ላይ፤ በአህያይቱ ግልገል በውርንጫይቱ ላይ ተቀምጦ ወደ አንቺ ይመጣል." ይህ ትንቢት ኢየሱስ በድል አድራጊነት ወደ ኢየሩሳሌም መግባቱን

ያሳያል፡፡ **የእግዚአብሔር ቀን**፡ ሚልክያስ 4:5 ከታላቁና ከሚያስፈራው ከእግዚአብሔር ቀን በፊት የኤልያስ መምጣት ትንቢት ተናግሯል፡፡ ይህም የመጥምቁ ዮሐንስን የመሲሑ ቀዳሚ ሚና ያስተጋባል፡፡ ብሉይ ኪዳን የአዳኝን መምጣት የሚተነብዩ ትንቢታዊ ድምጾች ያሰማል ተስፋዎችን የሚፈጽም፤ ድነትን የሚያመጣ እና የሰው ልጅ ታሪክን የሚቀይር መሲህ እንደሚመጣ ያሳያል፡፡ እነዚህ ትንቢቶች የእግዚአብሔርን ታማኝነት እና ውስብስብ የሆነውን የቤዛነት እቅዱን ምስክር ሆነው ያገለግላሉ፡፡

የያዕቆብ ኮከብ፡ የበለዓም ትንቢት በዘኍልቍ 24:17 ላይ፡- "ከያዕቆብ ኮከብ ይወጣል ከእስራኤልም በትር ይወጣል" ይላል፡፡ ይህ የጠፈር ምስል የንጉሣዊ እና መለኮታዊ ምስል መወለድን ይጠቁማል፡፡ **የጻድቅ ቅርንጫፍ**፡ ኤርምያስ 23:5-6 ስለ ጻድቅ ቅርንጫፍ መምጣት ሲናገር፡- "ዘመኑ ይመጣል... ለዳዊት ጻድቅን ቅርንጫፍ አስነሣዋለሁ በጥበብም የሚነግሥ የሚሠራውንም የሚያደርግ ንጉሥ በምድር ላይ ትክከለኛ እና ትክከለኛ ነው" **የጠራቢው እሳት**፡ ሚልክያስ 3:1-3 መንገዱን የሚያዘጋጅ መልእክተኛ እንዲህ ሲል ይገልጻዋል፡- "እነሆ፤ መንገድን በፊቴ የሚጠርግ መልእክተኛዬን እልካለሁ፤ ከዚያም የምትፈልጉት እግዚአብሔር በድንገት ወደ እርሱ ይመጣል፡፡ መቅደስ፤ የምትፈልጉት የቃል ኪዳኑ መልእክተኛ ይመጣል፡፡ **የእረኛው ንጉሥ**፡- ሕዝቅኤል 34:23-24 መሲሑን እንደ እረኛው ንጉሥ ሲገልጽ፡- "በእነርሱም ላይ አንድ እረኛ ባሪያዬን ዳዊትን አኖራለሁ እርሱም ይጠብቃቸዋል፡ " ይህ የሚያመለክተው ሩህሩህ እና ፍትሃዊ ገዥ እንደሆነ ነው፡፡ **የተወጋው**፡ ዘካርያስ 12:10 የመሲሑን የመሥዋዕት ሞት ያሳያል

10: "በዳዊትም ቤት ላይ፤ በኢየሩሳሌምም በሚኖሩት ላይ፤ የምህረትና የልመናን መንፈስ አፈስሳለሁ፤ ወደ እርሱም ወደ ወጉት ይመለከታሉ፤ ሰውም

ለአንድያ ልጁ እንደሚያለቅስ ያለቅሱለታል፤ ሰውም ለበኩር ልጁ እንደሚያዝን በመራራ ሃዘን ያዝኑለታል::".

የዳዊት ቅርንጫፍ: ዘካርያስ 6:12-13 ካህን ንጉሥ አይቶ:- "የሠራዊት ጌታ እግዚአብሔር እንዲህ ይላል:: የእግዚአብሔርንም ቤተ መቅደስ ሥራ::'" **የትንሣኤ ተስፋ**: ኢዮብ 19:25-26 የትንሣኤ ተስፋ መልእክት በሹክሹክታ እንዲህ ይላል:- "ታዳጊዬ ሕያው እንደ ሆነ በመጨረሻውም በምድር ላይ እንዲቆም አውቃለሁ:: ቆርበቴም ከተበላሸ በኃላ በሥጋዬ እግዚአብሔርን አየዋለሁ:: **የተቀባው**: መዝሙረ ዳዊት 2:2-3 ስለ ቅቡዕ ሲናገር:- "የምድር ነገሥታት ተነሡ አለቆችም በእግዚአብሔርና በቀባው ላይ ተሰበሰቡ:: ይህ ትንቢት ክርስቶስ የሚያጋጥመውን ተቃውሞ አስቀድሞ ያሳያል:: **የደስታው ተሐድሶ**: ኢሳ 35:10 የተሃድሶን ፍንጭ ይሰጣል:- "እግዚአብሔርም የተቤዡቸው ይመለሳሉ በዝማሬ ወደ ጽዮን ይገባሉ የዘላለም ደስታ ራሶቻቸውን ያጎናጽፋል ደስታና ደስታም ያገኙአቸዋል ሀዘንና ጩኸት ይሸሻል:: በማጠቃለያው፣ የብሉይ ኪዳን የትንቢት ልጣፍ የመሲሑን መምጣት የሚያመለክት የመጠባበቅ ትረካ ሸፍኗል:: እነዚህ ትንቢቶች፣ በምልክት እና በዝርዝር የበለፀጉ፣ የእግዚአብሔርን የመቤዠት እቅድ ፓኖራሚክ እይታን ያቀርባሉ—ይህ እቅድ ፍጻሜውን ያገኘው በኢየሱስ ክርስቶስ አካል፣ ለረጅም ጊዜ ሲጠበቅ የነበረው አዳኝ ነው::

3.2- የአዳኝ ተስፋ

የአዳኝ ተስፋ በጨለማ ውስጥ ተስፋን የሚያበራ** ወደ ተስፋዎች ግዛት እንገባለን የአዳኝ ማረጋገጫ የተስፋ ብርሃን ሆኖ ወደ ሚወጣበት፣ የተስፋ

መቁረጥ ጥላ እየቆረጠ ለሰው ልጅ የመቤዣት መንገድን የሚያበራ ነው። **የተስፋ ብልጭታ**፤ በውድቀቱ መዘዝ መካከል፤ በዘፍጥረት 3፥15 ላይ ያለው የእግዚአብሔር ቃል ኪዳን በጨለማ ውስጥ እንዳለ ብልጭታ ያበራል፥- "በአንተና በሴቲቱ መካከል፤ በዘርህና በዘርዋም መካከል ጠላትነትን አደርጋለሁ። እርሱ ጭንቅላትህን ይቀጠቅጣል አንተም ሰኮናውን ትመታለህ። ይህ ሚስጥራዊ ትንቢት የወደፈቱን አዳኝ ያመለክታል። ** የንጉሣዊው የHC ሐረግ**፤ የአዳኝ ተስፋው ከዳዊት ዘር ጋር ይጣመራል። በ2ኛ ሳሙኤል 7፥16 ላይ እግዚአብሔር "ቤትህና መንግሥትህ በፊቴ ለዘላለም ይኖራሉ፤ ዙፋንህም ለዘላለም ይጸናል" ይላል። ይህ ቃል ኪዳን ለሚመጣው መሲሕ መድረክ ያዘጋጃል። **ኮከብና በትር**፤ ዘኍልቍ 24፥17 ላይ የበለዓም ትንቢት ስለ ግርማ ወደፊት ሲናገር፥- "ከያዕቆብ ኮከብ ይወጣል ከእስራኤልም በትር ይወጣል። ይህ ሥዕላዊ መግለጫው ብሩህነቱ መንገዱን የሚመራውን ንጉሣዊ ሰው ያመለክታል። **የማስታረቅ እቅድ**፤ ኢሳ 7፥14 በድንግልና የመወለድን ቃል ኪዳን ሲገልጥ፥- "ስለዚህ ጌታ ራሱ ምልክት ይሰጣችኋል፤ ድንግል ትፀንሳለች ትወልዳለችም።

ለልጅ ልጅ አማኑኤል ብሎ ይጠራዋል" ትስጉት እግዚአብሔር በሰው ልጆች መካከል እንደሚገኝ ቃል ገብቷል። ** መከራን የሚቀበል አዳኝ**፤ ኢሳይያስ 53 ስለ መከራ አዳኝ የሚያሳይ ልብ የሚነካ ሥዕል ይሥላል: "እርሱ ግን ስለ መተላለፋችን ቈሰለ፤ ደቀቀም። ስለ በደላችን; ለእኛ ሰላም ያመጣብን ቅጣት በእርሱ ላይ ነበረ በእርሱም ቁስል እኛ ተፈወስን።" ይህ ትንቢት የክርስቶስን የመስዋዕትነት ተልእኮ አስቀድሞ ያሳያል። ለአብርሃምና ለዘሩም የተስፋው ቃል ተነገረ። ቅዱሳት መጻሕፍት ለዘሮች አይልም፤ ነገር ግን ለዘሩ፤ ትርጉሙም አንድ አካል እርሱም ክርስቶስ ነው። አብርሃም፥- "ስለ ታዘዝከኝ በምድር ያሉ አሕዛብ ሁሉ በዘሩ ይባረካሉ።" ይህ የተስፋ ቃል ከድንበር አልፎ

ለሁሉ መዳን ይሰጣል፡፡ ጊዜ፡- "ነገር ግን የተወሰነው ጊዜ በደረስ ጊዜ እግዚአብሔር ከሴት የተወለደውን ከሕግም በታች የተወለደውን ልጁን ላከ ከሕግም በታች ያሉትን ይዋጅ ዘንድ ወደ ልጅነት እንሆን ዘንድ፡፡" **የመጨረሻው መሥዋዕት** ዕብራውያን 9:28 የተስፋውን ፍጻሜ ይሸፍናል፡- "እንግዲህ ክርስቶስ የብዙዎችን ኃጢአት ሊሸር አንድ ጊዜ ተሠዋ፡፡ ሁለተኛም ይገለጣል ኃጢአትን ሊሸከም ሳይሆን እርሱን ለሚጠባበቁት መዳን ሊያመጣ ነው እንጂ፡፡ ክርስቶስ ከመወለዱ ከረጅም ጊዜ በፊት የጀመረው በታሪክ ጨለማ ጊዜ ውስጥ እንኳን፣ የአዳኝ ተስፋ የመዳንን መንገድ ያበራ እንደነበር ያስታውሰናል፡፡

    የተስፋው ቃል ተፈጽሟል: የአዳኝ መምጣት ወደ ተስፋው ልብ ጥልቅ ጉዞ— ትውልዶችን የሚዘልቅ እና በአዳኝ በኢየሱስ ክርስቶስ መምጣት የሚደመደመው ነው፡፡ ይህ ትረካ የእግዚአብሔርን የማዳን እቅድ መገለጥ እና የጥንት ትንቢቶችን ፍጻሜ ያሳያል፡፡ **የታካሚው ጉጉት**: የአዳኝ የተስፋ ቃል በየዘመናቱ ያስተጋባል፣ ይህም የመጠባበቅ ድባብ ይፈጥራል፡፡ ሚክያስ 7: 7 "እኔ ግን እግዚአብሔርን በተስፋ እመለከታለሁ፣ አዳኜን አምላኬን ተስፋ አደርጋለሁ፣ አምላኬ ይሰማኛል" የሚለውን ስሜት ይዟል፡፡ **የአማኑኤል ምልክት**:- ኢሳ 7:14 ስለ ድንግልና መወለድ የተናገረው ትንቢት ፍጻሜውን ያገኘው በማቴዎስ ወንጌል 1:23 ላይ "ድንግል ትፀንሳለች ወንድ ልጅንም ትወልዳለች ስሙንም አማኑኤል ይሉታል ትርጓሜውም አምላክ ከእኛ ጋር ማለት ነው፡፡" ** ብሥራት**: በሉቃስ 1:31-33 ላይ የመልአኩ ገብርኤል ጉብኝት ማርያምን "ትፀንሻለሽ ወንድ ልጅም ትወልጃለሽ ስሙንም ኢየሱስ ትዪዋለሽ እርሱ ታላቅ ይሆናል" የሚለውን የተስፋ ቃል ያስተጋባል፡፡ የልዑል ልጅ ይባላል፣ እግዚአብሔር አምላክ የአባቱን የዳዊትን ዙፋን ይሰጠዋል፣ በያዕቆብም ዘር ላይ ለዘላለም ይነግሣል፣ መንግሥቱም ለዘላለም

አያልቅም። **የመሲሓዊው የዘር ሐረግ**፦ የኢየሱስ የዘር ሐረግ የተገኘው ከዳዊት ነው፤ የዘላለም ዙፋን የተስፋ ቃል ይፈጸማል። ሉቃ 3፡31 ይህንን ግኑኝነት ያሳያል።

** ልደት**፡ የተስፋው ፍጻሜ በትሕትና ይደርሳል። ሉቃስ 2፡6-7 እንዲህ ሲል ይተርካል፦ "እነሱም በዚያ ሳሉ የምትወለድበት ጊዜ ደረሰ፤ የበኩር ልጅዋንም ወለደች፤ በልብስ ጠቅላ በግርግም አስቀመጠችው፤ በዚያም ነበርና፡ ለእነሱ ምንም የእንግዳ ማረፊያ ክፍል የለም።" **የትንቢቱ ፍጻሜ**፡ የወንጌል ጸሓፊዎች ኢየሱስ የተናገራቸውን ትንቢቶች የፈጸማቸው እንዴት እንደሆነ አጽንኦት ሰጥተዋል። ማቴዎስ 2፡5-6 የጠቢባንን ጥያቄ ሲተርክ፦ "በይሁዳ ቤተ ልሔም" ብለው መለሱ፦ "ነቢዩ እንዲህ ብሎ ጽፎአልና፡ አንቺ ቤተ ልሔም በይሁዳ ምድር ከቶ አታንስም የይሁዳ አለቆች ከእናንተ ዘንድ ሕዝቤን እስራኤልን የሚጠብቅ ገዥ ይወጣልና አላቸው። የዓለምን ኃጢአት የሚያስወግድ የእግዚአብሔር ልጅ ነው!" የኢየሱስ የመስዋዕትነት ተልእኮ የጥንቱን የስርየት ተስፋ ፈጽሟል። **አዲስ ኪዳን**፡ የመጨረሻው እራት በሉቃስ 22፡20 ላይ "ይህ ጽዋ ስለ እናንተ በሚፈሰው በደሜ የሚሆን አዲስ ኪዳን ነው" የሚለውን የተስፋውን ፍሬ ነገር ይይዛል። ኢየሱስ የኤርምያስን ትንቢት በመፈጸም አዲሱን ቃል ኪዳን ጀመረ። **የመጨረሻው መስዋዕት**፡ - ስቅለቱ የፍጻሜውን ጫፍ ያመለክታል። ዮሃንስ 19፡30 "ተፈጸመ" ። የቤዛነት ተስፋ የመጨረሻውን ፍጻሜ ያገኘው በክርስቶስ መስዋዕት ነው። ወደ ተስፋው አፈጻጸም ስንመረምር፤ የእግዚአብሔር ታማኝነት እና ፍቅር በታሪክ ውስጥ እንደተሸመነ እናስታውስ—የተጠበቀው ቃል ኪዳን፤ አዳኝ የተወለደው እና በኢየሱስ ክርስቶስ መምጣት ለዘላለም የተለወጠ አለም ነው። **የተስፋው ቃል ተፈጽሟል፡ የቤዛነት ሪዞናንስ**።

ምስጢረ ስቅለት፡ ማር 15:34 የኢየሱስን በመስቀል ላይ "ኤሎዬ፣ ኤሎዬ፣ ለማ ሰበቅታኒ?" የሚለውን ጩኸት ይይዛል። (ትርጉሙም "አምላኬ አምላኬ ለምን ተውከኝ?") ኢየሱስ የሰው ልጆችን ኃጢአት ሲሸከም ይህ ቅጽበት የተስፋውን ከብደት ይሸከማል።

መጋረጃው ተቀደደ፡ በኢየሱስ ሞት፣ የቤተመቅደስ መጋረጃ ለሁለት ተቀደደ፣ ይህም የእግዚአብሔር መገኘት ለሁሉም መድረሱን ያመለክታል። ማቴዎስ 27:51 "በዚያን ጊዜም የቤተ መቅደሱ መጋረጃ ከላይ እስከ ታች ከሁለት ተቀደደ" ይላል። **ትንሳኤ**፡- ማቴ 28:6 የመልአኩን መልእክት በባዶው መቃብር ሲያስተላልፍ "በዚህ የለም እንደ ተናገረ ተነሥቷል።" ትንሣኤ ሞትንና ኃጢአትን ድል ለማድረግ የገባውን ተስፋ ይፈጽማል። ** የመሄድ ተልእኮ**፡ ኢየሱስ ከማረጉ በፊት ደቀ መዛሙርቱን በማቴዎስ 28: 19-20 ላይ "ሂዱና አሕዛብን ሁሉ በአብ በወልድና በመንፈስ ቅዱስ ስም እያጠመቃችኋቸው ደቀ መዛሙርት አድርጓቸው። ያዘዝኋችሁንም ሁሉ እንዲጠብቁ አስተምራቸው። **የመንፈስ ቅዱስ መፍሰስ***፡- የሐዋ. ኢየሱስ መንፈስን ለመላክ የገባው ቃል መፈጸሙ አዲስ ዘመንን ያመለክታል።

የመመለስ ተስፋ፡ የሐዋርያት ሥራ 1:11 መልአኩ ለደቀ መዛሙርቱ የተናገረውን ሲገልጽ፡- "የገሊላ ሰዎች ሆይ፣ ወደ ሰማይ እየተመለከታችሁ ስለ ምን ቆማችኋል? ወደ ሰማይ ሲሄድ እንዳያችሁት፣ እንዲሁ ተመልሶ ይመጣል አላቸው። **የመለወጥ ኃይል***፡ 2ኛ ቆሮንቶስ 5:17 የክርስቶስን ስራ የሚቀይር ተጽእኖ ይገልጣል፡- "ስለዚህ ማንም በክርስቶስ ቢሆን አዲስ ፍጥረት መጥቶአል። **የዘላለማዊው ተስፋ***፡ ራዕ 21:3-4 ፍጻሜውን ያሳየናል፡- "ከዙፋኑም እንዲህ ሲል ታላቅ ድምፅ ሰማሁ፡— እነሆ፣ የእግዚአብሔር ማደሪያ አሁን በሕዝብ መካከል ነው ከእነርሱም ጋር ያድራል። ሕዝቡም ይሆናል እግዚአብሔርም ራሱ ከእነርሱ ጋር ይሆናል አምላካቸውም ይሆናል

እንባዎችንም ሁሉ ከዓይኖቻቸው ያብሳል፡፡ የእግዚአብሔር ፍቅር ሁሉን ያሸንፋል፡፡ 1 ቆሮንቶስ 13፡12 "አሁን በመስተዋት እንደሚታይ ነጸብራቅን ብቻ እናያለን፤ ከዚያም ፊት ለፊት እናያለን" የሚለውን ግምት ያንጸባርቃል፡፡ የተፈጸመውን የተስፋ ቃል ቆምብለን ስናይ የእግዚአብሔርን የማዳን ሥራ እውነታ እንድንቀበል፤ በትንሣኤ ብርሃን እንድንኖር እና የሁሉም ነገር በክርስቶስ እንደሚፈጸም በጉጉት እንድንጠባበቅ ግብዣ መሆኑን እናስታውስ፡፡

4. የኢየሱስ ክርስቶስ ሕይወትና አገልግሎት

የኢየሱስ ክርስቶስ ሕይወትና አገልግሎት የፍቅርና የቤዛነት ** በኢየሱስ ክርስቶስ ጥልቅ ጉዞ ውስጥ ይህም የእግዚአብሔርን ፍቅር ልብ የሚገልጥ እና የመቤዠት ኃይልን የሚቀይር ነው። ከልደቱ ጀምሮ እስከ ትንሳኤው ድረስ በህይወቱ እና በአገልግሎቱ እያንዳንዱ ቅጽበት በጸጋ፤ በእውነት እና በተስፋ ያስተጋባል። **ተአምረኛው ልደት***፤ ሉቃ 2፥7 ትሕትናን መወለድን ሲተርክ፦ "የበኩር ልጅዋንም ወለደች፤ በጨርቅም ጠቅልላ በግርግም አስተኛቸው፤ ለእንግዳ ማረፊያ አልነበራቸውምና ." እግዚአብሔር እንደ አንድ የተጋለጠ ሕፃን መገለጡ የፍቅር መግለጫ ነው። **ጥምቀት**፥ ማቴዎስ 3፥16-17 የኢየሱስን ጥምቀት ሲገልጽ፦

16፥ ኢየሱስም ከተጠመቀ በኋላ ወዲያው ከውኃ ወጣ፤ እነሆም፤ ሰማያት ተከፈቱ የእግዚአብሔርም መንፈስ እንደ ርግብ ሲወርድ በእርሱ ላይም ሲመጣ አየ፤17፥ እነሆም፤ ድምፅ ከሰማያት መጥቶ፦ "በእርሱ ደስ የሚለኝ የምወደው ልጄ ይህ ነው፡" አለ።። **ትምህርቶቹ**፦ በማቴዎስ 5-7 ላይ ያለው የተራራ ስብከት የኢየሱስን ስለ ፍቅር፤ ትህትና፤ ይቅርታ እና የእግዚአብሔር መንግስት ያስተማረውን ለውጥ ያሳያል። ምሳሌዎቹ እና ጥበቡ መለኮታዊ እውነቶችን ያበራሉ. ።

** ርኅራኄውና ፈውሱ**፦ ማቴዎስ 9፥36 የኢየሱስን ልብ "ሕዝቡንም ባየ ጊዜ እረኛ እንደሌላቸው በጎች ተጨንቀው ነበርና አዘነላቸው። አገልግሎቱ የታመሙትን በመፈወስ፤የተበላሹትን በማደስ እና የተገለሉትን ፍቅር በማሳየት ይታወቃል። **መገለጡ**፤ ማር 9፥2-3 የከበርን ጊዜ ይገልፃል፦ "በዚያም በፊታቸው ተለወጠ ልብሱም የሚያንጸባርቅ ነጭ ሆነ፤ በዓለም ካሉም ሊያነጣው ከሚችለው በላይ ነጭ ሆነ። በፊታቸውም ኤልያስ ሙሴ ታዮ

ከኢየሱስ ጋርም ይነጋገሩ የነበሩት ። ይህ የመለኮታዊ ባህሪው ፍንጭ ወደ መስቀሉ የሚደረገውን ጉዞ ያዘጋጃል። **የመጨረሻው መስዋዕት**፡ ማር 10፡ 45 የኢየሱስን ተልእኮ ይይዛል፡- "የሰው ልጅ እንኳ ሊያገለግል ነፍሱንም ለብዙዎች ቤዛ ሊሰጥ እንጂ እንዲያገለግሉት አልመጣም። መስቀል የአገልግሎቱ ፍጻሜ ይሆናል - ለሰው ልጆች ድነትን የሚያመጣ መስዋዕት ነው። **ትንሳኤ**፡ ሉቃ 24፡6-7 የድልን መልእክት ያመጣል፡- "በዚህ የለም ተነሥቷል፤ የሰው ልጅ ገና ከእናንተ ጋር ሳለ በገሊላ ሳለ ለእናንተ እንደ ተናገረ አስቡ። ለኃጢአተኞች ተላልፈው ይሰጡ ዘንድ፤ ይሰቀላል፤ በሦስተኛውም ቀን ይነሳሉ" በትንሣኤ ሞትን ድል አድርጎ የዘላለም ሕይወትን በር ይከፍታል።

ታላቁ ተልእኮ፡- ማቴዎስ 28፡18-20 18 ኢየሱስም ቀርቦና እንዲህ ብሎ ተናገራቸው፡— ሥልጣን ሁሉ በሰማይና በምድር ተሰጠኝ። 19-20 እንግዲህ ሂዱና አሕዛብን ሁሉ በአብ በወልድና በመንፈስ ቅዱስ ስም እያጠመቃችኋቸው፤ ያዘዝኋችሁንም ሁሉ እንዲጠብቁ እያስተማራችኋቸው ደቀ መዛሙርት አድርጓቸው፤ እነሆም እኔ እስከ ዓለም ፍጻሜ ድረስ ሁልጊዜ ከእናንተ ጋር ነኝ።** ዕርገቱ**፡- የሐዋርያት ሥራ 1፡9-11 ዕርገቱን ሲገልጽ፡ - "ይህን ካለ በኋላ እነርሱ እያዩት ከፍ ከፍ አለ፤ ደመናም ከዓይናቸው ሰወረው፤ እነርሱም ወደ ሰማይ ትኩር ብለው ይመለከቱ ነበር። ድንገት ነጫጭ ልብስ የለበሱ ሁለት ሰዎች በአጠገባቸው ቆሙ፤ የገሊላ ሰዎች፡— ወደ ሰማይ እየተመለከታችሁ ስለ ምን ቆማችኋል? ይህ ከእናንተ ወደ ሰማይ ሲወጣ ያያችሁት ኢየሱስ ተመልሶ ይመጣል አሉአቸው።" ' አሜን ጌታ ኢየሱስ ሆይ ና። የኢየሱስ ክርስቶስን ሕይወት እና አገልግሎት ስትመረምር ህይወቱ ከታሪክ ያለፈ መሆኑን አስታውስ። የእግዚአብሔርን ፍቅር ጥልቀት እንድንለማመድ፤ በጸጋ ፈለግ እንድንሄድ እና አዳኝን በመገናኘት የሚመጣውን ለውጥ እንድንቀበል ግብዣ ነው። **የኢየሱስ ክርስቶስ ሕይወት እና አገልግሎት፡

56

የታሪክን ሂደት ያለወጠ ፍቅር፡፡ **የቃና ሰርግ**: ዮሐንስ 2:1-11 የኢየሱስን የመጀመሪያ ተአምር ትእይንት ይሳልበታል፡፡ ውሃውን ወደ ወይን ጠጅ የለወጠው፡፡ ይህ ገጠመኝ ርህራሄውን እና ለተለመደው የህይወት ጊዜያት ደስታን ለማምጣት ፈቃደኛ መሆኑን ያሳያል፡፡ **ሳምራዊቷ ሴት**: በዮሐንስ 4:7-26፤ ኢየሱስ ሕይወትን የሚለውጥ ውይይት በውኃ ጉድጓድ አጠገብ ካለቸው ሳምራዊት ሴት ጋር አድርጓል፡፡ እርሱ የሕይወትን ውሃ ያቀርባል፤ መረዳቱን ጸጋውን እና የመልእክቱን ዓለም አቀፋዊነት ያሳያል፡፡

የፈውስ ንክኪ: ማር 5:25-34 የኢየሱስን ልብስ ነካች እና ስለ ተፈወሰች ሴት ታሪክ ይናገራል፡፡ ይህ ገጠመኝ ኢየሱስ በእምነት ወደ እሱ የሚቀርቡትን የመፈወስና ሙሉ በሙሉ የማድረግ ኃይል እንዳለው አጉልቶ ያሳያል፡፡ **የአምስት ሺህ መብል**:- ማቴዎስ 14:13-21 በጥቂት እንጀራና ዓሣ ብቻ የበዙዎችን ተአምራዊ መብል ይተርከልናል፡፡ ይህ ዝግጅት ኢየሱስ እሱን ለሚከተሉ ሰዎች ሥጋዊና መንፈሳዊ ፍላጎት ያለውን እንክብካቤ ያሳያል፡፡ **ተሻጋሪው ጊዜ**: ማር 9:14-29 በአጋንንት ተይዞ የነበረውን ልጁን ፈውስ ለማግኘት ከሚፈልግ አባት ጋር የነበረውን ግንኙነት ያሳያል፡፡ "ለሚያምን ሁሉ ይቻላል" የሚለው የኢየሱስ መግለጫ የእምነት እና ተአምራት መጋጠሚያዎችን ያሳያል፡፡ ** በዝሙት የተያዘቸው ሴት**: ዮሐ 8:1-11 ኢየሱስ በዝሙት የተያዘቸውን ሴት ይቅር ያለቸበትን ሁኔታ ያሳያል፡፡ "እኔም አልፈርድብሽም" የሚለው ቃላቶቹ ጸጋውን እና በምሕረቱ የምናይበት ነው፡፡ **የድል አድራጊው መግቢያ**:- ማቴዎስ 21:1-11 ኢየሱስ በአህያ ላይ ተቀምጦ ወደ ኢየሩሳሌም መግባቱን ያሳያል—የበዓላትም ሆነ የትንቢት ፍጻሜ ጊዜ፡፡ የእስራኤል ንጉሥ ሆኖ የሕዝቡ አድናቆት መሲሓዊውን መቀበል ያሳያል፡፡

የመጨረሻው እራት: በሉቃስ 22:19-20፤ ኢየሱስ የጌታን እራት አቋቋም፤ "ስለ እናንተ የሚሰጠው ሥጋዬ ይህ ነው፤ ይህን ለመታሰቢያዬ

አድርጉት" በማለት ነው። ይህ ገጠመኝ ከምድራዊ አገልግሎት ወደ መስቀል የሚደርገውን ሽግግር ያመለክታል። **የጌቴሴማኒ የአትክልት ስፍራ**፦ ማቴዎስ 26፡36-46 ኢየሱስ ከመታሰሩ በፊት የነበረውን ጥልቅ ተጋድሎ ያሳያል። "እኔ እንደምወድ ሳይሆን አንተ እንደምትፈልግ" የሚለው ጸሎቱ ለእግዚአብሔር እቅድ መገዛቱን ያጠቃልላል። ** መስቀሉና ትንሳኤው**፦ ማር 16፡6-7 በባዶ መቃብር ላይ ያለውን ዜና አቅርቧል፦ "አትደንግጡ" ይላል መልአኩ። "የተሰቀለውን የናዝሬቱን ኢየሱስን ትፈልጋላችሁ፤ ተነሥቷል! በዚህ የለም" ከሞት ከተነሳው ክርስቶስ ጋር መገናኘት ሁሉንም ነገር ይለውጣል። **የኤማሁስ መንገድ**፦ ሉቃስ 24፡13-35 ከኢየሱስ ጋር በኤማሁስ መንገድ ላይ የነበረውን ሁኔታ ያሳያል። በቅዱሳት መጻሕፍት ውስጥ ራሱን ሲገልጥ እና እንጀራውን በመቁረስ፣ ልባቸው በአድናቆት ይቃጠላል። በኢየሱስ ክርስቶስ ሕይወት ውስጥ እያንዳንዱ ገጠመኝ የባህሪውን ገፅታ፣ የተልእኮውን ፍንጭ እና የለውጥ ልምድን ግብዝ ያሳያል። በእነዚህ ገጠመኞች ውስጥ ስትጓዝ፤ ዛሬም ህይወቶችን እየለወጠው ስላለው አዳኝ ያለህን ግንዛቤ እንዲጨምር አድርግ።

የዕውር ሰው ፈውሱ፦ ዮሐንስ 9 ዕውር ሆኖ የተወለደውን ሰው መፈወስ ይናገራል። በዚህ ገጠመኝ፤ ኢየሱስ አካላዊ እይታን ማደስ ብቻ ሳይሆን እራሱን የዓለም ብርሃን አድርጎ በመግለጥ መንፈሳዊ ብርሃንን አመጣ። **የመንግሥቱ ምሳሌዎች**፦ በማቴዎስ 13 ላይ፤ ኢየሱስ እንደ ዘሪው፤ የስናፍጭ ዘር፤ እና ስንዴ እና እንክርዳድ ያሉ ምሳሌዎችን አካፍሏል። እነዚህ ታሪኮች የእግዚአብሔርን መንግሥት ምንነት፤ ማደግዋን፤ የደግና ክፉ አብር መኖርን ይገልጣሉ። **በውሃ ላይ መራመድ**፦ ማቴዎስ 14፡22-33 ኢየሱስ በውሃ ላይ ሲራመድ የነበረውን አስደናቂ ትዕይንት ይተርከልናል። ይህ አጋጣሚ ደቀ መዛሙርቱን በፍርሃት ጊዜ ያረጋጋቸዋል እናም የእምነትን

አስፈላጊነት ያነሳል።። ** ባለጠጋው ወጣት ጎኸ**፡ ማር 10:17-27 የዘላለምን ሕይወት ከሚፈልግ ከሀብታም ወጣት ጎኸ ጋር የነበረውን ግንኙነት ያሳያል። ኢየሱስ ሀብቱን እንዲለቅ ጠየቀው፥ ይህም ደቀመዝሙር መሆን የሚያስከፍለውን ዋጋ እና ክርስቶስን መከተል ያለውን ውድ ሀብት አሳይቷል። ** ዘኬዎስ ግጥሚያ**፡ ሉቃስ 19:1-10 ኢየሱስ ከግብር ሰብሳቢው ዘኬዎስ ጋር እንደገጠመው ይናገራል። በዚህ መስተጋብር፥ ኢየሱስ የጠፋውን የመፈለግ እና የማዳን ተልእኮውን አሳይቷል፥ የዘኬዎስን ልብ ይለውጣል። **የላይኛው ክፍል ንግግር**፡ ዮሐንስ 13-17 ኢየሱስ ከመስቀሉ በፊት ከደቀ መዛሙርቱ ጋር ያደረገውን የመጨረሻ ንግግር ያቀርባል። በእነዚህ ምዕራፎች ውስጥ ስለ ፍቅር፥ አንድነት፥ መንፈስ ቅዱስ እና በአሱ እና በተከታዮቹ መካከል ስላለው ግንኙነት ጥልቅ ትምህርቶችን ይሰጣል።።

    ** ከህደቱ እና እስሩ**፡ በማቴዎስ 26:47-56 ኢየሱስ በይሁዳ ተላልፎ ተሰጠ እና ተያዘ። ከህደቱ ቢደረግም፥ ኢየሱስ በጸጋ ምላሽ ሰጠ፥ በተያዘበት ጊዜም የቆሰለውን አገልጋይ ጆሮ ፈውሷል። **ስቅለቱ እና የመጨረሻው ቃል**፡ ማር 15:25-39 ስቅለቱን በዝርዝር ያብራራል፥ የኢየሱስ የመጨረሻ ቃል ጨምሮ፡ "አምላኬ አምላኬ ለምን ተውከኝ?" የመሥዋዕቱ ሞት የመጨረሻው የመዋጀት ተግባር ይሆናል። **የትንሣኤ መገለጥ**፡ ዮሐንስ 20 ኢየሱስ ከትንሣኤው በኋላ ለመግደላዊት ማርያምና ለደቀ መዛሙርቱ መገለጡን ዘግቧል። እነዚህ ገጠመኞች በሞት ላይ ያሸነፈበትን እውነታ ያጠናክራሉ። ** ታላቁ ተልእኮ በድጋሚ ታይቷል ***፡ በሐዋርያት ሥራ 1:8 ላይ ኢየሱስ ታላቁን ተልእኮ አረጋግጧል፡- "መንፈስ ቅዱስ በእናንተ ላይ በወረደ ጊዜ ኃይልን ትቀበላላችሁ፥ በኢየሩሳሌምም በይሁዳም ሁሉ በሰማርያም ምስክሮቼ ትሆናላችሁ። እስከ ምድር ዳርቻ ድረስ። ** ዕርገቱ**፡ የሐዋርያት ሥራ 1:9-11 የኢየሱስን ዕርገት ይገልፃል፡-

"በዓይናቸውም ፊት ከፍ ከፍ አለ፤ ደመናም ከዓይናቸው ሰወረው" ይላል። ይህ ቅጽበት ምድራዊ አገልግሎቱን ማጠናቀቁን ያመለክታል። **የዘላለማዊው ተጽእኖ**፤ የኢየሱስ ክርስቶስ ህይወት እና አገልግሎት የማይጠፋ ተፅእኖን ይተዋል—ልቦችን፤ ማህበረሰቦችን እና ባህሎችን በዓለም ዙሪያ ቀይሮል። ትምህርቱ፤ ፍቅሩ እና መስዋዕቱ በጊዜ ሂደቶች ሁሉ ይስተጋባል። ወደ እነዚህ የኢየሱስ ህይወት ገጽታዎች ስታስገቡ፤ እያንዳንዱ መገናኘት፤ እያንዳንዱ ቃል እና እያንዳንዱ ድርጊት የጥበብ፤ የጸጋ እና የፍቅር ሃብት እንደያዘ አስታውሱ—ይህም ወደ አዳኝ ልብ እንድትቀርቡ የሚጋብዝ ነው።

4.1 - ትስጉት እና ጥልቅ ፋይዳው

ትስጉት እና ጥልቅ ፋይዳው ትስጉት - መለኮት ከሰው ጋር የሚገናኝበት ተአምራዊ ክስተት - ጥልቅ ሥነ-መለኮታዊ እና መንፈሳዊ ፋይዳ ያለው፤ እግዚአብሔር ለሰው ልጆች ያለውን ፍቅር እና ዓላማ የሚገልጥበትን ጊዜ በጥልቀት መመመርመር ነው። **ምስጢረ ሥጋዌ**:- ዮሐ.1:14 "ቃልም ሥጋ ሆነ በእኛም አደረ" የሚለውን ፍሬ ነገሩን በሚያምር ሁኔታ ይይዛል። በሥጋ መገለጥ የዘላለም ቃል ኢየሱስ ክርስቶስ ከሰው ሥጋ ጋር መገናኘቱ ነው—ይህም ከሰው ማስተዋል በላይ የሆነ ምስጢር ነው። **እግዚአብሔር ከኛ ጋር**:- አማኑኤል የሚለው ስም የሥጋን ልብ የሚያመለክት ነው - እግዚአብሔር ከእኛ ጋር። በማቴዎስ 1:23 ላይ "ድንግል ትፀንሳለች ወንድ ልጅም ትወልዳለች ስሙንም አማኑኤል ይሉታል" ያለው ከኢሳይያስ የተነገረው ትንቢት ተፈጽሟል። **የመለኮት ፍቅር የተካተተ**፤ ሥጋ መገለጥ የመጨረሻው የእግዚአብሔር ፍቅር መግለጫ ነው። 1 ዮሐንስ 4:9-10 እንዲህ ይላል:- "እግዚአብሔር በእኛ መካከል ያለውን ፍቅር በዚህ

አሳየ፤ በእርሱ በኩል በሕይወት እንኖር ዘንድ አንድ ልጁን ወደ ዓለም ልኮታል፤ ፍቅር ይህ ነው፤ እኛ እግዚአብሔርን እንደ ወደድነው አይደለም፤ እርሱ ግን ወደደን ስለ ኃጢአታችንም ማስተስሪያ ይሆን ዘንድ ልጁን ላከ።

የሰው ገጠመኝ፦ ትስጉት ማለት ኢየሱስ የሰውን ልጅ ሕይወት-ደስታውን፣ ሀዘኑን፣ እና ፈተናውን ገጠመው ማለት ነው። ዕብራውያን 4፥15 "በድካማችን ሊራራልን የማይችል ሊቀ ካህናት የለንምና፤ ነገር ግን እንደ እኛ በነገር ሁሉ የተፈተነ አለን፤ እርሱ ግን ኃጢአትን አላደረገም" ይላል። **የማስታረቅ ድልድይ**፦ ቆላስይስ 1፥19-20 ፦- "እግዚአብሔር ሙላቱ ሁሉ በክርስቶስ እንዲኖር በእርሱም በኩል በምድር ያለውን ሁሉ ከራሱ ጋር እንዲያስታርቅ ወድዶአልና።" በማለት ተናግሯል። **አዲሱ አዳም**፦ ሮሜ 5፥ 18-19 ተመሳሳይ ነገርን ይሳሉ፦- "አንድ በደል በሰዎች ሁሉ ላይ እንደ ኩነኔ እንዲሁ አንድ የጽድቅ ሥራ ደግሞ ለሰው ሁሉ መጽደቅና ሕይወትን አስገኘ። በአንዱ ሰው ብዙዎች ኃጢአተኞች ሆኑ፤ እንዲሁ ደግሞ በአንዱ መታዘዝ ብዙዎች ጻድቃን ይሆናሉ። **የመጨረሻው መገለጥ**፦ ዕብራውያን 1፥1-3 ኢየሱስን የእግዚአብሔር የመጨረሻ መገለጥ አድርጎ ይገልጸዋል፦- "ከጥንት ጀምሮ እግዚአብሔር በብዙ ዓይነትና በብዙ መንገድ ለአባቶቻችን በነቢያት ተናግሮአል፤ በዚህ በመጨረሻው ዘመን ግን በልጁ ተናገረን" **የቤዛው ድልድይ***፦ ገላትያ 4፥4-5 ወቅቱንና ዓላማውን አጉልቶ ያሳያል፦- "ነገር ግን የተወሰነው ጊዜ በደረሰ ጊዜ እግዚአብሔር ከሴት የተወለደውን ከሴት የተወለደውን ከሕግም በታች የተወለደውን ልጁን ላከ ከታች ያሉትን ይዋጅ ዘንድ ልጅነትን እንቀበል ዘንድ ነው። **የከብር ተስፋ**፦ በሥጋ መገለጥ የእግዚአብሔርን የማዳን ዕቅድ መጀመሩን ያመለክታል። ቆላስይስ 1፥27 ተስፋውን ይዘዋል፦- "ለእነርሱም እግዚአብሔር በአሕዛብ ዘንድ ያለውን የዚህን

ምሥጢር ክብር ባለ ጠግነት እንዲያስታውቁ መረጠ፤ እርሱም የክብር ተስፋ
የሆነው ክርስቶስ በእናንተ ዘንድ ነው።

የግንኙነት ግብዣ: ትስጉት የሰውን ልጅ ከእግዚአብሔር ጋር ወደ
ግላዊ ግንኙነት ይጋብዛል። 1 ጴጥሮስ 3:18 "ክርስቶስ ደግሞ እናንተን ወደ
እግዚአብሔር እንዲያቀርባችሁ አንድ ጊዜ በኃጢአት ምክንያት ጻድቅ ሆኖ ስለ
ዓመፀኞች መከራ ተቀበይል" በማለት ያበረታታል። የሰው ልጅ እርስ በርስ
ይጣመራሉ—ሰማይንና ምድርን የሚያገናኝ፤ የእግዚአብሔርን ፍቅር
የሚያበራ፤ እና የመዳን መሠረት የሚጥል ነው። እግዚአብሔር ወደ ሰው ልጆች
ለመድረስ ያለውን ፈቃደኝነት የሚያስታውስ ነው፤ በብልሽታችን ውስጥ እኛን
ለመገናኘት እና ወደ ለውጥ ግንኙነት ይጋብዘናል። * **የእግዚአብሔር ባሕርይ
መገለጥ**:- ሥጋ መገለጥ የእግዚአብሔር ባሕርይ መገለጥ ነው። በፊልጵስዩስ
ሰዎች 2:6-7 ኢየሱስ በተፈጥሮ አምላክ ሳለ ከእግዚአብሔር ጋር መተካከልን
ለራሱ ጥቅም እንዲውል አልቆጠረውም፤ ነገር ግን የባሪያን ባሕርይ ይዞ ራሱን
ምንም አላደረገም ተብሎ እንደተዘፈ ይነገራል። በሰው አምሳል የተፈጠሩ
ናቸው" ** የትሕትና ሞዴል**:- ትስጉት ትሕትናን ያሳያል። ፊልጵስዩስ 2:8
በመቀጠልም "በምስሉም እንደ ሰው ተገኝቶ ራሱን አዋረደ፤ ለሞትም ይኸውም
የመስቀል ሞት እንኳ የታዘዘ ሆነ!"።

** የኃጢአትና የሞት ድል***: ዕብ 2:14-15 ዓላማውን ይገልጣል:-
"ልጆች ሥጋና ደም ስለላቸው እርሱ ደግሞ በሞቱ የተገዘውን ኃይል ይሰብር
ዘንድ በሰውነታቸው ተካፈለ። የሞት ኃይል - ይኸውም ዲያብሎስ - እና
በሕይወት ዘመናቸው ሁሉ ሞትን በመፍራት በባርነት የተያዙትን ነጻ ያውጡ።
ሊቀ ካህናት እና አማላጅ: ሥጋ መገለጡ ኢየሱስን ሊቀ ካህናትና
አስታራቂ ሆኖ እንዲያገለግል ያስችለዋል። ዕብራውያን 4:14–16 "እንግዲህ
ወደ ሰማይ ያረገ ታላቅ ሊቀ ካህናት የእግዚአብሔር ልጅ ኢየሱስ ስላለን

የምንታመንበትን እምነት እንጠብቅ" በማለት ያረጋግጣል:: **የግንኙነት ተሃድሶ**: 2ኛ ቆሮንቶስ 5:18-19 ስለ እርቅ ሲናገር:- "ይህ ሁሉ በክርስቶስ ከራሱ ጋር ካስታረቀን የማስታረቅንም አገልግሎት ከሰጠን ከእግዚአብሔር ዘንድ ነው፤ እግዚአብሔር በክርስቶስ ዓለሙን ከራሱ ጋር ሲያስታርቅ ነበር:: ክርስቶስ::" **የእግዚአብሔርና የሰው ልጅ አንድነት**: ሥጋ መገለጥ እግዚአብሔርንና ሰውን አንድ ያደርጋል:: ቆላስይስ 2:9-10 "በክርስቶስ የመለኮት ሙላት ሁሉ በሰውነት ተገልጦ ይኖራልና፤ በክርስቶስም ሆናችሁ ሙላችኋል:: ** ዘላለማዊ ቃል ሥጋ ሆነ ***: ዮሐንስ 1:1-5 የዘላለም ቃልን ጽንስ ሐሳብ ያስተዋውቃል:- "በመጀመሪያ ቃል ነበረ፤ ቃልም በእግዚአብሔር ዘንድ ነበረ፤ ቃልም እግዚአብሔር ነበረ:: ይህ ቃል በኢየሱስ ሥጋ ሆነ::

** ማንነት እንደ እግዚአብሔር ልጆች**: ዮሐንስ 1:12-13 ስለ ማንነት ሲናገር:- "ለተቀበሉት ሁሉ ግን በስሙ ለሚያምኑት ለእነርሱ የእግዚአብሔር ልጆች ይሆኑ ዘንድ ሥልጣንን ሰጣቸው ያልተወለዱ ልጆች ከእግዚአብሔር የተወለደ ነው እንጂ በተፈጥሮ ወይም በሰው ፈቃድ ወይም በባል ፈቃድ አይደለም::

የተለወጠ ምሳሌ: 1ኛ ጴጥሮስ 2:21 የተጠራችሁለት ለዚህ ነው: ክርስቶስ ስለ እናንተ መከራን ተቀብሎ ርምጃውን እንድትከተሉ ምሳሌ ትቶላችሁ ነው:: **የዘላለም ሕይወት ድልድይ**: ሥጋ ለብሶ የዘላለም ሕይወትን በር ይከፍታል:: 1 ዮሐንስ 5:1112 "ምስክሩም ይህ ነው፤ እግዚአብሔር የዘላለምን ሕይወት እንደ ሰጠን ይህም ሕይወት በልጁ እንዳለች ምስክሩም ይህ ነው፤ ልጁ ያለው ሕይወት አለው" ይላል:: **ሕያው ተስፋ**: ትስጉት ሕያው ተስፋን ያሳያል:: 1 ጴጥሮስ 1:3-4 "የጌታችን የኢየሱስ ክርስቶስ አምላክና አባት ይከበር ይመስገን፤ በብዙ ምሕረቱ በኢየሱስ ክርስቶስ ከሙታን በመነሣቱ ለሕያው ተስፋ አዲስ ወለደን" በማለት ያረጋግጣል::

ትስጉት እንደ ተለዋዋጭ ክስተት ቆሚል—በጊዜ እና በቦታ ላይ የሚደርስ መለኮታዊ የፍቅር ተግባር፤ ስለ እግዚአብሔር፤ ስለ ሰው ልጆች እና ስለ መለኮታዊ እና ሰው ግንኙነት ያለንን ግንዛቤ እየቀረጸ ነው። በሥጋ በመገለጥ፤ ወደ ድነት፤ ወደ ተሐድሶ እና ወደ ኃብረት ጉዞ ለመሳብ እግዚአብሔር የሰውን ሥጋ ለብሷል።

4.2- ኢየሱስ መሲህ እና አዳኝ ነው።

ኢየሱስ፡ መሲሁ እና አዳኝ *** ኢየሱስ ለረጅም ጊዜ ሲጠበቅ የነበረው መሲህ እና አዳኝ የሆነውን ጥልቅ ማንነት —የእግዚአብሔር የመቤዠት እቅድ መገለጫ፤ የትንቢቶች ፍጻሜ፤ እና የመጨረሻው የተስፋ እና የደኅንነት ምንጭ ነው። **የመሲሐዊ ትንቢቶች ፍጻሜ**፡ በብሉይ ኪዳን ሁሉ ትንቢቶች ወደ ሚመጣው መሲሕ ያመለክታሉ። ኢሳይያስ 9:6-7 "ሕፃን ተወልዶልናልና፤ ወንድ ልጅም ተሰጥቶናልና፤ አለቅነትም በጫንቃው ላይ ይሆናል... ድንቅ መካር፤ ኃያል አምላክ፤ የዘላለም አባት፤ የሰላም አለቃ ተብሎ ይጠራል። ሰላም" ** የተቀባው**፡- "መሲሕ" የሚለው ቃል "የተቀባ ማለት ነው። በሉቃስ 4:18-19 ላይ፤ ኢየሱስ የኢሳይያስን ትንቢት ለራሱ ተናግሯል፦ "የጌታ መንፈስ በእኔ ላይ ነው፤ ለድሆች ወንጌልን እሰብክ ዘንድ ቀብቶኛልና። **መዳን በክርስቶስ**፡- የሐዋርያት ሥራ 4:12 "መዳንም በሌላ በማንም የለም፤ እንድንበት ዘንድ የሚገባን ለሰዎች የተሰጠ ስም ከሰማይ በታች ሌላ የለምና" ይላል። ኢየሱስ ብቸኛ የመዳን ምንጭ ነው። **የእግዚአብሔር በግ**፡ መጥምቁ ዮሐንስ ኢየሱስን የዓለምን ኃጢአት የሚያስወግድ የእግዚአብሔር በግ መሆኑን ያስተዋውቃል (ዮሐ. 1:29)። ይህ ርዕስ

የተልእኮውን መስዋዕትነት አስፈላጊነት ያስተጋባል። **መለኮት እና ሰው**:- በኢየሱስ መለኮትነትና ሰውነት ይገናኛሉ። ፊልጵስዩስ 2:6-7 ተፈጥሮውን ሲገልጽ:- "እርሱም በተፈጥሮ አምላክ ሳለ ከእግዚአብሔር ጋር መተካከልን ለራሱ ጥቅም እንዲውል ያልጨበጠው የባሪያን ባሕርይ ይዞ ራሱን ምንም አላደረገም።

** የኃጢአትና የሞት ድል***፤ ሮሜ 6:23 እንዲህ ይላል:- "የኃጢአት ደመወዝ ሞት ነውና የእግዚአብሔር የጸጋ ስጦታ ግን በክርስቶስ ኢየሱስ በጌታችን የዘላለም ሕይወት ነው።" የኢየሱስ ሞት እና ትንሳኤ በሰው ልጆች ላይ የኃጢአትን ይዞታ አሸንፏል። **በእግዚአብሔርና በሰው ዘር መካከል ያለ አስታራቂ**:- 1ኛ ጢሞቴዎስ 2:5-6 ኢየሱስን አስታራቂ አድርጎ ይገልጸዋል: - "አንድ አምላክ አለና አንድ አለና በእግዚአብሔርና በሰው መካከል ያለው መካከለኛው ደግሞ አንድ አለ እርሱም ሰው የሆነ ክርስቶስ ኢየሱስ ነው ራሱንም ለሁሉ ቤዛ ሰጠ። ስዎች." **የሕይወት እንጀራ**: በዮሐንስ ወንጌል 6:35 ላይ ኢየሱስ "የሕይወት እንጀራ እኔ ነኝ፤ ወደ እኔ የሚመጣ ከቶ ከቶ አይራብም በእኔ የሚያምንም ከቶ አይጠማም" ሲል ተናግሯል። እሱ የሰውን ልጅ መንፈሳዊ ረሃብ ያረካል። **መልካም እረኛ**: ዮሐ 10:11 ኢየሱስን ስለበጎቹ አሳልፎ የሚሰጥ መልካም እረኛ መሆኑን ይገልጻል። የመስዋዕትነት ፍቅሩ እንደ አዳኝ ሚናው መለያ ነው። **ትንሣኤና ሕይወት**:- ዮሐንስ 11:25-26 የኢየሱስን ተስፋ ይዘረዝራል:- "ትንሣኤና ሕይወት እኔ ነኝ የሚያምንብኝ ቢሞት እንኳ ሕያው ይሆናል፤ በማመንም የሚኖር ሁሉ በሕይወት ይኖራል።

ዳግም ምጽአት: ዕብ 9:28 የኢየሱስን ዳግመኛ መምጣት ሲናገር: - "እንግዲህ ክርስቶስ የብዙዎችን ኃጢአት ሊያስወግድ አንድ ጊዜ ከተሰዋ በኋላ ደግሞ ሁለተኛ ጊዜ ይገለጣል ኃጢአትን ሊሸከም ሳይሆን ድነትን ሊያመጣ ነው። እሱን ለሚጠባበቁት። ** ሕያው ተስፋ**: 1ኛ ጴጥሮስ 1:3-4

የኢየሱስን ትንሳኤ ያከብራል፦- "የጌታችን የኢየሱስ ክርስቶስ አምላክና አባት ይክበር ይመስገን፤ በምሕረቱም ለሕያው ተስፋ በትንሣኤ እንደ አዲስ ወለደን፡፡ **የመጨረሻው መስዋዕት***፦- ዕብ 9፥22 ፦- "ደም ሳይፈስ ስርየት የለም፡፡ የእሱ መስዋዕት የሰውን ኃጢአት ለማስተስረያ እንደ የመጨረሻ መስዋዕት ሆኖ ይቆጠራል፡፡ **በደሙ የተደረገ ቤዛነት**፦- ኤፌሶን 1፥7 የኢየሱስን የመስዋዕትነት ኃይል አጽንኦት ይሰጣል፦- "በእርሱም እንደ እግዚአብሔር ጸጋ ባለ ጠግነት መጠን በደሙ የተደረገ ቤዛነታችንን አገኘን እርሱም የኃጢአት ስርየት አገኘን፡፡ **አዲስ ኪዳን**፥ በሉቃስ 22፥20 ኢየሱስ በመጨረሻው እራት ጊዜ አዲሱን ቃል ኪዳን መረቀ፦- "ይህ ጽዋ ስለ እናንተ በሚፈሰው በደሜ የሚሆን አዲስ ኪዳን ነው፡፡" ደሙ ዕርቅን እና ጸጋን የሚያመጣ ቃል ኪዳን ያትማል፡፡

የጨለማ ድል፥ ቆላስይስ 2፥13-15 የኢየሱስን ድል ያከብራል፦- "በኃጢአታችሁና ሥጋችሁን ባለመገረዝ ሙታን በነበራችሁ ጊዜ፤ እግዚአብሔር ከክርስቶስ ጋር ሕያዋን አደረጋችሁ፤ ኃጢአታችንን ሁሉ ይቅር ብሎናልና በእኛ ላይ የቆመውንና እኛን የፈረደበንን የዕዳ ዕዳችንን ከስ ሰርዞ በመስቀሉ ላይ ቸንከረው፤ ሥልጣናትንና ሥልጣናትንም ፈትቶ በመስቀል ድል እየነሣባቸው በአደባባይ አሳያቸው፡፡ ." **የክብር ተስፋ**፥ ቆላስይስ 1፥27 "የክብር ተስፋ የሆነው ክርስቶስ በእናንተ ውስጥ ነው" የሚለውን የተስፋ ቃል ያስተጋባል፡፡ በእሱ መስዋዕትነት፤ ኢየሱስ የዘላለም ሕይወት ተስፋን እና የአማኞችን መለወጥ ይሰጣል፡፡ **ሕያው መንገድ**፥ ዕብራውያን 10፥19-22 በኢየሱስ መስዋዕትነት ስለመግባት ሲናገር፦- "እንግዲህ፥ ወንድሞች ሆይ፤ ወደ ቅድስተ ቅዱሳን በኢየሱስ ደም እንገባ ዘንድ እምነት ስላለን፡፡ በእግዚአብሔርም ቤት ላይ ታላቅ ካህን ስላለን፤ በመጋረጃው ማለት በሥጋው መንገድ ተከፈተልን፡፡ **የዘላለም ሊቀ ካህናት**፥ ዕብራውያን 7፥24-25

የኢየሱስን ዘላላማዊ ክህነት ይገልፃል:- "ነገር ግን ኢየሱስ ለዘላለም የሚኖር ስለሆነ የማይለወጥ ክህነት አለው፤ ስለዚህ በእርሱ ወደ እግዚአብሔር የሚመጡትን ፈጽሞ ሊያድናቸው ይችላል፤ ምክንያቱም ስለ እነርሱ ሊያማልድ ዘወትር በሕይወት ይኖራል::

የዓለም ብርሃን: ዮሐ 8:12 የኢየሱስን የተስፋ ብርሃን ሚና ይይዛል: "እኔ የዓለም ብርሃን ነኝ የሚከተለኝ የሕይወት ብርሃን ይሆንለታል እንጂ በጨለማ አይመላለስም:: " ትምህርቶቹ በእውነት ጎዳናዎች ይመራናል:: **የመዳን በር**: ዮሐ 10:9 የኢየሱስን ሚና እንደ ደጅ ሲገልጽ "በሩ እኔ ነኝ በእኔ የሚገባ ሁሉ ይድናል" ይላል:: እርሱ የመዳን እና የዘላለም ሕይወት መግቢያ ነጥብ ነው:: **ትንሣኤና የዘላለም ሕይወት**:- ዮሐንስ 11:25-26 የኢየሱስን ተስፋ ያንጸባርቃል:- "ትንሣኤና ሕይወት እኔ ነኝ የሚያምንብኝ ቢሞት እንኳ ሕያው ይሆናል፤ የሚያምንብኝም ሁሉ በእኔ እምነት ይኖራል:: መቼም አይሞትም" **አልፋና ኦሜጋ**: ራዕ 1:8 የኢየሱስን ዘላለማዊ ተፈጥሮ ያስተላልፋል:- "አልፋና ኦሜጋ እኔ ነኝ" ይላል ጌታ እግዚአብሔር "ያለውና የነበረው የሚመጣውም ሁሉንም የሚገዛ ." እንደ የስርየት በግ፤ ኢየሱስ ቤዛነትን እና እርቅን አቀረበ፤ እና እንደ የተስፋ ብርሃን፤ በጨለማ ውስጥ ብርሃንን ያበራል፤ ወደ ዘለአለማዊ ህይወት ይመራናል:: **የሥጋና የነፍስ ፈዋሽ***:- ማቴዎስ 9:35 የኢየሱስን የፈውስ አገልግሎት ይገልፃል:- "ኢየሱስም በምኩራቦቻቸው እያስተማረ በየከተማውና በየመንደሩ እየዞረ የመንግሥቱን ወንጌል እየሰበከ ደዌንና ደዌን ሁሉ እየፈወስ ይዞር ነበር:: " የእሱ ፈውሶች በሥጋዊ እና በመንፈሳዊው ዓለም ላይ ያለውን ስልጣን ያመለክታሉ:: **የተሃድሰው መንካት**: በማርቆስ 5:34 ላይ፤ ኢየሱስ የፈወሳትን ሴት "ልጄ ሆይ፤ እምነትሽ አድኖሻል፤ በሰላም ሂጂ ከመከራሽም አርነት" በማለት አረጋግጦላቸዋል:: የእሱ ንክኪ አካላዊ ፈውስ ብቻ ሳይሆን ተሃድሶ እና ሰላምም

ያመጣል. **የብዙዎች ርኅራኄ**፦ ማቴዎስ 14:14 የኢየሱስን ልብ ይገልጣል፦ "ኢየሱስም ወደ ምድር ወርዶ ብዙ ሕዝብ ባየ ጊዜ አዘነላቸው ድውያንንም ፈወሰ። ርህራኄው የፈውስ አገልግሎቱን ይመራዋል። **መለኮታዊው መምህር**፡ በሉቃስ 4:18-21 ኢየሱስ ሚናውን ሲናገር፦ "የጌታ መንፈስ በእኔ ላይ ነው፤ ለድሆች ወንጌልን እሰብክ ዘንድ ቀብቶኛልና፤ እንድሰብክ ልኮኛልና። ነፃነት ለታሰሩት፤ ለታወሩትም ማየት፤ የተጨቆኑትን ነፃ መውጣት። እሱ የእውነት እና የነፃነት መለኮታዊ አስተማሪ ነው። **የጥበብ ምሳሌዎች**፡ የኢየሱስ ምሳሌዎች—እንደ ደጉ ሳምራዊ፤ አባካኙ ልጅ እና የጠፋ በግ— ጥልቅ መንፈሳዊ እና ሞራላዊ ትምህርቶችን ይሰጣሉ። **የጠላቶችን የመውደድ ጥሪ**፦ ማቴ 5:43-45፦ "ባልንጀራህን ውደድ ጠላትህን ጥላ" እንደ ተባለ ሰምታችኋል። እኔ ግን እላችኋለሁ፣ ጠላቶቻችሁን ውደዱ፣ ለሚረግሙአችሁም ጸልዩ። የኢየሱስ ትምህርቶች ከመደበኛው በላይ ናቸው፣ አክራሪ ፍቅርን ይጥራሉ።

የተራራው ስብከት፦ የማቴዎስ ወንጌል 5-7 የተራራውን ስብከት ይዟል—የተለወጠ ህይወት ለመምራት የሚያስችል አጠቃላይ መመሪያ ነው። ስለ ይቅርታ፣ ጸሎት እና ፍርድ የሚሰጡ በረከቶች እና ትምህርቶች የኢየሱስን የስነምግባር ትምህርቶች ያሳያሉ። **የእግዚአብሔር መንግሥት መገለጥ**፡ በማቴዎስ 13፣ ኢየሱስ የእግዚአብሔርን መንግሥት ምስጢር ለመግለጥ ምሳሌዎችን ይጠቀማል። እነዚህ ትምህርቶች የእግዚአብሔርን መንግሥት ምንነት ይገልጣሉ እና አማኞች እንዲሳተፉበት ይጋብዛሉ። **የአገልጋይነት አርአያ**፡ በዮሐንስ 13:13-15፣ ኢየሱስ አገልጋይነትን አሳይቷል፦ "እናንተ መምህርና ጌታ ትሉኛላችሁ፤ ትክክልም ነው፤ እኔ ነኝና፤ ብሎ አግራችውን አጠበ እና ምሳሌ ሆነ ። **ሕያው ውኃ**፡ በዮሐንስ 4:13-14 ኢየሱስ መንፈሳዊ ምግብን ሰጥቷል፦ "ይህን ውኃ የሚጠጣ ሁሉ ዳግመኛ ይጠማል፣

እኔ የምሰጠው ውኃ የሚጠጣ ግን ለዘላለም አይጠማም፡፡ ** የሕይወት እንጀራ**፡ ዮሐ. **መንገድ እውነት ሕይወትም**፡ በዮሐንስ ወንጌል 14:6 ላይ ኢየሱስ "እኔ መንገድና እውነት ሕይወትም ነኝ በእኔ በቀር ወደ አብ የሚመጣ የለም፡፡ ኢየሱስ እንደ ርህሩህ ፈዋሽ እና መለኮታዊ መምህር መለየቱ መንፈሳዊ ፍላጎቶችን ብቻ ሳይሆን አካላዊ፤ ስሜታዊ እና አእምሯዊ ገጽታዎችን በማሟላት ሁለንተናዊ አገልግሎቱን ያጎላል፡፡ እርሱ የእግዚአብሔር ጥበብ መገለጫ እና የእውነተኛ ለውጥ እና የፈውስ ምንጭ ነው፡፡

እረኛውና መሪው፡ በዮሐንስ 10:11 ኢየሱስ ራሱን እንደ መልካም እረኛ ተናግሯል፡ "መልካም እረኛ እኔ ነኝ፤ መልካም እረኛ ነፍሱን ስለ በጎቹ ያኖራል፡፡ እንደ አንድ የለውጥ መሪ ለተከታዮቹ ይመራል፤ ይጠብቃል፤ ይከፍላል፡፡ **አገልጋይ መሪ**፡ ማር 10:45 የኢየሱስን የአመራር ዘዬ ይገልፃል:- "የሰው ልጅ እንኳ ሊያገለግል ነፍሱንም ለብዙዎች ቤዛ ሊሰጥ እንጂ እንዲያገለግሉት አልመጣም፡፡ የእሱ አመራር በትህትና እና በራስ ወዳድነት ላይ የተመሰረተ አይደለም. ** ደቀ መዛሙርትን ማብቃት**፡ በማቴዎስ 28:18-20፤ ኢየሱስ ደቀ መዛሙርቱን "ሥልጣን ሁሉ በሰማይና በምድር ተሰጥቶኛል፤ እንግዲህ ሂዱና አሕዛብን ሁሉ ደቀ መዛሙርት አድርጓቸው" ሲል አዟቸዋል፡፡ ተልእኮውን እንዲፈጽሙ ኃይል ይሰጣቸዋል፡፡ **የዓለም ብርሃን**፡ ዮሐንስ 8:12 የኢየሱስን የመሪ ብርሃን ሚና አጽንዖት ይሰጣል:- "እኔ የዓለም ብርሃን ነኝ፤ የሚከተለኝ የሕይወት ብርሃን ይሆንለታል እንጂ በጨለማ አይመላለስም፡፡ የጽድቅን መንገድ ያበራል፡፡ **የወይኑ ግንድና ቅርንጫፎቹ**፡ በዮሐንስ ወንጌል 15:5 ላይ ኢየሱስ ስለ አንድነትና ፍሬያማነት ሲናገር:- "5: እኔ የወይን ግንድ ነኝ እናንተም ቅርንጫፎች ናችሁ፡፡ ያለ እኔ ምንም ልታደርጉ አትችሉምና በእኔ የሚኖር እኔም በእርሱ፤ እርሱ ብዙ ፍሬ ያፈራል፡፡

የዘላለም ቃል፦ ዮሐ 1፥1-2 ኢየሱስን እንደ ዘላለማዊ ቃል ያስተዋውቃል፦ "በመጀመሪያ ቃል ነበረ ቃልም በእግዚአብሔር ዘንድ ነበረ ቃልም እግዚአብሔር ነበረ በመጀመሪያ በእግዚአብሔር ዘንድ ነበረ።" **የጥበብና የእውነት ምንጭ**፦ በዮሐንስ ወንጌል 14፥6 ላይ ኢየሱስ "እኔ መንገድና እውነት ሕይወትም ነኝ በእኔ በቀር ወደ አብ የሚመጣ የለም" ብሏል። እርሱ የእግዚአብሔርን ዘላለማዊ እውነት እና ጥበብ ያቀፈ ነው። **የሕይወት ባለቤት**፦ የሐዋ. ትንሣኤው በሕይወትና በሞት ላይ ያለውን ሥልጣን ያረጋግጣል። **በእግዚአብሔርና በሰው ዘር መካከል ያለው አስታራቂ**፦- 1ኛ ጢሞቴዎስ 2፥5-6 የኢየሱስን አማላጅነት ሚና ሲገልጽ፦- "አንድ አምላክ አለና በእግዚአብሔርና በሰው መካከል ያለው መካከለኛው ደግሞ አንድ አለ እርሱም ሰው የሆነ ክርስቶስ ኢየሱስ ነው ራሱን ቤዛ አድርጎ ሰጠ። ለሁሉም ሰዎች" **የፍጥረት በኩር**፦ ቆላስይስ 1፥15-17 የኢየሱስን አለቅነት ያንጸባርቃል፦- "እርሱም የማይታየው አምላክ ምሳሌ ነው፤ ከፍጥረት ሁሉ በፊት በኩር ነው፤ ሁሉ በእርሱ ተፈጥረዋልና። ** ወደ አብ የሚወስደው መንገድ**፦ በዮሐንስ 14፥9 ላይ ኢየሱስ "እኔን ያየ አብን አይቷል" ሲል ተናግሯል። እርሱ የሰው ልጅ እግዚአብሔርን የሚያውቅበትና የሚያውቅበት መተላለፊያ ነው። **አልፋና ኦሜጋ**፦ ራዕ 22፥13 የኢየሱስን ዘላለማዊ ተፈጥሮ ሲናገር፦- "አልፋና ያሜጋ፥ ፊተኛውና ኋለኛው፥ መጀመሪያውና መጨረሻው እኔ ነኝ። የእሱ አማራ ህይወትን ይለውጣል፤ እና ዘላለማዊ ጥበቡ ወደ እግዚአብሔር የሚወስደውን መንገድ ያበራል። እርሱ የእግዚአብሔር የሥልጣን፥ የእውነት እና የጸጋ መገለጫ ነው።

5. ስቅለት፦ ስርየት እና ቤዛነት

ስቅለት፡ ስርየት እና ቤዛነት ስቅለት በክርስቲያናዊ ስነ-መለኮት ውስጥ ዋና ክስተት ነው፤ ይህም ስርየትን እና ቤዛነትን ይወክላል ተብሎ ይታመናል። በአዲስ ኪዳን መሠረት ኢየሱስ ክርስቶስ በመስቀል ላይ የተሰቀለበት ቅጽበት ነው። የኃጢያት ክፍያ የሚያመለከተው በሰው ልጆች እና በእግዚአብሔር መካከል በኢየሱስ መስዋዕት በኩል ያለውን እርቅ ነው፤ ቤዛነት ደግሞ የኃጢአትን ስርየት እና የመዳን እድልን ያመለክታል። ክርስቲያኖች የኢየሱስ ስቅለት ለሰው ልጆች ኃጢአት ዋጋ እንደከፈለ፤ አማኞች ከእግዚአብሔር ጋር ግንኙነት እንዲኖራቸው እና የዘላለም ሕይወት እንዲያገኙ ያስችላቸዋል ብለን እናምናለን። ይህ ሥነ-መለኮታዊ ጽንስ-ሐሳብ የክርስትና የማዕዘን ድንጋይ ነው። በእርግጠኝነት! ስቅለት በክርስቲያናዊ ሥነ-መለኮት ውስጥ ጥልቅ እና ዘርፈ ብዙ ጽንስ-ሀሳብ ነው፡ 1. **ስርየት:** ስቅለት የሰው ልጆች ኃጢአት የሚሰረይበት እና ከእግዚአብሔር ጋር የሚታረቅበት መንገድ ሆኖ ይታያል። ኢየሱስ ዘወትር የሚጠራው "የእግዚአብሔር በግ" መስዋዕቱ ለሰው ልጆች ኃጢአት የሚያስተሰርይ ነው። በመስቀል ላይ መሞቱ ለሰው ልጅ የሚገባውን ቅጣት ተቀብሎ እንደ ምትክ መስዋዕትነት ይቆጠራል። 2. **ቤዛነት:** በስቅለቱ፤ ክርስቲያኖች ከኃጢአት መዘዝ እንደተዋጁ ያምናሉ፤ ይህም ከእግዚአብሔር መንፈሳዊ መለያየት እና የዘላለም ፍርድን ይጨምራል። አማኞች የኢየሱስን መስዋዕትነት በመቀበል መዳን እና የዘላለም ሕይወት ተስፋ ተስፖቷቸዋል። 3. **ይቅርታ:** ስቅለት የእግዚአብሔር የጸጋና የይቅርታ ምልከት ነው። ክርስቲያኖች ኢየሱስን እንደ አዳኛችን በመቀበል ኃጢአታቸው

ይቅር እንደተባልን እና ከእግዚአብሔር ጋር ግላዊ ግንኙነት እንደምንፈጥር እናምናለን።

4. **በክፋት ላይ ድል:** አንዳንድ የክርስትና ወጎች ስቅለትን በክፋትና በኃጢአት ኃይሎች ላይ እንደ ድል መንሳት ያያሉ። በትንሣኤ ዕለት የኢየሱስ ትንሣኤ ሞትን መሽነፍን እና የዘላለም ሕይወት ተስፋን የሚያመለክት የመጨረሻው ድል ሆኖ ይታያል። 5. **የመስዋዕትነት ፍቅር ምሳሌ:-** የኢየሱስ ስቅለት ለመፈጸም ፈቃደኛ መሆኑ ከራስ ወዳድነት ነፃ የሆነ ፍቅር እና ለእግዚአብሔር የመታዘዝ ምሳሌ ሆኖ ይጠቀሳል። ክርስቲያን አማኞች በራሳቸው ሕይወት እንዲከተሉ አርአያ ሆኖ ያገለግላል። 6. **ቅዱስ ቁርባን:** ብዙ የክርስቲያን ቤተ እምነቶች የመጨረሻውን እራት ያከብራሉ, ኢየሱስ የቅዱስ ቁርባን ልምምድ ያቋቋመበት, እሱም ሥጋውን እና ደሙን የሚያመለክት እንጀራ እና ወይን መብላትን ያካትታል. ይህ ሥርዓት ክርስቲያኖች የኢየሱስን መሥዋዕትነት የሚያስታውሱበት መንገድ ነው። ስቅለት በታሪክ ውስጥ በክርስቲያናዊ ሥነ-መለኮት፣ ጥበብ እና ባህል ላይ ከፍተኛ ተጽዕኖ አሳድሯል፣ እና የክርስትና እምነት እና አምልኮ ዋና ትኩረት ሆኖ ይቆያል። በክርስቲያናዊ ሥነ-መለኮት ውስጥ ከስቅለቱ፣ ከኃጢያት ክፍያ እና ከቤዛነት ጋር የተያያዙ አንዳንድ ተጨማሪ ገጽታዎች እንመለከታለን።

1. **ተለዋጭ የኃጢያት ክፍያ:** በክርስቲያናዊ ስነ-መለኮት ውስጥ፣ የመተካት ስርየት ጽንሰ-ሀሳብ ጉልህ ነው። ኢየሱስ የሰው ልጅ የሚገባውን የኃጢአት ቅጣት ተሸክሞ በመስቀል ላይ በፈቃዱ የሰውን ልጅ በታ እንደወሰደ ይናገራል። ይህ ድርጊት የእግዚአብሔር ፍቅርና ምሕረት መግለጫ ተደርጎ ይወሰዳል። 2. **የእርካታ ንድፈ ሐሳብ:** አንዳንድ ሥነ-መለኮታዊ ወጎች፣ በተለይም በምዕራቡ ክርስቲያናዊ ትውፊት፣ የክርስቶስን ሞት ሐሳብ እንደ መለኮታዊ ፍትህ እርካታ ያጎላሉ። የኢየሱስ መስዋዕትነት የእግዚአብሔርን

72

የጽድቅ ፍላጎቶች እንደሚያረካ፣ ይቅርታን እና እርቅን እንደሚፈቅድ ተደርገ ይታያል። 3. **የቤዛ ቲዎሪ:** በጥንት የክርስትና አስተሳሰብ፣ ስቅለት አንዳንድ ጊዜ የሰው ልጆችን ከኃጢአትና ከምርኮ ነፃ ለማውጣት ለሰይጣን የተከፈለ ቤዛ ተደርገ ይወሰድ ነበር። ይህ አተያይ በዚዬ ሒደት ተሻሽሏል ነገር ግን የመቤዠትን እና የነጻነትን ሃሳብ አጉልቶ ያሳያል። 4. **የሥነ ምግባራዊ ተፅእኖ ጽንስ-ሐሳብ:** ሁሉም የክርስቲያን ወገኖች የክርስቶስን ሞት የኃጢአት ክፍያ አድርገው የሚያነሱት አይደሉም። አንዳንድ የነገረ-መለኮት ሊቃውንት፣ እንደ ፒተር አቤላርድ፣ የስቅለትን ሥነ ምግባራዊ ተጽዕኖ አጽንዖት ሰጥተዋል። የእግዚአብሄር ፍቅር ማሳያ እና አማኞች በጎ ህይወት እንዲመሩ ለማነሳሳት ምሳሌ አድርገው ይመለከቱታል። 5. **የብዙ የኃጢያት ክፍያ ንድፈ ሐሳቦች:** በክርስትና ውስጥ አንድም በዓለም አቀፍ ደረጃ ተቀባይነት ያለው የኃጢያት ክፍያ ንድፈ ሐሳብ የለም። የተለያዩ ሥነ-መለኮታዊ ወጎች አንዱን ገጽታ በሌላው ላይ አፅንዖት ሊሰጡ ይችላሉ, ለምሳሌ እንደ ቅጣት ምትክ, የሞራል ተጽእና, ወይም ክርስቶስ ቪክቶር (ክርስቶስ በኃጢአት እና በሞት ላይ ያለውን ድል አጽንዖት ይሰጣል።

6. **ወቅታዊ ትርጓሜዎች:** በቅርብ ዓመታት የነገረ-መለኮት ሊቃውንት ስለ ሥርየት እና ቤዛነት አማራጭ ትርጓሜዎችን ዳስሰዋል፣ ይህም የሥነ መለኮት እና የፍትህ ግንዛቤዎችን የሚያንፀባርቁ ናቸው። እነዚህም ማህበራዊ ፍትህን እና የተገለሉ ቡድኖችን ማካተትን የሚያነሱ የሴቶች እና የነጻነት አመለካከቶችን ያካትታሉ። 7. **የሃይማኖቶች ውይይት:** ሌሎች ሃይማኖቶች በኢየሱስ ሕይወት እና አስፈላጊነት ላይ የተለያዩ አመለካከቶች ስላሏቸው ስቅለቱ እና ሥነ-መለኮታዊ አንድምታዎቹ በሃይማኖቶች ውይይት ውስጥ የመወያያ ነጥቦች ነፉ። እነዚህን ልዩነቶች እና የጋራ ጉዳዮችን መመርመር በተለያዩ የእምነት ወጎች መካከል ግንዛቤን ይፈጥራል። ስቅለት

73

በክርስቲያናዊ ሥነ-መለኮት ውስጥ የበለጸገ እና ውስብስብ ርዕስ ጉዳይ ሆኖ ይቆያል፤ የተለያዩ ትርጓሜዎች እና ሥነ-መለኮታዊ አመለካከቶች ያሉት፤ ይህም ቀጣይነት ያለው ሥነ-መለኮታዊ ጥናትና ክርክር ያደርገዋል። በክርስቲያናዊ ሥነ-መለኮት ውስጥ ከስቅለቱ፣ ከሥርየት እና ከቤዛነት ጋር በተያያዘ ብዙ ጊዜ የሚጠቀሱ አንዳንድ የመጽሐፍ ቅዱስ ጥቅሶች እዚህ አሉ:- 1. ** ዮሐንስ 3: 16: በእርሱ የሚያምን ሁሉ የዘላለም ሕይወት እንዲኖረው እንጂ እንዳይጠፋ እግዚአብሔር አንድያ ልጁን እስኪሰጥ ድረስ ዓለሙን እንዲሁ ወዶአልና።።። 2. **ወደ ሮሜ ሰዎች 5:8 ** - "ነገር ግን ገና ኃጢአተኞች ሳለን ክርስቶስ ስለ እኛ ሞቶአል" እግዚአብሔር ለእኛ ያለውን የራሱን ፍቅር ያስረዳል። 3. **1ኛ የጴጥሮስ መልእክት 2:24* - "ለኃጢአት ሞተን ለጽድቅ እንድንኖር እርሱ ራሱ በሥጋው ኃጢአታችንን በመስቀል ላይ ተሸከመ፤ በቁስሉም ተፈወሳችሁ።።

4. **ኢሳ.53:5** - " እርሱ ግን ስለ መተላለፋችን ቆሰለ ስለ በደላችንም ደቀቀ፤ ለሰላማችን ያመጣብን ቅጣት በእርሱ ላይ ነበረ በእርሱም ቁስል እኛ ተፈወስን።።" 5. **2ኛ ቆሮንቶስ 5:21 * - "እኛ በእርሱ ሆነን የእግዚአብሔር ጽድቅ እንሆን ዘንድ ኃጢአት ያላወቀውን እርሱን ስለ እኛ ኃጢአት አደረገው።። " 6. **ወደ ቆላስይስ ሰዎች 1:20** - "በመስቀሉም የፈሰሰውን ደሙ ሰላም አድርጎ በምድር ወይም በሰማያት ያሉትን ሁሉ ከራሱ ጋር እንዲያስታርቅ"። 7. ** ዕብራውያን 9:22 * - "በእርግጥ ነገር ሁሉ ከጥቂቶች በቀር በደም ይነጻ ዘንድ ሕጉ ያዛል፤ ደምም ሳይፈስ ስርየት የለም።" 8. **ማቴ 26:28 * - "ይህ ስለ ብዙዎች ለኃጢአት ይቅርታ የሚፈስ የቃል ኪዳኑ ደሜ ነው።።" እነዚህ ጥቅሶች የኃጢያት ክፍያ፣ ቤዛነት እና የኢየሱስ በመስቀል ላይ የከፈለው መስዋዕትነት በክርስቲያናዊ እምነት ያለውን ማዕከላዊ ጭብጦች ያጎላሉ። የእግዚአብሔርን ፍቅር፣ በክርስቶስ መስዋዕት በኩል የኃጢአት ስርየት እና በእግዚአብሔርና በሰው ልጆች መካከል ያለውን እርቅ አጽንዖት ይሰጣሉ።

5.1 የመሥዋዕቱ በግ፣

የመሥዋዕቱ በግ፣ የኢየሱስ ስቅለት ኢየሱስ በሥቅለቱ ውስጥ እንደ "መሥዋዕታዊ በግ" ያለው ምስል በክርስትና ውስጥ ጥልቅ እና ዋና ጭብጥ ነው። እሱ ከብሉይ ኪዳን ተምሳሌታዊነት ይወጣና ጥልቅ ሥነ-መለኮታዊ ፍቺን ይይዛል። እዚህ ላይ ጠለቅ ብለን እንመለከተዋለን፣ ** የብሉይ ኪዳን ተምሳሌት፣** የመስዋዕት በግ ፅንሰ-ሀሳብ መነሻው በብሉይ ኪዳን በተለይም በአይሁዳውያን መስዋዕቶች ውስጥ ነው። በብሉይ ኪዳን የበግ ጠቦቶች ብዙውን ጊዜ ኃጢአትን ለማስተሰረይ እንደ መባ ያገለግሉ ነበር። በተለይም፡-
1. **የፋሲካ በግ፡** በፋሲካ ታሪክ (ዘጸአት 12) እስራኤላውያን የበግ ጠቦት እንዲሠዉና ደሙንም በመቃኞቻቸው ላይ እንዲቀባ ታዘዘዋል። ይህ ድርጊት ከመጨረሻው መቅሰፍት አዳናቸው እና ከግብፅ ባርነት ነፃ መውጣታቸውን ያሳያል። 2. **የማስተሰረያ መስዋዕቶች፡** በዘሌዋውያን የብሉይ ኪዳን ሕግ የበግ ጠቦቶችን ጨምሮ የተለያዩ የእንስሳት መሥዋዕቶችን ለኃጢአት ይቅርታ ይደነግጋል። እነዚህ መሥዋዕቶች በክርስቶስ በኩል የመጨረሻውን የኃጢያት ክፍያ የሚያመለክቱ ጊዜያዊ የስርየት መንገዶች ሆነው አገልግለዋል።
ኢየሱስ እንደ መጨረሻው የመስዋዕት በግ፡
በርግጠኝነት፣ ኢየሱስ በመስቀል ላይ እንደ መስዋዕት በግ እንደሆነ ከተጨማሪ ግንዘቤ ጋር ይህን ጭብጥ እንመርምር፡ ** የትንቢቱ ፍጻሜ፡** ኢየሱስ እንደ መስዋዕት በግ መገለጡ በብሉይ ኪዳን ከተነገሩት የተለያዩ ትንቢቶች ጋር ተመሳሳይ ነው። ለምሳሌ፡- 1. **ኢሳ 53፡** ይህ የኢሳይያስ ምዕራፍ ብዙ ጊዜ "መከራ የሚቀበል አገልጋይ" ተብሎ የሚጠራ ሲሆን የመሲሁን መከራና የመሥዋዕትነት ባሕርይ በግልጽ ይገልፃል። ቁጥር 7-8 " ተጨነቀ ተጨነቀም

አፉንም አልከፈተም፤ እንደ ጠቦትም ለመታረድ ተነዳ፤ በግም በሻላጭ ፊት ዝም እንደሚል፤ እንዲሁ አፉን አልከፈተም። 2. **መዝሙረ ዳዊት 22:** አምላኬ አምላኬ ለምን ተውኸኝ? በሚለው ቃል የሚጀምረው ይህ መዝሙር ነው። (መዝሙር 22:1) ስለ መሲሑ ስቃይ ቁልጭ ያሉ መግለጫዎችን ይዟል፤ እነዚህም በኢየሱስ ስቅለት ዙሪያ ከሚከሰቱት ክንውኖች ጋር ተመሳሳይነት አላቸው።

ፋሲካ ግንኙነት:

የመሥዋዕቱ በግ ሥዕላዊ መግለጫም ከአይሁድ የፋሲካ በግ ጋር ጠንካራ ግንኙነትን ይሰጣል። 1. **የፋሲካ በግ:** በፋሲካ ራት ጠቦት ይሠዋ ነበር ደሙም የበሩን መቃኖች ለመጠቆም ያገለግል ነበር። ይህ ደምን የመቀባት ተግባር ከአምላክ ፍርድ የመዳን እና የመዳን ምልከት ሆኖ አገልግሏል። የፋሲካ በግ ደም እስራኤላውያንን ከሞት እንዳዳናቸው ሁሉ፤ የኢየሱስ ደም፤ የመጨረሻው የፋሲካ በግ፤ ከመንፈሳዊ ሞት መዳን ይሰጣል። 2. **የመጨረሻው እራት:** ኢየሱስ የቁርባንን ልምምድ ያቋቋመበት የመጨረሻው እራት የተከናወነው በፋሲካ ነው። በመስቀል ላይ የሚቀርበውን መስዋዕትነት ከፋሲካ በግ ጋር በማያያዝ የዳቦና የወይን ጠጅ አካላትን ሥጋውንና ደሙን ለማመልከት ተጠቀመ። ** ቤዛነት እና ነፃነት:** የመሥዋዕቱ በግ ሥዕላዊ መግለጫ የቤዛነትና የነፃነት ጽንሰ-ሐሳብን አጽንዖት ይሰጣል። 1. **ቤዛነት:** ኢየሱስ በመስቀል ላይ በመሞቱ ቤዛነትንና ይቅርታን በመስጠት የሰውን ኃጢአት ዋጋ ከፍሏል። አማኞች ከኃጢአት እስራት ነፃ ወጥተው ከእግዚአብሔር ጋር ታርቀዋል። 2. **ከባርነት ነፃ መውጣት:** እስራኤላውያን በፋሲካ ከግብፅ ባርነት ነፃ መውጣታቸው ጋር በሚመሳሰል መልኩ፤ የኢየሱስ መስዋዕትነት ከኃጢአት ባርነት ነፃ ማውጣቱንና ይሰጣል። በማጠቃለያው፤ ኢየሱስን በስቅለቱ እንደ መስዋዕት በግ አድርጎ

መግለጹ በብሉይ ኪዳን ምሳሌያዊነት፤ በትንቢታዊ ፍጻሜ እና በፋሲካ ወግ ውስጥ ስር የሰደደ ነው። እሱም የሞቱን የመስዋዕትነት ባህሪ፤ ለሀጢያት ስርየት ያለውን ሚና፤ እና በእርሱ ለሚያምኑ ሁሉ የሚቀርበውን ነፃነት እና ቤዛነት ያንላል።

5.2 የኃጢአት ስርየት እና ይቅርታ

የኃጢአት ስርየት እና ይቅርታ የኃጢአት ስርየት እና የኃጢአት ይቅርታ በክርስትና ውስጥ ዋና ዋና ጉዳዮች ናቸው፤ እና እነሱ ከኢየሱስ ክርስቶስ ስቅለት ጋር በቅርበት የተያያዙ ናቸው። እነዚህን ፅንስ-ሀሳቦች በዝርዝር እንመርምር:- **ስርየት:** የሀጢያት ከፍያ የሰውን ልጅ ከእግዚአብሔር ጋር የማስታረቅ ሂደትን በኃጢአት የተፈጠረውን ክፍተት ያመለክታል። ለሰው ልጅ ኃጢአት የመጨረሻ ማስተሰረያ ተደርጎ በሚወሰደው በኢየሱስ የመስዋዕትነት ሞት የተገኘ ነው። የስርየት ዋና ዋና ነገሮች:- 1. **መሥዋዕት:** ኢየሱስ ዘወትር የሚጠራው "የእግዚአብሔር በግ" ተብሎ የሚጠራው መስዋዕቱ ለሰው ልጆች ኃጢአት የሚያስተሰርይ ነው። ይህ ሥዕላዊ መግለጫ ከብሉይ ኪዳን የመሥዋዕት ሥርዓት የተወሰደ ነው።

2. **ተለዋጭ የኃጢያት ከፍያ:** ይህ አስተምህሮ ኢየሱስ ኃጢአት የሌለበት የእግዚአብሔር ልጅ እንደመተኪያ ሆኖ ያገለገለ ሲሆን የሰው ልጅን ወክሎ የሰውን ኃጢአት ቅጣት ይሸከማል። የእሱ ሞት የእግዚአብሔርን ፍትህ ያረካል። 3. **ቤዛነት:** የኃጢያት ከፍያ የቤዛነት ፅንስ-ሀሳብን ያጠቃልላል ይህም ማለት መልሶ መግዛት ወይም ከኃጢአትና ከሞት ኃይል መዳን ማለት ነው። የኢየሱስ መስዋዕትነት ለዚህ ቤዛ የሚያስፈልገው ከፍያ ተደርጎ ይታያል። **የኃጢአት ይቅርታ:** የኃጢአት ይቅርታ በኢየሱስ ስቅለት የተሰጠው

የጋጢያት ክፍያ ቀጥተኛ ውጤት ነው፡፡ ሰዎች ከአምላክ ጋር እንዲታረቁ በማድረግ የጋጢአትን ጥፋተኝነትና ቅጣት ማስወገድን ይጨምራል፡፡ የጋጢአት ይቅርታ ዋና ዋና ጉዳዮች፡- 1. **ኑዛዜና ንስሐ መግባት:** ይቅርታ ብዙውን ጊዜ የሐጢያትን መናዘዝ እና ከልብ የመነጨ ንስሐን ያካትታል ይህም ከጋጢአተኛ ባህሪ መራቅ እና የእግዚአብሔርን ምሕረት መፈለግ ነው፡፡ 2. **ጸጋና ምሕረት:** ይቅርታ የእግዚአብሔር ቸርነትና ምሕረት ተግባር ነው፡፡ በእምነት እና በንስሀ ወደ እርሱ ለሚመለሱት የማይገባው እና በነጻ የሚሰጥ ነው፡፡ 3. **ከበደለኛነት ነጻ መውጣት:** አማኞች በይቅርታ ከጋጢአታቸው ጋር ከተያያዙት የበደለኛነት ሸክም እና እፍረት ነፃ ወጥተዋል፡፡ የእግዚአብሔርን ምህረት ዋስትና ሊያገኙ ይችላሉ፡፡   **ቁልፍ ጥቅሶች:** 1. 1ኛ ዮሐ. 2. ኤፌሶን 1:7 : "በእርሱም እንደ እግዚአብሔር ጸጋ ባለ ጠግነት መጠን በደሙ የተደረገ ቤዛነታችንን አገኘን እርሱም የጋጢአት ስርየት::" 3. የሐዋርያት ሥራ 10:43፡- "በእርሱ የሚያምን ሁሉ በስሙ የጋጢአት ስርየትን እንዲቀበል ነቢያት ሁሉ ስለ እርሱ ይመሰክራሉ፡፡ በማጠቃለል፤ የኢየሱስ ክርስቶስ ስቅለት የጋጢአት ስርየትን እና ይቅርታን የሚያስገኝ ማዕከላዊ ክስተት ነው፡፡ በእሱ መሥዋዕታዊ ሞት አማኞች ከእግዚአብሔር ጋር እርቀን፤ የጋጢአታቸውን ይቅርታ እና የዘላለም ሕይወት ማረጋገጫ ማግኘት ችለዋል፡፡

6. ትንሳኤ፦ በሞት ላይ ድል ነሳ

ትንሳኤ፦ በሞት ላይ ድል መንሳት "ትንሳኤ፦ በሞት ላይ ድል መንሳት" በክርስትና ውስጥ ማዕከላዊ እና ጥልቅ ጽንስ-ሃሳብ ነው። ኢየሱስ ክርስቶስ ከተሰቀለና ከተቀበረ በኋላ በሦስተኛው ቀን ከሙታን ተለይቶ መነሳቱንና ሞትንና ኃጢአትን ድል አድርጎ መነሣቱን ማመንን ያመለክታል። ከዚህ ጽንስ-ሃሳብ ጋር የተያያዙ አንዳንድ ቁልፍ ነጥቦች ከመጽሐፍ ቅዱስ ጥቅሶች ጋር፦-
1። የኢየሱስ ትንሳኤ፦ - *የመጽሃፍ ቅዱስ ጥቅስ፦* ማቴዎስ 28፡5-6 "መልአኩም ሴቶቹን እንዲህ አላቸው፦- "አትፍሩ የተሰቀለውን ኢየሱስን እንድትሹ አውቃለሁና። በዚህ የለም፤ እንደ ተናገረው ተነሥቶአል፤ ኑና የተኛበትን ስፍራ እዩ አላቸው። **2. በሞት ላይ ድል፦** - ትንሳኤ ኢየሱስ በሞት ላይ ድል መቀዳጀቱን ያመለክታል፤ በእርሱ ለሚያምኑ ሁሉ የዘላለም ሕይወት ተስፋን ይሰጣል። - *የመጽሐፍ ቅዱስ ጥቅስ፦* ዮሐንስ 11፡25-26 '" **3. ቤዛነትና ይቅርታ፦-** - ኢየሱስ በትንሳኤው የኃጢአት ስርየት እና ከእግዚአብሔር ጋር የመታረቅ መንገድ አዘጋጅቷል። - *የመጽሐፍ ቅዱስ ጥቅስ፦* ወደ ሮሜ ሰዎች 4፡25 "ስለ ኃጢአታችን ተላልፎ ተሰጥቶ ስለ እኛ መጽደቅ ከሞት ተነሣ።" **4. የወደፊቱ ትንሳኤ ማረጋገጫ፦** - የኢየሱስ ትንሳኤ ለአማኞች የወደፊት ትንሣኤ ተስፋ እና ማረጋገጫ ሆኖ ይታያል። - *የመጽሐፍ ቅዱስ ጥቅስ፦* 1ኛ ቆሮንቶስ 15፡22 "ሁሉ በአዳም እንደሚሞቱ እንዲሁ ሁሉ በክርስቶስ ደግሞ ሕያዋን ይሆናሉና።"

5. የክርስትና እምነት መሠረት፦

ትንሳኤ በክርስትና ላይ የተመሰረተ እምነት ነው እናም የኢየሱስን አምላክነት እና የትምህርቱ እውነት ማስረጃ ሆኖ ያገለግላል። - *የመጽሐፍ

ቅዱስ ጥቅስ:* 1ኛ ቆሮንቶስ 15:17 "ክርስቶስም ካልተነሣ እምነታችሁ ከንቱ ናት፤ አሁንም በኃጢአታችሁ አላችሁ::" የኢየሱስ ክርስቶስ ትንሳኤ የክርስቲያን ስነ-መለኮት የማዕዘን ድንጋይ ነው እናም ለአማኞች ተስፋን፣ ዋስትናን እና የዘላለም ህይወት ተስፋን ይሰጣል:: እሱ በኃጢአት እና በሞት ላይ የመጨረሻውን ድል ያሳያል ፤የደጋንነት መንገድን እና ከእግዚአብሔር ጋር የታደሰ ግንኙነትን ይሰጣል:: **6:: በብዙዎች የተመሰከረለት:** - የኢየሱስን ትንሳኤ በተለያዩ ግለሰቦች፣ መግደላዊት ማርያምን፣ ሐዋርያትን እና ሌሎች ደቀ መዛሙርትን ጨምሮ ታይቷል:: እነዚህ ምስክሮች የትንሳኤውን እውነታ መስክረዋል:: - *የመጽሐፍ ቅዱስ ጥቅስ:* 1ኛ ቆሮንቶስ 15:3-8 "እኔ የተቀበልሁትን ለእናንተ አሳልፌአለሁና፤ ቅዱሳት መጻሕፍት እንደሚሉት ክርስቶስ ስለ ኃጢአታችን ሞተ ተቀበረምና:: መጽሐፍ እንደሚል በሦስተኛው ቀን አስነሣው፤ ለኬፋም ታየ፤ በኋላም ለአሥራ ሁለቱ ታየ፤ ከዚህም በኋላ ከአምስት መቶ ለሚበልጡ ወንድሞችና እኅቶች በአንድ ጊዜ ታያቸው:: የአማኞች ለውጥ:** - በትንሳኤ ማመን የቀደሙትን የኢየሱስ ተከታዮች ለውጧል:: ስደት ቢደርስባቸውም የክርስቶስን መልእክት ለማዳረስ ድፍረትና እምነት ሰጥቷቸዋል:: - *የመጽሐፍ ቅዱስ ጥቅስ:* የሐዋርያት ሥራ 4:33 "ሐዋርያትም የጌታን የኢየሱስ ክርስቶስን ትንሣኤ በታላቅ ኃይል ይመሰክሩ ነበር፤ የእግዚአብሔርም ጸጋ በሁላቸው ዘንድ በኃይል ይሠራ ነበር::" **8. የአዲስ ሕይወት ማረጋገጫ:** - ትንሣኤ የአዲስ ሕይወት ምልከት እና ለአማኞች አዲስ ጅምር ነው:: የመንፈስ ዳግም መወለድ እና መለወጥ እድልን ያመለክታል. - *የመጽሐፍ ቅዱስ ጥቅስ:* 2ኛ ወደ ቆሮንቶስ ሰዎች 5:17 "ስለዚህ ማንም በክርስቶስ ቢሆን አዲስ ፍጥረት መጥቶአል፤ አሮጌው ነገር አልፎአል፤ አዲሱም በዚህ አለ::" **9. በሞት ፊት ተስፋ:-** - ትንሣኤ ለክርስቲያኖች በራሳቸው ሟችነት ፊት ተስፋን ይሰጣል:: ሞት መጨረሻ

ሳይሆን ወደ ዘላለማዊ ሕይወት የሚደረግ ሽግግር መሆኑን ያረጋግጥላቸዋል። -
የመጽሐፍ ቅዱስ ቁጥር: 1ኛ ቆሮንቶስ 15:54-55

የሚበሰብሰው የማይበሰብሰውን የሚሞተውም የማይሞተውን ሲለብስ፥
በዚያን ጊዜ:- ሞት ድል በመነሣት ተዋጠ ተብሎ የተጻፈው ቃል ይፈጸማል።
ሞት ሆይ ድልህ የት አለ? ሞት ሆይ መውጊያህ የት አለ?' - *የመጽሐፍ ቅዱስ
ጥቅስ:* ማቴዎስ 28:6 "በዚህ የለም፤ እንደ ተናገረ ተነስቷል። የተኛበትን
ስፍራ ኑና እዩ::" የኢየሱስ ክርስቶስ ትንሳኤ በክርስቶስ በማመን አማኞች
ኃጢአትን እና ሞትን ድል አድርገው አዲስ ህይወትን እንደሚያገኙ እና
ከእግዚአብሔር ጋር የዘላለም ኅብረት እንደሚያገኙ ለክርስትና እምነት እንደ
ሀይለኛ ምስከርነት ነው:: በታሪክ ለነብሩት ስፍር ቁጥር ለሌላቸው ክርስቲያኖች
የመንፈስ መነሳሳትና የተስፋ ምንጭ ነው::በእርግጥም፣ በክርስትና ውስጥ
"ትንሣኤ: በሞት ላይ ድል መቀዳጀት" ተጨማሪ ገጽታዎች እነሆ:- **11.
ባዶው መቃብር:** - ባዶው የኢየሱስ መቃብር በጠዋት የትንሳኤው ዋና
ምልከት ነው: ኢየሱስ ሞትን ድል እንዳደረገ ያሳያል:- *የመጽሐፍ ቅዱስ
ቁጥር:* ማቴዎስ 28:5-6 የተሰቀለውን ኢየሱስን እንደምትፈልጉ እወቁ። እሱ
እዚህ የለም; እንደ ተናገረ ተነስቷል። የተኛበትን ስፍራ ኑና እዩ::'" **12.
የኢየሱስ ማንነት ማረጋገጫ:** - ትንሳኤ የኢየሱስ የእግዚአብሔር ልጅ እና
መሲሕ መሆኑን እንደ መለኮታዊ ማረጋገጫ ሆኖ ያገለግላል። - *የመጽሐፍ
ቅዱስ ጥቅስ:* ወደ ሮሜ ሰዎች 1:4 "እርሱም በቅድስና መንፈስ
የእግዚአብሔር ልጅ ከሙታን በመነሣቱ በኃይል ተሾመ፤ እርሱም ጌታችን
ኢየሱስ ክርስቶስ ነው::" ትንሳኤ ለክርስቲያኖች የዘላለም ሕይወት ተስፋን
ያረጋግጥላቸዋል::በጭንቀትና በችግር ጊዜ የመጽናናትና የተስፋ ምንጭ ነው -
የመጽሐፍ ቅዱስ ጥቅስ: 1ኛ ጴጥ 1:3 እየሱስ ክርስቶስ! በታላቅ ምሕረቱ
በኢየሱስ ክርስቶስ ከሙታን በመነሣቱ ለሕያው ተስፋ አዲስ ልደትን ሰጠን::

" **14. ወንጌልን የማስፋፋት ተልዕኮ:**

ኢየሱስ ከትንሣኤው በኋላ ደቀ መዛሙርቱን የወንጌልን መልእክት ለአሕዛብ ሁሉ እንዲያደርሱ አዘዛቸው፤ ይህም በሞት ላይ ድል የማድረጉን አስፈላጊነት ጎላ አድርጎ ገልጿል። - *የመጽሐፍ ቅዱስ ጥቅስ:* ማቴዎስ 28: 18-19 "ኢየሱስም ወደ እነርሱ ቀረበና:— ሥልጣን ሁሉ በሰማይና በምድር ተሰጥቶኛል፤ እንግዲህ ሂዱና አሕዛብን ሁሉ እያጠመቃችኋቸው ደቀ መዛሙርት አድርጓቸው: አላቸው። የአብ እና የወልድ እና የመንፈስ ቅዱስ ስም::'" **15. የዳግም ምጽአቱ ተስፋ:-** - ክርስቲያኖች በኢየሱስ ክርስቶስ ዳግም ምጽዓት ያምናሉ። ትንሣኤ የእግዚአብሔርን የመጨረሻ ዕቅድ ለመፈጸም እንደሚመለስ ለማስታወስ ያገለግላል። - *የመጽሐፍ ቅዱስ ጥቅስ:* የሐዋርያት ሥራ 1:11

፲፩: ደግሞም:- "የገሊላ ሰዎች ሆይ፤ ወደ ሰማይ እየተመለከታችሁ ስለ ምን ቆማችኋል? ይህ ከእናንተ ወደ ሰማይ የወጣው ኢየሱስ ወደ ሰማይ ሲሄድ እንዳያችሁት፤ እንዲሁ ይመጣል:" አሉአቸው::" ትንሳኤ በክርስትና ውስጥ የሕይወትን ድል የሚወክል እና በሞት ላይ ያለውን ድል የሚወክል እና አማኞችን ተስፋ፤ ዓላማ እና በኢየሱስ ክርስቶስ ላይ ስላለው እምነት የመለወጥ ኃይል ጥልቅ ግንዛቤ የሚሰጥ ክስተት ነው::

6.1- ባዶ መቃብር፦ የትንሣኤ ማስረጃ

ባዶ መቃብር፦ የትንሣኤ ማስረጃ ባዶው መቃብር በኢየሱስ ክርስቶስ ትንሳኤ ላይ ያለውን እምነት የሚደግፍ በክርስትና ውስጥ ወሳኝ ማስረጃ ነው። ከባዶ መቃብር ጋር የተያያዙ አንዳንድ ቁልፍ ነጥቦች የትንሳኤ ማስረጃ ሆነው ከሚመለከታቸው የመጽሐፍ ቅዱስ ጥቅሶች ጋር፦ እንይ **1። ባዶውን መቃብር ፈልን ማግኘት፦** - ኢየሱስ በተሰቀለ በሦስተኛው ቀን ጠዋት፤ የሴቶች ቡድን፤ መግደላዊት ማርያምን ጨምሮ፤ የኢየሱስን ሥጋ ለመቀባት ወደ መቃብሩ ደረሱ። ሆኖም መቃብሩ ባዶ ሆኖ አገኙት። - *የመጽሐፍ ቅዱስ ጥቅስ፦* ማቴዎስ 28:1-6

5: መልአኩም መልሶ ሴቶቹን አላቸው፦ "እናንተስ አትፍሩ የተሰቀለውን ኢየሱስን እንድትሹ አውቃለሁና፤ 6: እንደ ተናገረ ተነሥቶአልና በዚህ የለም፤ የተኛበትን ስፍራ ኑና እዩ።

- *የመጽሐፍ ቅዱስ ጥቅስ፦* ማቴዎስ 28:11-15

5: መልአኩም መልሶ ሴቶቹን አላቸው፦ "እናንተስ አትፍሩ የተሰቀለውን ኢየሱስን እንድትሹ አውቃለሁና፤ 6: እንደ ተናገረ ተነሥቶአልና በዚህ የለም፤ የተኛበትን ስፍራ ኑና እዩ። **3. የአይን እማኝ ምስክርነት፦** - የመልአኩ ገጽታ እና ባዶው መቃብር ሴቶቹ እና ጠባቂዎቹ ጨምሮ በርካታ ግለሰቦች ታይተዋል። የእነሱ ምስክርነት የመቃብሩን ባዶነት ያሳያል። **4. የኢየሱስ ትንቢቶች ፍጻሜ፦** - ኢየሱስ ትንሳኤውን ለደቀ መዛሙርቱ ተናግሮ ነበር። ባዶው መቃብር ትንቢቶቹ መፈጸማቸውን እንደ ማስረጃ ሆኖ ያገለግላል። - *የመጽሐፍ ቅዱስ ጥቅስ፦* የማቴዎስ ወንጌል 20:18-19 "ወደ ኢየሩሳሌም እንወጣለን የሰው ልጅም ለካህናት አለቆችና ለሕግ ጸሐፎች አልፎ ይሰጣል

ሞትንም ይፈርዱበትማል። እንዲዘባበቱበትና እንዲገረፉበት እንዲሰቅሉትም ለአሕዛብ አሳልፈ ይሰጠዋል፤ በሦስተኛውም ቀን ከሞት ይነሣል። **5. የክርስቲያን እምነት ማዕከላዊ:** - ባዶው መቃብር የክርስትና እምነት ትንሣኤ ማዕከል ነው። ኢየሱስ በሞት ላይ የተቀዳጀውን ድል የሚያመለክት ሲሆን ለክርስቲያናዊ እምነት እና ተስፋ መሠረት ይሰጣል። በሴቶቹም ሆነ በጠባቂዎቹ የተመሰከረው ባዶ መቃብር መገኘቱ በኢየሱስ ክርስቶስ ትንሣኤ ላይ ያለውን የክርስትና እምነት የሚደግፍ ቁልፍ ማስረጃ ሆኖ ያገለግላል። እሱ የትንሣኤ ትረካ ዋና አካል እና የክርስቲያን ሥነ-መለኮት የማዕዘን ድንጋይ ነው። **6። የወንጌል ዘገባዎች ወጥነት:-** - በርካታ የወንጌል ዘገባዎች (ማቴዎስ፤ ማርቆስ፤ ሉቃስ እና ዮሐንስ) ሁሉም ባዶውን መቃብር መገኘቱን መዘገባቸው ለክስተቱ ታማኝነትን ይሰጣል። ይህ በተለያዩ ምስክሮች መካከል ያለው ወጥነት የትንሣኤውን ጉዳይ ያጠናክራል። **7. የደቀ መዛሙርት ለውጥ:** - በመጀመሪያ ተስፋ በመቁረጥ ከኢየሱስ ስቅለት በኋላ ተደብቀው የነበሩት ደቀ መዛሙርት ወደ ትንሣኤ ደፋር አዋጅ ነጋሪዎች መለወጣቸው ባዶ መቃብር እና ከሙታን የተነሳው ክርስቶስን በግል ልምዳቸው እንደ ማሳያ ይቆጠራል። *የመጽሐፍ ቅዱስ ጥቅስ:* የሐዋርያት ሥራ 4:33 "ሐዋርያትም የጌታን የኢየሱስን ትንሣኤ በታላቅ ኃይል ይመሰክሩ ነበር፤ የእግዚአብሔርም ጸጋ በሁላቸው ዘንድ እጅግ ያበረታ ነበር።" **8. የጥንት የክርስትና እምነት:** - በትንሣኤ ላይ ያለው እምነት፤ ባዶውን መቃብር ጨምሮ፤ ለጥንቶቹ የክርስትና እምነት እምነቶች እና ትምህርቶች መሠረት ነው። ከጥንት የቤተክርስቲያኑ ዘመን ጀምሮ የተሰበከ ሲሆን ይህም ጠቀሜታውን ያሳያል። **9. የይገባኛል ጥያቄ አለመኖሩ:** - በጊዜው የነበሩ የታሪክ መዛግብት በባዶ መቃብር ላይ የይገባኛል ጥያቄዎችን ወይም አማራጭ ማብራሪያዎችን አልያዙም። መቃብሩ ባዶ ባይሆን ኖሮ የክርስትና ተቃዋሚዎች አካልን በማመንጨት ትንሣኤውን

መቃወም ቀላል ይሆንላቸው ነበር። **10. የተለወጠው የሰንበት አከባበር:**
- የአምልኮው ቀን ከአይሁድ ሰንበት (ቅዳሜ) ወደ ክርስትያን የጌታ ቀን
(እሑድ) መሸጋገሩ ከትንሣኤ ጋር የተያያዘ ነው። ኢየሱስ በሞት ላይ ድል
የተቀዳጀበትን ቀን ለማክበር ክርስቲያኖች እሁድ ዕለት መሰብሰብ ጀመሩ።
11. ከትንሣኤ በኋላ ያሉ መገለጦች: - ከሙታን የተነሳው ኢየሱስ ከባዶ
መቃብር በኋላ ለተለያዩ ግለሰቦች እና ቡድኖች መገለጡ የትንሣኤን እውነታ
የበለጠ ይደግፋሉ። - *የመጽሐፍ ቅዱስ ጥቅስ:* ሉቃ 24:36-43 ስለዚህ
ነገር ገና ሲነጋገሩ ኢየሱስ ራሱ በመካከላቸው ቆሞ:- ሰላም ለእናንተ ይሁን
አላቸው። መንፈስ ያዩ መስሎአቸው ደነገጡና ፈሩ፤ እርሱም:- ስለ ምን
ትደነግጣላችሁ? እኔ እንዳለኝ እንደምታዩት መንፈስ ሥጋና አጥንት የለውም።
" ባዶው መቃብር ከእነዚህ ማስረጃዎች እና ታሪካዊ ሁኔታዎች ጋር በመጣመር
ለኢየሱስ ክርስቶስ ትንሣኤ አሳማኝ ማስረጃ ይሰጣል። በሞት ላይ ድልን
የሚያመለክት እና የዘላለም ሕይወት ተስፋ የሚሰጥ የክርስትና እምነት የማዕዘን
ድንጋይ ነው።

6.2 የዘላለም ሕይወት በክርስቶስ ድል

የዘላለም ሕይወት በክርስቶስ ድል "በክርስቶስ ድል የዘላለም ሕይወት"
በክርስትና ውስጥ ዋና ጭብጥ ነው፤ በኢየሱስ ክርስቶስ ኃጢአትና ሞት ላይ
ባሸነፈው ድል አማኞች ከእግዚአብሔር ጋር የዘላለም ሕይወት ተስፋ
እንዳላቸው በማመን አጽንኦት ይሰጣል። ከዚህ ጭብጥ ጋር የተያያዙ አንዳንድ
ቁልፍ ነጥቦች ከመጽሐፍ ቅዱስ ጥቅሶች ጋር:- **1። በኃጢአትና በሞት ላይ
የክርስቶስ ድል:**

ክርስቲያኖች ኢየሱስ ባቀረበው መሥዋዕታዊ ሞትና ትንሣኤ፣ ኃጢአትንና ሞትን ድል አድርገን የሰው ልጆች የዘላለም ሕይወት እንዲያገኙ መንገድ እንደሰጣቸው ያምናሉ። - *የመጽሐፍ ቅዱስ ጥቅስ:* 1ኛ ቆሮንቶስ 15:55-57 .ነገር ግን እግዚአብሔር ይመስገን በጌታችን በኢየሱስ ክርስቶስ ድል መንሣትን የሰጠን። **2. የዘላለም ሕይወት ተስፋ:** - ኢየሱስ በእርሱ ለሚያምኑት እና ትምህርቱን ለሚከተሉ የዘላለም ሕይወት ቃል ገባ። ይህ የዘላለም ሕይወት የህይወት ብዛት ብቻ ሳይሆን በእግዚአብሔር ፊት ያለው የህይወት ጥራትም ነው። - *የመጽሐፍ ቅዱስ ጥቅስ:* ዮሐ 3:16 " በእርሱ የሚያምን ሁሉ የዘላለም ሕይወት እንዲኖረው እንጂ እንዳይጠፋ እግዚአብሔር አንድያ ልጁን እስኪሰጥ ድረስ ዓለሙን እንዲሁ ወዶአልና።" **3. ከእግዚአብሔር ጋር መታረቅ:** - በክርስቶስ ድል አማኞች ከእግዚአብሔር ጋር ታርቀዋል፣ በኃጢአት ምክንያት የተፈጠረውን የተበላሸ ግንኙነት አስተካክለዋል። የዘላለም ሕይወት ከእግዚአብሔር ጋር ለዘላለም ኅብረት ማድረግን ያካትታል። - *የመጽሐፍ ቅዱስ ጥቅስ:* ወደ ሮሜ ሰዎች 5:10 "የእግዚአብሔር ጠላቶች ሳለን በልጁ ሞት ከእርሱ ጋር ከታረቅን፥ ይልቁንም ከታረቅን በኋላ በሕይወቱ እንዴት እንድናለን። !" **4. ማረጋገጫ እና ተስፋ:** - የዘላለም ሕይወት ተስፋ ለክርስቲያኖች ማረጋገጫ እና ተስፋ ይሰጣል። በሐዘን ጊዜ መጽናኛን ይሰጣል እንዲሁም በአምላክ ፊት ለወደፊት ጊዜ የሚሆን እምነት እንዲኖረን ያደርጋል። - *የመጽሐፍ ቅዱስ ጥቅስ:* 1ኛ ጴጥሮስ 1:3 " የጌታችን የኢየሱስ ክርስቶስ አምላክና አባት ይከበር ይመስገን፤ በምሕረቱ ብዛት ኢየሱስ ክርስቶስ ከሞት በመነሣቱ ለሕያው ተስፋ አዲስ ወልዶናል። " **5. የተትረፈረፈ ሕይወት:** - የዘላለም ሕይወት ከሞት በኋላ መኖር ብቻ ሳይሆን በክርስቶስም እዚህም ሆነ አሁን ያለው የተትረፈረፈ ሕይወት ነው። በዚህ ዓለም የእግዚአብሔርን ፍቅር፣ ሰላም እና ደስታ መለማመድን

ይጨምራል። - *የመጽሐፍ ቅዱስ ጥቅስ:* ዮሐ 10:10 "ሌባው ሊሰርቅና ሊያርድ ሊያጠፋም እንጂ ሌላ አይመጣም፤ እኔ ሕይወት እንዲሆንላቸው እንዲበዛላቸውም መጣሁ።" **6. በክርስቶስ ማመን:** - በኢየሱስ ክርስቶስ ማመን አማኞች የዘላለም ሕይወት የሚያገኙበት መንገድ ነው። በማዳን ሥራው መታመንን እና ትምህርቱን መከተልን ያካትታል። - *የመጽሐፍ ቅዱስ ቁጥር:* ዮሐንስ 6:40

የአባቴ ፈቃድ ወልድን አይቶ በእርሱ የሚያምን ሁሉ የዘላለም ሕይወትን እንዲያገኝ ነውና፤ እኔም በመጨረሻው ቀን አስነሣዋለሁ። ዓላማ፤ እና በእግዚአብሔር ፊት ስለ ወደፊቱ ጊዜ ያለው ማረጋገጫ፤ በኢየሱስ ክርስቶስ ያለውን እምነት የመለወጥ ኃይል እና በኃጢአትና በሞት ላይ ያለውን የመጨረሻ ድል አጉልቶ ያሳያል።በእርግጥ፤ በክርስትና ውስጥ "በክርስቶስ የዘላለም ሕይወት በክርስቶስ ድል" ተጨማሪ ገጽታዎች እነሆ:- **7. ትንሣኤ አብነት:** - የኢየሱስ ትንሣኤ አማኞች ለሚጠብቁት የዘላለም ሕይወት አብነት ሆኖ ያገለግላል።ኢየሱስ ከሙታን እንደተነሣ ሁሉ ክርስቲያኖችም ትንሣኤና የዘላለም ሕይወትን በጉጉት ይጠባበቃሉ። * 1ኛ ቆሮንቶስ 15:20-22 "ነገር ግን ክርስቶስ ላንቀላፉት በኩራት ሆኖ ከሙታን ተነሥቷል። ሞት በሰው በኩል ስለ መጣ ትንሣኤ ሙታን በሰው በኩል ሆኖአልና። ሁሉ በአዳም እንደሚሞቱ እንዲሁ ሁሉ በክርስቶስ ደግሞ ሕያዋን ይሆናሉ።" **8. የመንግስተ ሰማያት ዜግነት:** - አማኞች የሰማይ ዜጎች ተደርገው ይቆጠራሉ, እና እውነተኛ መኖሪያቸው በእግዚአብሔር ፊት ነው, ይህ ሰማያዊ ዜግነት ነው. የዘላለም ሕይወት የተስፋ ቃል ከፍል:- *የመጽሐፍ ቅዱስ ቁጥር:* ፊልጵስዩስ 3:20-21 "ነገር ግን አገራችን በሰማይ ነው። እኛ ደግሞ ከዚያ የሚመጣውን ጌታ ኢየሱስ ክርስቶስን በናፍቆት እንጠባበቃለን እርሱም ሁሉን በእርሱ ቁጥጥር ሥር ለማድረግ በሚያስችለው ኃይል የተዋረደውን ሰውነታችንን ይለውጥልን

ክቡር ሥያውን እንዲመስሉ፡፡ የጽናት፡** - ክርስቲያኖች በክርስቶስ ኢየሱስ ካለው ከእግዚአብሔር ፍቅር ምንም ሊለያቸው እንደማይችል ማረጋገጫ አላቸው፡፡ይህ በክርስቶስ ድል መታመን የሕይወትን ተግዳሮቶች ለመቋቋም ብርታትን እና ጽናት ይሰጣል፡ -39 ሞት ቢሆን ሕይወትም ቢሆን መላእክትም ቢሆኑ አጋንንትም ቢሆን ያለውም ቢሆን የሚመጣውም ቢሆን ኃይላትም ቢሆኑ ከፍታም ቢሆን ዝቅታም ቢሆን በፍጥረት ሁሉ ውስጥ ያለ አንዳች ሊለየን እንደማይችል ተረድቻለሁ፡፡ በክርስቶስ ኢየሱስ በጌታችን ካለው ከእግዚአብሔር ፍቅር፡" **10. ከዓላማ ጋር መኖር፥** - የዘላለም ሕይወት ማመን ክርስቲያኖች በዚህ ሕይወት ውስጥ ያለውን ዓላማና ትርጉም እንዲገነዘቡ ያደርጋል፡፡ ሕይወት ከዚህ ዓለም ባሻገር እንደሚቀጥል ማወቁ ያነሳሳል፡፡ አማኞች እንደ እግዚአብሔር ፈቃድ እንዲኖሩ - *የመጽሐፍ ቅዱስ ቁጥር:* ቆላስይስ 3:1-2

እንግዲህ ከክርስቶስ ጋር ስለ ተነሣችሁ፥ ክርስቶስ በእግዚአብሔር ቀኝ ተቀምጦ ባለበት በላይ ያለውን ልባችሁን አስቡ፡፡ በላይ ባለው ነገር ላይ አስቡ እንጂ በምድራዊ ነገሮች ላይ አታድርጉ፡" **11. የክርስቶስን ክብር መካፈል:** - አማኞች በክርስቶስ ክብር ለዘላለም ለመካፈል ይጠባበቃሉ፡፡የዘላለም ሕይወት ተስፋ ከተስፋ ጋር የተሳሰረ ነው፡፡ በክርስቶስ የክብር መገኘት መካፈል - *የመጽሐፍ ቅዱስ ቁጥር:* ሮሜ 8:17 " ልጆች ከሆንን እንግዲያስ ወራሾች ነን የእግዚአብሔር ወራሾች ነን ከክርስቶስም ጋር አብረን ወራሾች ነን፡፡ እኛም ከክብሩ እንድንካፈል፡" "በክርስቶስ ድል የዘላለም ሕይወት" ለክርስቲያኖች የሩቅ ተስፋ ብቻ አይደለም፤ ስለ ሕይወት ያላቸውን አመለካከት ይቀርጻል፤ ድርጊቶቻቸውን ይመራል፤ እና ጥልቅ ማጽናኛ እና ማረጋገጫ ይሰጣል፡፡ የእግዚአብሔር ፍጻሜ ነው፡፡ የማዳን እቅድ እና እምነታቸውን በኢየሱስ ክርስቶስ ላደረጉ ሰዎች የመጨረሻው መድረሻ ነው፡፡

7. የመዳን መንገድ

የመዳን መንገድ በክርስትና ውስጥ ያለው የደኅንነት መንገድ ግለሰቦች ከእግዚአብሔር ጋር መታረቅ እና የዘላለም ሕይወት ማረጋገጫ የሚያገኙባቸውን ደረጃዎች እና እምነቶችን የሚገልጽ ማዕከላዊ ጭብጥ ነው። በክርስትና ውስጥ ካለው የደኅንነት መንገድ ጋር የተያያዙ አንዳንድ ቁልፍ ነጥቦች እነሆ፡ **1. ኃጢአትን ማወቅ:** - የመዳን መንገድ የሚጀምረው የራስን ኃጢአት በመገንዘብ እና እግዚአብሔር ጋር በንስሀ በመቅረብ ነው ነው። ኃጢአት የእግዚአብሔርን ፈቃድ የሚጻረር አንደ ማንኛውም ሐሳብ፣ ቃል ወይም ድርጊት ነው። - *የመጽሐፍ ቅዱስ ጥቅስ:* ወደ ሮሜ ሰዎች 3:23 "ሁሉ ኃጢአትን ሠርተዋልና የእግዚአብሔርም ክብር ጎድሎአቸዋል"። **2. ንስሐ:** - ንስሐ መግባት ለኃጢአቱ እውነተኛ ሀዘንን እና ከኃጢአትኛ የአኗኗር ዘይቤ የመመለስ ፍላጎትን ያካትታል። ከእግዚአብሔር ጋር ለመታረቅ ወሳኝ እርምጃ ነው። - *የመጽሐፍ ቅዱስ ጥቅስ:* የሐዋርያት ሥራ 3:19 "እንግዲህ ንስሐ ግቡ ወደ እግዚአብሔርም ተመለሱ ኃጢአታችሁም ይደመሰስ ዘንድ ከጌታም የመጽናናት ጊዜ ይመጣላችሁ።" **3. በኢየሱስ ክርስቶስ ማመን:** - ክርስቲያኖች በኢየሱስ ክርስቶስ ጌታ እና አዳኝ ማመን ለመዳን አስፈላጊ እንደሆነ እናምናለን። ይህ እምነት በክርስቶስ መሥዋዕታዊ ሞት እና ትንሣኤ ለኃጢአት ይቅርታ መታመንን ይጨምራል። - *የመጽሐፍ ቅዱስ ጥቅስ:* ዮሐ 3:16 " በእርሱ የሚያምን ሁሉ የዘላለም ሕይወት እንዲኖረው እንጂ እንዳይጠፋ እግዚአብሔር አንድያ ልጁን እስኪሰጥ ድረስ ዓለሙን እንዲሁ ወዶአልና።" **4. የእምነት መናገር** - አንድ ሰው በኢየሱስ ክርስቶስ ያለውን እምነት መቀበል እና ጌታ እንደሆን መናገር ወደ መዳን መንገድ ላይ ጉልህ

እርምጃ ነው:: - *የመጽሐፍ ቅዱስ ጥቅስ:* ወደ ሮሜ ሰዎች 10:9 "ኢየሱስ ጌታ ነው ብለህ በአፍህ ብትናገር እግዚአብሔርም ከሙታን እንዳስነሣው በልብህ ብታምን ትድናለህና" ::

5. ጥምቀት:

ጥምቀት የጸጋ እና የክርስትና እምነት መግቢያ መንገድ ተደርጎ ይቆጠራል:: የደኅንነት ምንጭ ባይሆንም፣ የጎጢአትን መንጻት እና ከክርስቶስ ሞትና ትንሣኤ ጋር መታወቂያን ያመለክታል::

- *የመጽሐፍ ቅዱስ ጥቅስ:* የሐዋርያት ሥራ 2:38 ጴጥሮስም መልሶ፡ "ንስሐ ግቡ፤ ኃጢአታችሁም ይሰረይ ዘንድ እያንዳንዳችሁ በኢየሱስ ክርስቶስ ስም ተጠመቁ፤ የመንፈስ ቅዱስንም ስጦታ ትቀበላላችሁ::" **6 የታደሰ ሕይወት እና መቀደስ:** - መዳን የአንድ ጊዜ ክስተት ብቻ ሳይሆን በቅድስና የማደግ እና የክርስቶስን መልክ የመከተል የዕድሜ ልክ ሂደት ነው:: ይህ ሂደት መቀደስ በመባል ይታወቃል:: - *የመጽሐፍ ቅዱስ ጥቅስ:* ወደ ሮሜ ሰዎች 12:2 "በልባችሁ መታደስ ተለወጡ እንጂ የዚህን ዓለም ምሳሌ አትምሰሉ፤ የእግዚአብሔር ፈቃድ እርሱም በጎ ደስ የሚያሰኝ እና ፍጹም ፈቃድ የሆነው ፈትናችሁ እዮ:: " **7. ከእግዚአብሔር ጋር ያለን ግንኙነት:** - መዳን በጸሎት፣ በአምልኮ፣ በመጽሐፍ ቅዱስ ጥናት፣ እና እያደገ ለእግዚአብሔር እና ለሌሎች ፍቅር ወደ ታደሰ ግንኙነት ይመራል:: - *የመጽሐፍ ቅዱስ ጥቅስ:* ዮሐ 17:3 "እውነተኛ አምላክ ብቻ የሆንህ አንተን የላከኸውንም ኢየሱስ ክርስቶስን ያውቁ ዘንድ ይህች የዘላለም ሕይወት ናት::" በክርስትና የደኅንነት መንገድ በኢየሱስ ክርስቶስ ማመን፣ ንስሐ መግባት እና በእግዚአብሔር ጸጋ የሕይወት ለውጥ ላይ ያተኮረ ነው:: ከእግዚአብሔር ጋር እያደገ ባለው ግንኙነት እና በእርሱ ፈት የዘላለም ህይወት ተስፋ ያለው የእምነት ጉዞ ነው:: **8:: መንፈስ ቅዱስን መቀበል:** - ክርስቲያኖች ክርስቶስን ሲቀበሉ አማኞች

መንፈስ ቅዱስን እንደሚቀበሉ ያምናሉ፤ እሱም በክርስቲያናዊ አካሄዳቸው ኃይልን የሚሰጣቸው እና የሚመራቸው ነው፡፡ *የመጽሐፍ ቅዱስ ጥቅስ:* የሐዋርያት ሥራ 2:38 ጴጥሮስም መለሰ:— ንስሐ ግቡና ኃጢአታችሁ ይሰረይ ዘንድ እያንዳንዳችሁ በኢየሱስ ክርስቶስ ስም ተጠመቁ፡፡ የመንፈስ ቅዱሱንም ስጦታ ትቀበላላችሁ፡፡ '" **9 በጸጋ ላይ የተመሰረተ ድነት:** - በክርስትና መዳን የእግዚአብሔር የጸጋ ስጦታ ነው እንጂ በበጎ ሥራ ወይም በግል ጥቅም የሚገኝ አይደለም፡፡ - *የመጽሐፍ ቅዱስ ጥቅስ:* ኤፌሶን 2:8-9 "በእምነት ድናችኋልና በጸጋው ድናችኋልና፤ ይህም የእግዚአብሔር ስጦታ ነው እንጂ ከእናንተ አይደለም፤ ስለዚህም ከሥራ አይደለም፡፡

10. ንቁ እምነት እና ታዛዥነት: - መዳን በስራ የሚገኝ ባይሆንም በክርስቶስ ላይ ያለው እውነተኛ እምነት በመልካም ስራ እና የእግዚአብሔርን ትእዛዛት በመታዘዝ ወደተገለጸው የተለወጠ ህይወት ይመራል፡፡ - *የመጽሐፍ ቅዱስ ጥቅስ:* ያዕቆብ 2:26 " ከነፍስ የተለየ ሥጋ የሞተ እንደሆነ እንዲሁ ደግሞ ከሥራ የተለየ እምነት የሞተ ነው፡፡" **11. የመዳን ዋስትና:** - ክርስቲያኖች በማይለወጡ የእግዚአብሔር ተስፋዎች ላይ በመመሥረት የመዳን ማረጋገጫ ያምናሉ፡፡ ዋስትና አንድ ሰው ከእግዚአብሔር ጋር ባለው አቋም ላይ ሰላም እና መተማመንን ይሰጣል፡፡ - *የመጽሐፍ ቅዱስ ጥቅስ:* 1ኛ ዮሐንስ 5: 13 "የዘላለም ሕይወት እንዳላችሁ ታውቁ ዘንድ በእግዚአብሔር ልጅ ስም ለምታምኑ ይህን እጽፍላችኋለሁ፡፡" **12. ወንጌልን ማካፈል:** - አማኞች በክርስቶስ በማመን ወደ መዳን መንገድ እንዲቀላቀሉ በማገዝ የመዳንን መልእክት ለሌሎች እንዲያካፍሉ ይበረታታሉ፡፡ - *የመጽሐፍ ቅዱስ ጥቅስ:* የማቴዎስ ወንጌል 28:19-20 "እንግዲህ ሂዱና አሕዛብን ሁሉ በአብ በወልድና በመንፈስ ቅዱስ ስም እያጠመቃችኋቸው ለእኔም ሁሉ እንዲታዘዙ እያስተማራችኋቸው ደቀ መዛሙርት አድርጓቸው፡፡   **13. ታማኝ ጽናት:

** - መዳን በታማኝነት በአንድ ሰው እምነት እና ከክርስቶስ ጋር ባለው ግንኙነት ለመጽናት፤ በሚደግፈው ፀጋው ለመታመን ቁርጠኝነትን ያካትታል፡፡ - *የመጽሐፍ ቅዱስ ጥቅስ:* ዕብራውያን 12:1-2

1-2: እንግዲህ እነዚህን የሚያህሉ ምስክሮች እንደ ደመና በዙሪያችን ካሉልን፤ እኛ ደግሞ ሸክምን ሁሉ ቶሎም የሚከበንን ኃጢአት አስወግደን፤ የእምነታችንንም ራስና ፈጻሚውን ኢየሱስን ተመልክተን፤ በፊታችን ያለውን ሩጫ በትዕግሥት እንሩጥ፤ እርሱ ነውርን ንቆ በፊቱም ስላለው ደስታ በመስቀል ታግሦ በእግዚአብሔር ዙፋን ቀኝ ተቀምጦአልና፡፡፡፡ ዓይኖቻችንን የእምነት አቅኚና ፍጹም አድራጊ በሆነው በኢየሱስ ላይ እያተኮርን፤ የተገለጠልን ሩጫ ትዕግሥት እንሩጥ፡፡ በክርስትና ውስጥ የመዳን መንገድ በኢየሱስ ክርስቶስ በማመን ላይ የተመሰረተ ነው, በንስሐ, በጸጋ, እና ከእግዚአብሔር ጋር ቀጣይነት ያለው ግንኙነት. በክርስቶስ ትምህርት እና በመንፈስ ቅዱስ ሥራ የሚመራ የለውጥ እና የተስፋ ጉዞ ነው፡፡ **14፡ ይቅርታ እና መጽደቅ:** - በኢየሱስ ክርስቶስ በማመን አማኞች ለኃጢአታቸው ይቅርታን ያገኛሉ እና በእግዚአብሔር ፊት ይጸድቃሉ፡፡ መጽደቅ ማለት በእግዚአብሔር ፊት ጻድቅ መባል ማለት ነው፡፡ - *የመጽሐፍ ቅዱስ ቁጥር:* ሮሜ 5:1

ስለዚህ በእምነት ከጸደቅን በእግዚአብሔር ዘንድ በጌታችን በኢየሱስ ክርስቶስ ሰላምን እንያዝ፡፡" **15. ኅብረት እና ተሳትፎ:** - መዳን በክርስቶስ አካል ውስጥ መሳተፍን ያካትታል እርሱም ቤተክርስቲያን ነው፡፡ አማኞች ይሳተፋሉ፡፡ የጌታ እራት (ቁርባን) የክርስቶስን መስዋዕትነት ለማስታወስ እና በእርሱ ውስጥ ያላቸውን አንድነት ለማስታወስ - * የመጽሐፍ ቅዱስ ጥቅስ:* 1ኛ ቆሮንቶስ 10:16-17 የክርስቶስ ደም? የምንቆርሰውስ እንጀራ የክርስቶስ ሥጋ ተካፋይ አይደለምን? አንድ ኅብስት ስላለን እኛ ብዙዎች ስንሆን አንድ ሥጋ ነን ሁላችን ያን አንዱን እንጀራ እንካፈላለንና፡፡ ሌሎችም በጥልቅ እና ያለ ምንም ቅድመ

ሁኔታ:- *የመጽሐፍ ቅዱስ ቁጥር:* 1ኛ ዮሐንስ 4:7-8 "ወዳጆች ሆይ፤ ፍቅር ከእግዚአብሔር ዘንድ ነውና እርስ በርሳችን እንዋደድ:: የሚወድ ሁሉ ከእግዚአብሔር ተወልዷል እግዚአብሔርንም ያውቃል:: ፍቅር የሌለው እግዚአብሔርን አያውቅም፤ እግዚአብሔር ፍቅር ነውና::"

17. ዘላለማዊ ደህንነት: - ብዙ ክርስቲያኖች በዘላለማዊ ደህንነት ትምህርት ያምናሉ ይህም ማለት አንድ ሰው በእውነት ከዳነ በኋላ ድነታቸው አስተማማኝ እና አስተማማኝ ነው ሊጠፉ አይችልም ::"

18. በእውቀት እና በእምነት ማደግ: - አማኞች መጽሐፍ ቅዱስን በማንበብ፣ በጸሎት እና ከሌሎች አማኞች ጋር በመገናኘት ስለ እግዚአብሔር እና በእምነታቸው እውቀታቸው እንዲያድጉ ይበረታታሉ:: - *የመጽሐፍ ቅዱስ ጥቅስ:* 2ኛ ጴጥሮስ 3:18 "ነገር ግን በጌታችንና በመድኃኒታችን በኢየሱስ ክርስቶስ ጸጋና እውቀት እደጉ:: ለእርሱ አሁንም እስከ ለዘላለምም ክብር ይሁን! አሜን::" **19. በዳግም ምጽአቱ ተስፋ:-** - ክርስቲያኖች የኢየሱስ ክርስቶስን ዳግም ምጽዓት በጉጉት ይጠባበቃሉ፣ እርሱም መንግሥቱን ለመመሥረት እና የእግዚአብሔርን የመጨረሻ ዕቅድ የሚፈጽምበትን ጊዜ ነው:: - *የመጽሐፍ ቅዱስ ቁጥር:* ቲቶ 2: 13 "የተባረከውን ተስፋ - የታላቁን የአምላካችንንና የመድኃኒታችንን የኢየሱስ ክርስቶስን ክብር መገለጥ እየጠበቅን ነው::"

በክርስትና የደኅንነት መንገድ እምነትን፣ ንስሐን፣ ጸጋን፣ ቅድስናን እና በክርስቶስ አካል ውስጥ መሳተፍን የሚያጠቃልል ሁለገብ ጉዞ ነው:: ወደ ተለወጠ ሕይወት፣ ከእግዚአብሔር ጋር ወደ ተመለሰ ግንኙነት እና ከእርሱ ጋር የዘላለም ኅብረት ተስፋን ይመራል::

7.1- በንስሐ፡ ወደ እግዚአብሔር መዞር

ንስሐ መግባት፡- ወደ እግዚአብሔር መዞር በክርስትና ውስጥ ንስሐ መግባት ከኃጢአት መራቅንና ወደ እግዚአብሔር መዞርን የሚያካትት መሠረታዊ ጽንስ ሐሳብ ነው። ወደ መዳን መንገድ ላይ ወሳኝ እርምጃ እና ከእግዚአብሔር ጋር የመታረቅ መንገድ ነው። ከንስሐ ጋር የተያያዙ ቁልፍ ነጥቦች እንደ "ወደ እግዚአብሔር መዞር" ከሚመለከታቸው የመጽሐፍ ቅዱስ ጥቅሶች ጋር: **1። ኃጢአትን መቀበል:-** - ንስሐ የሚጀምረው የአንድን ሰው የኃጢአተኛ አስተሳሰቦችን፣ ቃላትንና ድርጊቶችን በማወቅ እና በመቀበል ነው። አንድ ሰው በኃጢአት ምክንያት ከእግዚአብሔር መለየቱን በሐቀኝነት መመርመርን ያከትታል። - *የመጽሐፍ ቅዱስ ጥቅስ:* መዝሙረ ዳዊት 32:5 "በዚያን ጊዜ ኃጢአቴን ለአንተ ተናገርኣለሁ፤ በደሌንም አልሸፈንኩም፤ ለእግዚአብሔር መተላለፌን እናዘዝ ዘንድ አልሁ።" የኃጢአቴንም በደል ይቅር ብለሃል። **2. የኃጢአት ሀዘን:-** - እውነተኛ ንስሐ የእግዚአብሔርን ትእዛዛት ባለመታዘዝ መጸጸትን እና መጸጸትን ያከታታል። - *የመጽሐፍ ቅዱስ ጥቅስ:* 2ኛ ቆሮንቶስ 7:10 "እንደ እግዚአብሔር ፈቃድ የሆነ ኀዘን ወደ መዳን የሚያደርሰው ጸጸትንም የማያደርግ ንስሐን ያመጣል፤ የዓለም ኀዘን ግን ሞትን ያመጣል።" **3. ከኃጢአት መራቅ:** - ንስሐ ስሜት ብቻ ሳይሆን ወሳኝ ተግባር ነው። ከኃጢያት ባህሪ እና የኣኗኗር ምርጫዎች መራቅን ያከታል። - *የመጽሐፍ ቅዱስ ጥቅስ:* የሐዋርያት ሥራ 3:19 "እንግዲህ ንስሐ ግቡ ወደ እግዚአብሔርም ተመለሱ ኃጢአታችሁም ይደመሰስ ዘንድ ከጌታም የመጽናናት ጊዜ ይመጣላችሁ።" **4. ወደ እግዚአብሔር ዘወር ማለት:** - ንስሐ ከኃጢአት መራቅ ብቻ አይደለም፤ በእምነት እና በመታመን ልብ ወደ

እግዚአብሔር መዘርም ነው። የእግዚአብሔርን ይቅርታ እና ጸጋ መፈለግን ያካትታል። - *የመጽሐፍ ቅዱስ ቁጥር:* ኢዮኤል 2:12-13

12: አሁንስ፡ ይላል እግዚአብሔር:- በፍጹም ልባችሁ፡ በጾምም፡ በልቅሶና በዋይታ ወደ እኔ ተመለሱ።

13: ልባችሁን እንጂ ልብሳችሁን አትቅደዱ፤ አምላካችሁም እግዚአብሔር ቸርና መሐሪ፡ ቁጣው የዘገየ፡ ምሕረቱም የበዛ፡ ለክፋትም የተጸጸተ ነውና ወደ እርሱ ተመለሱ።" በፌቱ አምነን ይቅርታውን ብንጠየቅ እርሱ ይቅርታውን ይሰጠናል ። - *የመጽሐፍ ቅዱስ ቁጥር:* 1ኛ ዮሐንስ 1:9 "በኃጢአታችን ብንናዘዝ ታማኝና ጻድቅ ነው ኃጢአታችንንም ይቅር ይለናል ከዓመፃም ሁሉ ያነጻናል።

6. የእግዚአብሔር ይቅርታ እና ተሀድሶ: - እውነተኛ ንስሐ ከእግዚአብሔር የተትረፈረፈ ይቅርታ እና ተሀድሶ ጋር ይገናኛል። ከእርሱ ጋር የታደስ ግንኙነትን ያመለከታል። - * የመጽሐፍ ቅዱስ ቁጥር: * ኢሳይያስ 55: 7 : ክፉ ሰው መንገዱን በደለኛም አሳቡን ይተው፤ ወደ እግዚአብሔርም ይመለስ እርሱም ይምረዋል፤ ይቅርታውም ብዙ ነውና ወደ አምላካችን ይመለስ።"ወደ እግዚአብሔር ዘወር ማለት" ጥልቅ የትሕትና ተግባር ነው, አንድ ሰው የእግዚአብሔርን ጸጋ እንደሚያስፈልግ እውቅና ይሰጣል. ይቅርታ: ከእግዚአብሔር ጋር ወደ እርቅና ወደ ሕይወት መለወጥ የሚያመራ፤ ወደ መዳን መንገድ ላይ ወሳኝ እርምጃ ነው።:- **7. እውነተኛ የልብ ለውጥ :-** - ንስሐ መግባት እውነተኛ የልብና የአስተሳሰብ ለውጥን ያካትታል፤ ይህም የአመለካከትና የአስተሳሰብ ለውጥ ያመጣል፤ ውጫዊ ባህሪ ብቻ ሳይሆን ውስጣዊ መታደስ ነው። "ስለዚህ እናንተ እስራኤላውያን፡ በኢያንዳንዳችሁ ላይ አንደ ገዛ መንገዳችሁ እፈርዳለሁ፤ ይላል ሉዓላዊው ጌታ። ንስሐ ግቡ! ከበደላችሁ ሁሉ ራቁ; እንግዲያውስ ኃጢአት ለእናንተ ውድቀት አይሆንም።"

8. ቀጣይነት ያለው ሂደት: - ንስሐ የአንድ ጊዜ ክስተት ሳይሆን በአማኝ ሕይወት ውስጥ ቀጣይነት ያለው ሂደት ነው። በእግዚአብሔር ፈቃድ መሠረት ለመኖር የዕለት ተዕለት ቁርጠኝነትን ያካትታል። - *የመጽሐፍ ቅዱስ ጥቅስ:* 1ኛ ዮሐንስ 1:8-9 "ከኃጢአት የራቀ ልንል ራሳችንን እናስታለን እውነትም በእኛ ውስጥ የለም። በኃጢአታችን ብንናዘዝ እርሱ ታማኝና ጻድቅ ነው ኃጢአታችንንም ይቅር ይለናል ከዓመፃም ሁሉ ያነጻናል።

9. የተበላሹ ግንኙነቶችን ወደነበረበት መመለስ: - ንስሀ መግባት ደግሞ ጉዳት በደረሰበት ጊዜ ከሌሎች ጋር እስከ እርቅ ይደርሳል። የበደሉትን ይቅርታ መጠየቅና ማረምን ይጨምራል። - *የመጽሐፍ ቅዱስ ጥቅስ:* የማቴዎስ ወንጌል 5:23-24 "ስለዚህ መባህን በመሠዊያው ላይ ብታቀርብ፤ በዚያም ወንድምህ ወይም እኅትህ በአንተ ላይ አንዳች እንዳላቸው ብታስብ፤ መባህን በመሠዊያው ፊት ተው። አስቀድመህ ሂድና ከእነርሱ ጋር ታረቅ፤ ከዚያም መጥተህ መባህን አቅርብ አለው። **10. የእግዚአብሔር ምሕረትና ርኅራኄ:** - ወደ እግዚአብሔር በንስሐ የመመለስ ተግባር ወሰን የለሽ ምሕረትና ርኅራኄ የተሞላ ነው። እግዚአብሔር በእውነት የሚሹትን ይቅር ይላል እና ይመልሳል። - *የመጽሐፍ ቅዱስ ጥቅስ:* መዝሙረ ዳዊት 103:8-10 "እግዚአብሔር መሐሪና ይቅር ባይ ነው፤ ከቁጣ የራቀ ፍቅሩ የበዛ፤ ሁልጊዜም አይከስም፤ ቁጣውንም ለዘላዓለም አይይዝም፤ አያደርገንምም።

11. የመንፈሳዊ እድገት ቁልፍ: - ንስሀ መግባት ለእምነት አዲስ ለሆኑ ብቻ ሳይሆን ለመንፈሳዊ እድገት ቁልፍ ነው። ትህትናን እና ከእግዚአብሔር ጋር ጥልቅ ግንኙነትን ያዳብራል. - *የመጽሐፍ ቅዱስ ጥቅስ:* ያዕ 4:8-10 " ወደ እግዚአብሔር ቅረቡ ወደ እናንተም ይቀርባል እናንተ ኃጢአተኞች፤ እጆቻችሁ ታጠቡ ልባችሁን አጽዱ። . ሳቃችሁን ወደ ኀዘን ደስታችሁንም ወደ ጨለማ ለውጡ፤ በእግዚአብሔር ፊት ራሳችሁን አዋርዱ ከፍ ከፍም ያደርጋችኋል።

ንስሐ እንደ "ወደ እግዚአብሔር መዞር" የማያቋርጥ የእግዚአብሔርን ይቅርታ የመሻት፣ ከፈቃዱ ጋር የሚስማማ እና የእርሱን የሚቀይር ጸጋ የመለማመድ ሂደት ነው። ከእግዚአብሔር ጋር ወደ ጥልቅ ግንኙነት እና በዕድቁ እና ፍቅሩ ወደሚታወቅ ህይወት የሚመራው የክርስቲያን ጉዞ ማዕከላዊ ገጽታ ነው።

7.2- እምነት: የክርስቶስ መስዋዕትነት

እምነት: የክርስቶስን መስዋዕትነት መቀበል በክርስትና እምነት የክርስቶስን የመስቀል ላይ መስዋዕትነት የደኅንነት እና የዘላለም ህይወት መንገድ አድርጎ በሙሉ ልብ መቀበልን የሚያካትት ጥልቅ እና ማዕከላዊ ሀሳብ ነው። ከእምነት ጋር የተያያዙ ቁልፍ ነጥቦች እንደ "የክርስቶስን መስዋዕት መቀበል" ከሚመለከታቸው የመጽሐፍ ቅዱስ ጥቅሶች ጋር: እንመልከት**1። በክርስቶስ የጎጢያት ክፍያ መታመን:** - በክርስትና እምነት በኢየሱስ ክርስቶስ የመስቀል ላይ የጎጢያት ክፍያ ስራ በመታመን ላይ ነው። የእሱ መስዋዕት ለጎጢአታችን ዋጋ እንደከፈለ እና ከእግዚአብሔር ጋር እንዳስታረቀን ማመንን ያካትታል።

የመጽሐፍ ቅዱስ ጥቅስ: ወደ ሮሜ ሰዎች 3:22-24 "ይህ ጽድቅ በኢየሱስ ክርስቶስ በማመን ለሚያምኑ ሁሉ የተሰጠ ነው። ሁሉ በክርስቶስ ኢየሱስም በሆነው ቤዛነት በኩል እንዲያው በጸጋው ይጸድቃሉ። **2. ለክርስቶስ መገዛት:** - እምነት ራስን ለክርስቶስ አሳልፎ መስጠትን፣ ፈቃ እና አዳኝ አድርጎ መቀበልን ያጠቃልላል። ለስልጣኑ የመገዛት ተግባር እና መመሪያ ነው። - *የመጽሐፍ ቅዱስ ጥቅስ:* ገላ 2:20 ከክርስቶስ ጋር ተሰቅዬአለሁ ወደ ፊትም አልኖርም ክርስቶስ ግን በእኔ ይኖራል።አሁን በሥጋ የምኖረው ኑሮ በእግዚአብሔር ልጅ ላይ ባለ እምነት የምኖረው ኑር ነው። የወደደኝና ስለ እኔ ራሱን አሳልፎ የሰጠ። **3. የመዳን ዋስትና:** - እምነት ለአማኞች የመዳን

ዋስትና ይሰጣል። በክርስቶስ መስዋዕትነት ከእግዚአብሔር ጋር የታረቀበት እና የዘላለም ሕይወት ተስፋ ያላቸው ትምክህት ነው። - *የመጽሐፍ ቅዱስ ጥቅስ: * 1ኛ ዮሐንስ 5:13 "የዘላለም ሕይወት እንዳላችሁ ታውቁ ዘንድ በእግዚአብሔር ልጅ ስም ለምታምኑ ይህን እጽፍላችኋለሁ።" **4. እምነት እንደ ስጦታ:-** - በክርስቲያናዊ ሥነ-መለኮት ውስጥ፣ እምነት ራሱ እንደ እግዚአብሔር ስጦታ ብዙ ጊዜ ይታያል። ግለሰቦች በክርስቶስ እና በመስዋዕቱ እንዲያምኑ የሚያስችል የመንፈስ ቅዱስ ስራ ነው። - *የመጽሐፍ ቅዱስ ጥቅስ: * ኤፌሶን 2:8 "በእምነት ድናችኋልና በጸጋው ነውና ይህም የእግዚአብሔር ስጦታ ነው እንጂ ከእናንተ አይደለም።" **5. ንቁ እምነት እና ታዛዥነት:** - እምነት ተገብሮ ማመን ሳይሆን በክርስቶስ ላይ ንቁ መታመን፣ ይህም ለትምህርቱ እና ለትእዛዛቱ መታዘዝ ነው። - *የመጽሐፍ ቅዱስ ጥቅስ:* ያዕቆብ 2:17 "እንዲሁም እምነት በሥራ የማይገኝ ከሆነ በራሱ የሞተ ነው። **6. ከክርስቶስ ጋር አንድ መሆን:** - እምነት አማኞችን ከክርስቶስ ጋር አንድ ያደርጋል፤ የአካሉ፣ የቤተክርስቲያን አካል ያደርጋቸዋል። ከእሩ ጋር ጥልቅ መንፈሳዊ ግንኙነትን ያበረታታል። - *የመጽሐፍ ቅዱስ ጥቅስ:* 1ኛ ቆሮንቶስ 12:27"እናንተ የክርስቶስ አካል ናችሁ እያንዳንዳችሁም ብልቶች ናችሁ።"

7. በእምነት ማደግ እና ማደግ: - እምነት ቋሚ አይደለም ነገር ግን በጊዜ ሂደት ያድጋል እና ይበስላል። በጸሎት፣ መጽሐፍ ቅዱሳን በማጥናት እና ከሌሎች አማኞች ጋር በመገናኘት አብሮ በማጥናት በመፀለይ ያድጋል። - *የመጽሐፍ ቅዱስ ጥቅስ:* 2ኛ ጴጥሮስ 1:5-7 "ስለዚህ በእምነታችሁ በጎነትን ጨምሩ በበጎነትም እውቀትን በእውቀትም ራስን መግዛትን ጨምሩ። በመጽናት መጽናት፣ በመጽናትም እግዚአብሔርን መምሰል፤ እግዚአብሔርንም መምሰል እርስ በርሳችን መዋደድ፤ በመዋደድም ፍቅር ይኑሩ። እምነት እንደ "የክርስቶስን መስዋዕት መቀበል" የክርስትና እምነት የማዕዘን ድንጋይ ነው።

ከእግዚአብሔር ጋር ወደ እርቅ የሚያመራ እና በኢየሱስ ክርስቶስ የመስቀል ላይ የቤዛነት ስራ ወደ ዘላለማዊ ህይወት ተስፋ የሚያመጣ የመተማመን እና የመሸኘፍ ለውጥ የሚያመጣ ተግባር ነው። **8። የእምነት ኃይል:** - በክርስቶስ መስዋዕትነት ማመን የመለወጥ ኃይል እንዳለው ይታመናል። የኃጢያት ስርየትን ብቻ ሳይሆን አማኞች የክርስቶስን ፍቅር እና እሴት የሚያንፀባርቅ ህይወት እንዲመሩ ሃይል ይሰጣል። - *የመጽሐፍ ቅዱስ ጥቅስ: * ገላ 2:20 ከክርስቶስ ጋር ተሰቅዬአለሁ ወደ ፊትም አልኖርም ክርስቶስ ግን በእኔ ይኖራል።አሁን በሥጋ የምኖረው ኑሮ በእግዚአብሔር ልጅ ላይ ባለ እምነት የምኖረው ኑሮ ነው። የወደደኝና ስለ እኔ ራሱን አሳልፎ የሰጠ። **9. የክርስቶስን ትንሳኤ ተስፋ አድርግ:** - እምነት ከክርስቶስ የመስቀል መስዋዕትነት ባሻገር በትንሣኤው ላይ ተስፋን ይጨምራል። አማኞች፣ ክርስቶስ ሞትን እንዳሸነፈ፣ እነሱም ትንሳኤ እና የዘላለም ህይወት እንደሚያገኙ እርግጠኞች ናቸው። - *የመጽሐፍ ቅዱስ ጥቅስ:* 1ኛ ቆሮንቶስ 15:20-22 "ነገር ግን ክርስቶስ ላንቀላፉት በኩራት ሆኖ ከሙታን ተነሥቷል፤ ሞት በሰው በኩል ስለ መጣ ትንሣኤ ሙታን ሆኖአልና። በሰውም በኩል ሁሉም በአዳም እንደሚሞቱ እንዲሁ ሁሉ በክርስቶስ ደግሞ ሕያዋን ይሆናሉና። **10. ጥርጣሬን ማሸነፍ:** - እምነት ማለት ጥርጣሬ ወይም ጥያቄዎች አለመኖር ማለት አይደለም። ጥርጣሬዎችን ይቀበላል ነገር ግን እርግጠኛ ያልሆኑ ነገሮች ቢኖሩም በክርስቶስ መሥዋዕት መታመንን ይመርጣል። - *የመጽሐፍ ቅዱስ ጥቅስ:* ማርቆስ 9:24 "ወዲያውም የልጁ አባት:- አምናለሁ አለማመኔን እንዳሸንፍ እርዳኝ: አለ።" **11 ወንጌልን ማካፈል:-**

በክርስቶስ መስዋዕት ላይ ያለው እምነት አማኞች ወንጌልን ለሌሎች እንዲያካፍሉ ያስገድዳቸዋል፤ ይህም በኢየሱስ የሚገኘውን የማዳን ጸጋ እንዲቀበሉ ይጋብዚቸዋል። - *የመጽሐፍ ቅዱስ ጥቅስ:* የማቴዎስ ወንጌል

28:19-20 "እንግዲህ ሂዱና አሕዛብን ሁሉ በአብ በወልድና በመንፈስ ቅዱስ ስም እያጠመቃችኋቸው ለእኔም ሁሉ እንዲታዘዙ እያስተማራችኋቸው ደቀ መዛሙርት አድርጓቸው። አዝዘሃል። **12. በእምነት መኖር:** - እምነት በአንድ ጊዜ ውሳኔ ብቻ የተገደበ አይደለም; በሁሉም የሕይወት ዘርፍ ክርስቶስን ለማክበር መፈለግን በእምነት በየቀኑ መኖርን ያካትታል። - *የመጽሐፍ ቅዱስ ጥቅስ:* ዕብራውያን 11:6 "ያለ እምነትም ደስ ማሰኘት አይቻልም፤ ምክንያቱም ወደ እርሱ የሚመጣ ሁሉ እንዳለ ለሚፈልጉትም ብድራት እንዲሰጥ ያምን ዘንድ ያስፈልገዋልና።" **13. በፈተና መጽናት:** - በክርስቶስ መስዋዕትነት ማመን በህይወት ፈተናዎች ጊዜ ብርታትን እና ጽናት ይሰጣል። ምእመናን በመከራ ውስጥም ቢሆን እግዚአብሔር ከእነርሱ ጋር እንደሆነ ያምናሉ። - *የመጽሐፍ ቅዱስ ጥቅስ:* ያዕ 1:2-3 "ወንድሞቼ ሆይ፤ የእምነታችሁ መፈተን ትዕግሥትን እንዲያደርግላችሁ አውቃችሁ፤ ልዩ ልዩ ፈተና ሲደርስባችሁ እንደ ሙሉ ደስታ ቁጠሩት።" እንደ "የክርስቶስን መስዋዕት መቀበል" እምነት የአንድ ጊዜ ክስተት ብቻ ሳይሆን የዕድሜ ልክ የመተማመን፣ የተስፋ እና የለውጥ ጉዞ ነው። ከእግዚአብሔር ጋር ወደ ጥልቅ እና ዘላቂ ግንኙነት እና የኢየሱስ ክርስቶስን ትምህርቶች እና ምሳሌ ለመከተል ቁርጠኝነትን ያመጣል። **14። እምነት እና መጽደቅ:** - እምነት በማጽደቅ ሂደት ውስጥ ወሳኝ ሚና ይጫወታል፤ አማኞች በእግዚአብሔር ፊት ጻድቃን ተብለው ከራሳቸው ጥቅም ይልቅ በክርስቶስ መስዋዕት ላይ ባላቸው እምነት ላይ ተመስርተው ነው። - *የመጽሐፍ ቅዱስ ጥቅስ:* ወደ ሮሜ ሰዎች 5:1 "እንግዲህ በእምነት ከጸደቅን በእግዚአብሔር ዘንድ በጌታችን በኢየሱስ ክርስቶስ ሰላም አለን።" **15. እምነት በባህሪ ላይ ያለው ተጽእኖ:** - በክርስቶስ መስዋዕት ላይ ያለው እውነተኛ እምነት በአንድ ሰው ባህሪ እና እሴቶች ላይ ከፍተኛ ተጽዕኖ አለው። በፍቅር፣ በርኅራኄ እና ለእግዚአብሔር

ትእዛዛት መታዘዝ ወደተገለጸው ሕይወት ይመራል። - *የመጽሐፍ ቅዱስ ጥቅስ:* ያዕቆብ 2፥26 " ከነፍስ የተለየ ሥጋ የሞተ እንደሆነ እንዲሁ ደግሞ ከሥራ የተለየ እምነት የሞተ ነው።

16. በጸሎት መታመን: - በክርስቶስ መስዋዕትነት ማመን አማኞች በጸሎታቸው እንዲተማመኑ ያደርጋል። በክርስቶስ በኩል ከእርሱ ጋር ባላቸው ግንኙነት እግዚአብሔር ጸሎታቸውን እንደሚሰማ እና እንደሚመልስ ያምናሉ። - *የመጽሐፍ ቅዱስ ጥቅስ:* ዕብራውያን 4:16 "እንግዲህ ምሕረትን እንድንቀበል በሚያስፈልገንም ጊዜ የሚረዳንን ጸጋ እንድናገኝ ወደ ጸጋው ዙፋን በእምነት እንቅረብ።" **17. እምነት እና በጎጢአት ላይ ድል:** - እምነት አማኞች ፈተናን እንዲቋቋሙ እና በሕይወታቸው ኃጢአትን እንዲያሸንፉ ኃይል ይሰጣቸዋል። የተቀደሰ እና ጻድቅ ህይወት ለመኖር ብርታት ለማግኘት በክርስቶስ መስዋዕትነት ይታመናሉ። - *የመጽሐፍ ቅዱስ ጥቅስ:* 1ኛ ቆሮንቶስ 15:57 **18. በክርስቶስ መኖር:** - እምነት በክርስቶስ መኖርን፤ እንደ ወይን ግንድ ቅርንጫፎች ከእርሱ ጋር መያያዝን ያካትታል። ይህ ህብረት ወደ መንፈሳዊ ፍሬያማነት እና እድገት ይመራል። - *የመጽሐፍ ቅዱስ ጥቅስ:* ዮሐንስ 15:5 "እኔ የወይኑ ግንድ ነኝ እናንተም ቅርንጫፎች ናችሁ በእኔ ብትኖሩ እኔም በእናንተ ብዙ ፍሬ ታፈራላችሁ ከእኔ ሌላ ምንም ልታደርጉ አትችሉም።" **19. በዘላለም ሕይወት መተማመን:** - እምነት የዘላለም ሕይወት ማረጋገጫ ይሰጣል። አማኞች በክርስቶስ መስዋዕትነት በእግዚአብሔር ፊት የከበረ እና ዘላለማዊ ሕይወት እንደሚኖራቸው ያምናሉ። **20. የእምነትን ደስታ መካፈል:** - ክርስቲያኖች በክርስቶስ መስዋዕትነት ያላቸውን እምነት ደስታን ይገልፃሉ፤የደግነትን ምሥራች ለሌሎች በማካፈል እና ተመሳሳይ ለውጥ የሚያመጣ እምነት እንዲለማመዱ ይጋብዙ። - *የመጽሐፍ ቅዱስ ጥቅስ:* መዝሙረ ዳዊት 40:16 "አንተን የሚሹ ሁሉ

በአንተ ሐሤት ያድርጉ ሐሤትም ያድርጉ፤ ማዳንህን የሚናፍቁ ሁልጊዜ፦
እግዚአብሔር ታላቅ ነው ይላሉ።" የክርስቶስ መስዋዕትነት" የግል እና የጋራ ጉዞ
ነው።: የግለሰቦችን ሕይወት የሚለውጥ ብቻ ሳይሆን በክርስቶስ ውስጥ ባለው
የእግዚአብሔር ፍቅር እና ቤዛነት መልእክት ማህበረሰቦችን የመንካት ኃይል
አለው።:

8. ጸጋ እና መጽደቅ

ጸጋ እና መጽደቅ በክርስትና ውስጥ መሠረታዊ ፅንሰ-ሀሳቦች፤ በቅርበት የተሳሰሩ እና የክርስትናን እምነት ለመረዳት ማዕከላዊ ናቸው። እነዚህን ፅንሰ-ሀሳቦች በዚህ ምዕራፍ ውስጥ እንመረምራለን። **ጸጋ:** 1. **የጸጋ ፍቺ:** - ጸጋ ብዙ ጊዜ የሚገለጸው ለሰብአዊነት የተዘረጋ የእግዚአብሔር ጸጋ እና ፍቅር ነው። በነጻነት ከእግዚአብሔር የተሰጠ ስጦታ እንጂ የተገኘው ወይም የሚገባ ነገር አይደለም። 2. **በመዳን ውስጥ ያለው የእግዚአብሔር ጸጋ:** - ክርስቲያኖች መዳን የእግዚአብሔር ጸጋ ውጤት እንደሆነ ያምናሉ። ግለሰቦች ኃጢአታቸው ተሰርዮላቸው ከእግዚአብሔር ጋር የሚታረቁት በእሱ ጸጋ ነው። - *የመጽሐፍ ቅዱስ ጥቅስ:* ኤፌሶን 2:8-9 "በእምነት ድናችኋልና በጸጋው ድናችኋልና፤ ይህም የእግዚአብሔር ስጦታ ነው እንጂ ከእናንተ አይደለም፤ ስለዚህም ከሥራ አይደለም። ሰው ሊመካ አይችልም። " 3. **የእግዚአብሔር ጸጋ መሟላት:** - የእግዚአብሔር ጸጋ ኃጢአትንና ድክመቶችን ሁሉ ለመሸፈን በቂ ሆኖ ይታያል። ያለፈው ተግባራቸው ምንም ይሁን ምን ለሁሉም ሰው ይደርሳል። - *የመጽሐፍ ቅዱስ ጥቅስ:* 2ኛ ቆሮንቶስ 12:9 "እርሱ ግን፦ ጸጋዬ ይበቃሃል፤ ኃይሌ በድካም ይፈጸማልና አለኝ።" ስለዚህ የክርስቶስ ኃይል ያድርብኝ ዘንድ በድካሜ እጅግ ደስ ብሎኝ እመካለሁ። 4. **ተለዋዋጭ ጸጋ:** - ጸጋ ኃጢአትን ይቅር ማለት ብቻ ሳይሆን ሕይወትንም የመለወጥ ኃይል አለው። አማኞች እንደ እግዚአብሔር ፈቃድ እንዲኖሩ እና ከእርሱ ጋር ባላቸው ግንኙነት እንዲያድጉ ኃይልን ይሰጣል። - *የመጽሐፍ ቅዱስ ጥቅስ:* ቲቶ 2:11-12 " ሰዎችን ሁሉ የሚያድን የእግዚአብሔር ጸጋ ተገልጦአልና። አሁን ባለንበት ዘመን ቅንና አምላካዊ ሕይወት ይኖራል። **መጽደቅ:** 1.

የመጽደቅ ፍቺ: - መጽደቅ ማለት አንድን ሰው በፊቱ ጻድቅ ወይም ጻድቅ አድርጎ የሚገልጽበት ተግባር ነው:: የአንድ ሰው ኃጢአት መሰረዙን ወይም ይቅርታን የሚያመለክት ሕጋዊ ቃል ነው::

2. **በክርስቶስ በማመን:**

ክርስቲያኖች መጽደቅ የሚገኘው በኢየሱስ ክርስቶስ በማመን እንደሆነ እናምናለን:: በራስ ጽድቅ ላይ የተመሰረተ ሳይሆን በአማኙ ላይ በሚቆጠር የክርስቶስ ጽድቅ ላይ የተመሰረተ ነው:: - *የመጽሐፍ ቅዱስ ጥቅስ:* ወደ ሮሜ ሰዎች 3:24 "ሁሉም በክርስቶስ ኢየሱስ በሆነው ቤዛነት በኩል እንዲያው በጸጋው ይጸድቃሉ::" 3. **ኩነኔ የለም:** - መጽደቅ በክርስቶስ ኢየሱስ ላሉት ኩነኔ እንደሌለ ማረጋገጫ ይሰጣል:: አማኞች ጻድቃን ተብለው በእግዚአብሔር ፊት ያለ ነውር ይቆማሉ:: - *የመጽሐፍ ቅዱስ ጥቅስ:* ወደ ሮሜ ሰዎች 8:1 "ስለዚህ በክርስቶስ ኢየሱስ ላሉት አሁን ኩነኔ የለባቸውም::" 4. **የማያቋርጥ ሂደት:** - መጽደቅ የአንድ ጊዜ የጽድቅ ማወጅ ቢሆንም አማኞች በሂደት የክርስቶስን መልክ የሚመስሉበት ቀጣይ የመቀደስ ሂደት አካል ነው:: - *የመጽሐፍ ቅዱስ ጥቅስ:* ወደ ፊልጵስዩስ ሰዎች 1:6 "በእናንተ መልካምን ሥራ የጀመረው እስከ ክርስቶስ ኢየሱስ ቀን ድረስ እንዲፈጽመው ይሆን ተረድቻለሁ::" 5. **የእግዚአብሔርን ጸጋ ማግኘት:** - በማጽደቅ አማኞች የእግዚአብሔርን ጸጋ ማግኘት ይችላሉ እናም በልበ ሙሉነት በጸሎት እና በአምልኮ ወደ እግዚአብሔር መቅረብ ይችላሉ:: - *የመጽሐፍ ቅዱስ ጥቅስ:* ወደ ሮሜ ሰዎች 5:1-2 "እንግዲህ በእምነት ከጸደቅን በእግዚአብሔር ዘንድ በጌታችን በኢየሱስ ክርስቶስ ሰላምን አደረግን፤ በእርሱም ወደዚህ ጸጋ በእምነት መግባትን አግኝተናል:: አሁን ቆመናል" ጸጋ እና መጽደቅ በክርስቲያናዊ ሥነ-መለኮት ልብ ውስጥ ናቸው፤ ይህም መዳን በኢየሱስ ክርስቶስ በማመን የእግዚአብሔር ስጦታ መሆኑ አጽንዖት ይሰጣል::

የእግዚአብሔር ጸጋ ይቅርታንና ለውጥን ይሰጣል፣ መጽደቅ ደግሞ አማኞችን በእግዚአብሔር ፊት ጻድቃን ያውጃል። እነዚህ ጽንስ-ሀሳቦች የእግዚአብሔርን ፍቅር ጥልቀት እና በአማኞች ሕይወት ውስጥ ያለውን የማዳን ሥራውን ብልጽግና ያሳያሉ። በርግጠኝነት፣ በክርስትና ውስጥ ያለውን የጸጋ እና የጽድቅ ፅንስ-ሀሳቦችን በጥልቀት እንመርምር፡- **ጸጋ:** 6. **ቅድመ-ሁኔታ የሌለው ፍቅር:** - ጸጋ የእግዚአብሔርን ለሰው ልጅ ያለውን የማያሻማ ፍቅር ያሳያል። የሰው ድክመቶች ቢኖሩትም ለመባረክ እና ይቅር ለማለት ፈቃደኝነቱን በማንጸላት የባህርይ መገለጫው ነው።

የመጽሐፍ ቅዱስ ጥቅስ: ወደ ሮሜ ሰዎች 5:8 "ነገር ግን ገና ኃጢአተኞች ሳለን ክርስቶስ ስለ እኛ ሞቶአል" እግዚአብሔር ለእኛ ያለውን የራሱን ፍቅር ያስረዳል። 7. **የጥንካሬ ምንጭ:** - ፀጋ የይቅርታ ብቻ ሳይሆን የሕይወት ፈተና ውስጥ የብርታት ምንጭ ሆኖ ያገለግላል። አማኞች በአስቸጋሪ ጊዜያት እነርሱን ለመደገፍ በእግዚአብሔር ፀጋ ይታመናሉ። - *የመጽሐፍ ቅዱስ ጥቅስ:* 2ኛ ቆሮንቶስ 12:9-10 "ነገር ግን ጸጋዬ ይበቃኃል ኃይሌ በድካም ይፈጸማልና አለኝ። ስለዚህ የክርስቶስ ኃይል ያድርብኝ ዘንድ በድካሜ እጅግ ደስ ብሎኝ እመካለሁ። **መጽደቁያ:** 6. **ህጋዊ መግለጫ:** - መጽደቅ ብዙውን ጊዜ ከህጋዊ መግለጫ ጋር ይነጻጸራል፣ እግዚአብሔር ጻድቅ ፈራጅ በሆነው የክርስቶስ ሥራ ላይ ተመስርተው አማኙን ኃጢአታቸው ጥፋተኛ አይደሉም ብሎ ካወጀበት ጀምሮል። - *የመጽሐፍ ቅዱስ ጥቅስ:* ሮሜ 3:21-22 " አሁን ግን ሕግና ነቢያት የሚመሰክሩለት የእግዚአብሔር ጽድቅ ያለ ሕግ ተገልጦአል፣ ይህ ጽድቅ በኢየሱስ ክርስቶስ በማመን በኩል ተስጥቶአል። የሚያምኑ ሁሉ" 7. **ከህግ ነጻ መውጣት:** - መጽደቅ ማለት ህግን በማክበር መዳንን ለማግኘት ከሚደረገው ጥረት ሺክም ነፃ መሆንን ያመለክታል። ከሕግ ሥራ ውጭ የጽድቅ መግለጫ ነው። - *የመጽሐፍ ቅዱስ

ጥቅስ:* ገላ 2፡16 " ሰው በኢየሱስ ክርስቶስ በማመን እንዲጸድቅ እንጂ በሕግ ሥራ እንዳይሆን እወቅ፤ እኛም ደግሞ አምነትን እንድንጠል በክርስቶስ ኢየሱስ አምነናል፡፡ በሕግ ሥራ ሳይሆን በክርስቶስ በማመን ትጸድቁ ዘንድ ማንም በሕግ ሥራ ስለማይጸድቅ ነው፡፡ **ጻጋና መጽደቅ በአንድነት፡** 8. **ጸጋ ከመጽደቅ ይቀድማል፡** ጸጋ ከመጽደቅ በፊት በድነት ሂደት ይቀድማል፡፡ የእግዚአብሔር ጸጋ የደገንነትን አቅርቦት ይጀምራል፤ እናም መጽደቅ እንደ ህጋዊ የጽድቅ መግለጫ ይከተላል፡፡ - *የመጽሐፍ ቅዱስ ጥቅስ:* ወደ ሮሜ ሰዎች 3፡24 "ሁሉም እንዲያው በጸጋው ይጸድቃሉ በክርስቶስ ኢየሱስም በሆነው ቤዛነት፡፡

" 9. **የጸጋው ውጤት:**

መጽደቅ የእግዚአብሔር የጸጋ ውጤት ነው፡፡ በኢየሱስ ክርስቶስ ለመዳን የሚታመኑትን የሚያጸድቅ እና ይቅር የሚላቸው በጸጋው ነው፡፡ - *የመጽሐፍ ቅዱስ ጥቅስ:* ቲቶ 3፡7 "በጸጋው ከጸደቅን የዘላለም ሕይወት ተስፋ ያለን ወራሾች እንድንሆን ነው፡፡" 10. **ተለዋዋጭ አጋርነት:** - ጸጋ እና መጽደቅ በክርስቲያናዊ ጉዞ አብረው ይሰራሉ፡፡ ጸጋ የእግዚአብሔር ፍቅር ምንጭ ነው፤ መጽደቅ ደግሞ የጽድቅ ሕጋዊ መግለጫ ነው፡፡ - *የመጽሐፍ ቅዱስ ጥቅስ:* ወደ ሮሜ ሰዎች 5፡1-2 "እንግዲህ በእምነት ከጸደቅን በእግዚአብሔር ዘንድ በጌታችን በኢየሱስ ክርስቶስ ሰላምን አደረግን፤ በእርሱም ወደዚህ ጸጋ በእምነት መግባትን አግኝተናል፡፡ አሁን ቆመናል" በክርስትና ጸጋ እና መጽደቅ የማይነጣጠሉ የእግዚአብሔር የማዳን እቅድ ገጽታዎች ናቸው፡፡ ጸጋ ድነትን ይጀምራል፤ እናም መጽደቅ አማኞችን በኢየሱስ ክርስቶስ በማመን ጸድቃን ያውጃል፡፡ አንድ ላይ ሆነው፤ የእግዚአብሔርን ፍቅር ጥልቀት እና ከሰው ልጅ ጋር የታደስ ግንኙነት ለማድረግ ያለውን ፍላጎት ያሳሉ፡፡

8.1- የእግዚአብሔር ጸጋ

የእግዚአብሔር ጸጋ: በክርስትና ውስጥ "የእግዚአብሔር ጸጋ: " የሚለውን ጽንስ ሐሳብ በጥልቀት እንመርምር: **1። የጸጋ ፍቺ:** - ጸጋ ብዙውን ጊዜ የሚገለጸው ለሰው ልጆች የተዘረጋው የእግዚአብሔር ጸጋ፤ ቸርነት እና ፍቅር ነው:: በእግዚአብሔር በነጻ የተሰጠ ስጦታ ነው እንጂ በሰዎች ብቃት ወይም ስራ ላይ የተመሰረተ አይደለም:: **2. ያልተገኙ በረከቶች:** - ጸጋ እግዚአብሔር ሰዎችን ይባርካል እና ይቅር ይላል የሚላቸው ስለሚገባቸው ሳይሆን ወሰን በሌለው ፍቅሩ እና ምህረቱ ነው የሚለውን ሃሳብ ያጠቃልላል:: - *የመጽሐፍ ቅዱስ ጥቅስ:* ኤፌሶን 2:8-9 "በእምነት ድናችኋልና በጸጋው ድናችኋልና፤ ይህም የእግዚአብሔር ስጦታ ነው እንጂ ከእናንተ አይደለም፤ ስለዚህም ከሥራ አይደለም:: " **3. በመዳን ውስጥ የሚታየው:** - የጸጋ ጽንስ-ሐሳብ በይበልጥ የሚታየው በሰው ልጅ መዳን ውስጥ ነው:: ክርስቲያኖች በእግዚአብሔር ጸጋ ሰዎች ኃጢአታቸው ተሰርዮላቸው ከእርሱ ጋር እንደታረቁ ያምናሉ:: - *የመጽሐፍ ቅዱስ ቁጥር:* ሮሜ 3:24

በክርስቶስ ኢየሱስም በሆነው ቤዛነት ሁሉም በነጻ በጸጋው ይጸድቃሉ::"

4. የበዛ እና ያለ ቅድመ ሁኔታ: - ጸጋ እንደ በዛ ያለ ቅድመ ሁኔታ ተቆጥሯል: ያለፈው ተግባራቸው ምንም ይሁን ምን ለሁሉም ሰው ይገኛል:: ለእግዚአብሔር ጸጋ ወሰን የለውም::- *የመጽሐፍ ቅዱስ ጥቅስ:* ሮሜ 5:20 "ነገር ግን ኃጢአት በበዛበት፤ጸጋው ግን አብዝቶ ጨመረ::" ሕይወትን የመለወጥ ኃይል አለው፤ አማኞች እንደ እግዚአብሔር ፈቃድ እንዲኖሩና ከእርሱ ጋር በሚኖራቸው ግንኙነት እንዲያድግ ኃይል ይሰጣል:: ለሰው ሁሉ መዳንን ይሰጣል:: ለኃጢአተኛነትና ለዓለማዊ ምኞት 'የለም' እንድንል

ያስተምረናል እናም አሁን ባለንበት ዘመን ራሷን በመግዛትና በጽድቅ እግዚአብሔርንም በመምሰል እንድንኖር ያስተምረናል። ያላገኙትን በረከትና ይቅርታ እንዳገኙ በመገንዘብ - *የመጽሐፍ ቅዱስ ቁጥር፡* 2ኛ ቆሮንቶስ 9:15 "ስለማይነገር ስጦታው እግዚአብሔር ይመስገን!" ** የእግዚአብሔርን ጸጋ መለማመድ አማኞች ርኅራኄ እንዲያሳዩ እና ለሌሎች ጸጋን እንዲሰጡ፣ የእግዚአብሔርን ፍቅር ለዓለም እንዲያንጸባርቁ ያደርጋቸዋል። ወዳጆች ሆይ፣ ርኅራኄን፣ ቸርነትን፣ ትሕትናን፣ ገርነትንና ትዕግሥትን ልበሱ። እርስ በርሳችሁ ትዕግሥትን አድርጉ፣ አንዳችሁም በአንዱ ላይ ቅሬታ ካለው ይቅር ተባባሉ። ጌታ ይቅር እንዳላችሁ ይቅር በላችሁ።" የእግዚአብሔር ጸጋ፣ ጸጋ፣ በክርስትና ውስጥ የመሠረት ጽንስ-ሐሳብ ነው። የእግዚአብሔርን ፍቅር ጥልቀት፣ ይቅር ለማለት ያለውን ፍላጎት እና ከሰው ልጆች ጋር የታደስ ግንኙነት የመመሥረት ፍላጎቱን አጉልቶ ያሳያል።

** 8. በድካም ጊዜ ጸጋ፡**

ጸጋ በተለይ በሰዎች ድክመት እና አለፍጽምና ውስጥ ይታያል። በእነዚህ ጊዜያት የእግዚአብሔር ጸጋ የሚበራለት፣ ጥንካሬን እና ድጋፍን የሚሰጥ ነው። - *የመጽሐፍ ቅዱስ ጥቅስ፡* 2ኛ ቆሮንቶስ 12:9 "እርሱ ግን፡- ጸጋዬ ይበቃሃል፤ ኃይሌ በድካም ይፈጸማልና አለኝ።" ስለዚህ የክርስቶስ ኃይል ያድርብኝ ዘንድ በድካሜ እጅግ ደስ ብሎኝ እመካለሁ። **9. በጸጋ መታረቅ:** ** - ጸጋ የሰው ልጆችን ከእግዚአብሔር ጋር በማስታረቅ ረገድ ወሳኝ ሚና ይጫወታል። በኃጢአተኛ የሰው ልጆች እና በቅዱስ አምላክ መካከል ያለውን ልዩነት በማስተካከል ወደነበረበት የተመለሰ ግንኙነት እንዲኖር ያስችላል። - *የመጽሐፍ ቅዱስ ጥቅስ፡* ኤፌሶን 2:13 "አሁን ግን እናንተ በፊት ርቃችሁ የነበራችሁ በክርስቶስ ኢየሱስ ሆናችሁ በክርስቶስ ደም ቀርባችኋል። **10. ለክርስቲያናዊ ሕይወት መሠረት:** - ጸጋ ለክርስቲያን ሕይወት

መሠረት ሆኖ ያገለግላል፡፡ አማኞች ከእግዚአብሔር እንደተቀበሉት ሁሉ ለሌሎችም ጸጋን እንዲሰጡ ይበረታታሉ፡፡ - *የመጽሐፍ ቅዱስ ጥቅስ:* ቆላስይስ 3:13 "እርስ በርሳችሁ ትዕግሥትን አድርጉ፥ ከእናንተም በአንዱ ላይ የሚነቅፈው ነገር ቢኖር ይቅር ተባባሉ፡፡ **11. የእምነት ሚና:** - እምነት ግለሰቦች የእግዚአብሔርን ጸጋ የሚያገኙበት መንገድ ነው፡፡ የእግዚአብሔርን ጸጋ ለመለማመድ በኢየሱስ ክርስቶስ እና በመስቀል ላይ ያለውን ሥራ ማመን አስፈላጊ ነው፡፡ - *የመጽሐፍ ቅዱስ ጥቅስ:* ወደ ሮሜ ሰዎች 5:2 "በእርሱም አሁን ወደ ቆምንበት ወደዚህ ጸጋ በእምነት መግባትን አግኝተናል፡፡" **12. ቀጣይነት ያለው የጸጋ ፍሰት:** - የእግዚአብሔር ጸጋ የአንድ ጊዜ ክስተት ሳይሆን ቀጣይነት ያለው ፍስት ነው፡፡ አማኞች በችግር ጊዜ ወደ እግዚአብሔር የጸጋ ዙፋን በልበ ሙሉነት እንዲቀርቡ ይበረታታሉ፡፡ - *የመጽሐፍ ቅዱስ ጥቅስ:* ዕብራውያን 4:16 "እንግዲህ ምሕረትን እንድንቀበል በሚያስፈልገንም ጊዜ የሚረዳንን ጸጋ እንድናገኝ ወደ ጸጋው ዙፋን በእምነት እንቅረብ፡፡" **13. ጸጋ እንደ ስጦታ:** - ጸጋ ብዙ ጊዜ የእግዚአብሔር ስጦታ ተብሎ ይጠራል፡፡ ሊገኝ ወይም ሊገዛ አይችልም፤ እግዚአብሔር ለሰው ልጆች ካለው ፍቅር የተነሳ በነጻ ይሰጣል፡፡ - *የመጽሐፍ ቅዱስ ቁጥር:* ሮሜ 5:15 ስጦታው ግን እንደ በደሉ አይደለም፡፡ ብዙዎች በአንድ ሰው በደል ከሞቱ፤ የእግዚአብሔር ጸጋና በአንድ ሰው በኢየሱስ ክርስቶስ ጸጋ የመጣው ስጦታ እንዴት ይልቅ ለብዙዎች ተረፈ!" **14. የተስፋ ምንጭ:- ** - ጸጋ የእግዚአብሔርን የማይሻር ፍቅር እና በኢየሱስ ክርስቶስ በኩል ያለውን የዘላለም ሕይወት ተስፋ እያረጋገጠ ለአማኞች ተስፋን ይሰጣል - *የመጽሐፍ ቅዱስ ጥቅስ:* ቲቶ 3:7 የዘላለም ሕይወት ተስፋ ያላቸው ወራሾች ሊሆኑ ይችላሉ፡፡" የእግዚአብሔር ጸጋ፣ ጸጋ፣ ጥልቅ እና ለሙጥ በክርስትና ፅንስ-ሀሳብ ነው፡፡ ወደ ይቅርታ እና እርቅ ብቻ ሳይሆን አማኞች ለሌሎች ጸጋን እና ፍቅርን

ለማዳረስ አርአያ ሆኖ ያገለግላል። ጸጋ የእግዚአብሔር የርኅራኄ ጥልቀት እና ከሰው ልጅ ጋር የበለጸገ ግንኙነት ለመመሥረት ያለውን ፍላጎት የሚያሳይ ነው።

15. ጸጋ ይቅርታን ያደርጋል: - ጸጋ ይቅርታን በጥልቅ ደረጃ ያግዛል። የጥፋቱ ክብደት ምንም ይሁን ምን እግዚአብሔር ኃጢአትንና በደሎችን ይቅር እንደሚል በፍቅሩና በምሕረቱ አጽንዖት ይሰጣል። - *የመጽሐፍ ቅዱስ ጥቅስ: * መዝሙረ ዳዊት 103:12 "ምሥራቅ ከምዕራብ እንደሚርቅ መተላለፋችንን ከእኛ አርቆአል።" **16. የእግዚአብሔር ጸጋ በብሉይ ኪዳን:** - በብሉይ ኪዳን "ጸጋ" የሚለው ቃል በግልጽ ጥቅም ላይ ሊውል ባይችልም፣ የእግዚአብሔር ጸጋ እና ፍቅራዊ ደግነት ጽንስ-ሐሳብ በጠቅላላው አለ፣ ይህም እግዚአብሔር ለሕዝቡ ባለው ምሕረት ታሪክ ውስጥ እንደሚታየው . - *የመጽሐፍ ቅዱስ ጥቅስ:* ዘጸአት 34:6 "በሙሴም ፊት አለፈ:- ጌታ እግዚአብሔር መሐሪና ይቅር ባይ አምላክ፤ ከቍጣ የራቀ ምሕረትና ታማኝነት የበዛ ነው።" * **17. የንስሐ ሚና:** - ንስሐ ከጸጋ ጋር ብዙ ጊዜ የተቆራኘ ነው። ከኃጢአት መራቅንና በጸጋው የሚሰጠውን የእግዚአብሔርን ይቅርታ መጠየቅን ያካትታል። - *የመጽሐፍ ቅዱስ ጥቅስ:* የሐዋርያት ሥራ 3:19 "እንግዲህ ንስሐ ግቡ ወደ እግዚአብሔርም ተመለሱ ኃጢአታችሁም ይደመሰስ ዘንድ ከጌታም የመጽናናት ጊዜ ይመጣላችሁ።" **18. ጸጋ ለሰው ሁሉ :**

እግዚአብሔር የሁሉንም መዳን ፍላጎት ያጎላል። - *የመጽሐፍ ቅዱስ ጥቅስ:* 1ኛ ወደ ጢሞቴዎስ 2:3-4 "ይህ መልካም ነው፤ ሰዎችም ሁሉ ሊድኑና እውነትን ወደ ማወቅ ሊደርሱ የሚወድ አምላካችንን መድኃኒታችን ደስ የሚያሰኘው ነው።" **19. ጸጋ እንደ የመጽናናት ምንጭ:** - በፈተና እና በችግር ጊዜ፣ የእግዚአብሔርን ጸጋ መረዳቱ መጽናናትን እና ማረጋገጫን ይሰጣል፣ አማኞች የማይጠፋውን የእግዚአብሔርን ፍቅር ያስታውሳሉ። - *የመጽሐፍ ቅዱስ ጥቅስ:* 2ኛ ቆሮንቶስ 1:3-4 " የርኅራኄ አባት

የመጽናናትም ሁሉ አምላክ የሆነው የጌታችን የኢየሱስ ክርስቶስ አምላክና አባት ይከበር ይመስገን፤ በመከራችንም ሁሉ የሚያጽናናን፤ እኛ ራሳችን ከእግዚአብሔር በምንቀበለው መጽናናት በመከራ ሁሉ ያሉትን ማጽናናት እንችላለን፡፡ **20. የመቅረብ ግብዣ:** - ጸጋ ግለሰቦች ፍቅሩን እና ምህረቱን እንደሚያገኙ በማወቅ በልበ ሙሉነት ወደ እግዚአብሔር እንዲቀርቡ ይጋብዛል፡፡ - *የመጽሐፍ ቅዱስ ጥቅስ:* ዕብራውያን 10:22 "በቅን ልብ እምነትም ወደሚያመጣ ፍጹም እምነት ወደ እግዚአብሔር እንቅረብ ከበደለኛ ሕሊናም ያነጻን ዘንድ ልባችንን በመርጨት ሰውነታችንንም ታጥበን እንቅረብ፡፡ **21. ጸጋ እና የዘላለም ሕይወት:** - ጸጋ ከዘላለም ሕይወት ተስፋ ጋር የተቆራኘ ነው፡፡ በእግዚአብሔር ጸጋ አማኞች ዘላለማዊነትን በእርሱ ፊት የማሳለፍ ተስፋ አላቸው፡፡ - *የመጽሐፍ ቅዱስ ጥቅስ:* ቲቶ 1:2" የማይዋሽ እግዚአብሔር ከዘመናት በፊት ተስፋ በሰጠው የዘላለም ሕይወት ተስፋ፡፡" የእግዚአብሔር ጸጋ፣ ጸጋ፣ በክርስትና ውስጥ ጥልቅ እና ብዙ ገጽታ ያለው ጽንሰ-ሐሳብ ነው፡፡ ይቅርታን፣ ፍቅርን፣ ምህረትን እና የዘላለም ህይወት ማረጋገጫን ያጠቃልላል፡፡ የእግዚአብሔርን ጸጋ መረዳት እና መቀበል የክርስትና እምነት ማዕከላዊ ነው፣ እና እግዚአብሔር ለሰው ልጆች ያለውን የማያልቅ ፍቅር እንደ ኃይለኛ ማሳሰቢያ ሆኖ ያገለግላል፡፡ "በእምነት ብቻ መጽደቅ" በክርስትና ውስጥ በተለይም በፕሮቴስታንት ወጎች ውስጥ ቁልፍ የስነ-መለኮታዊ ትምህርት ነው፡፡ አንድ ሰው ጻድቅ ተብሎ የሚጠራው እና ከእግዚአብሔር ጋር የሚታረቀው በኢየሱስ ክርስቶስ በማመን ብቻ እንደሆነ፣ ምንም ዓይነት በሰው ሥራ ወይም ብቃቶች ላይ ሳይደገፍ መሆኑን ያጎላል፡፡

8.2- በእምነት ብቻ መጽደቅ

መጽደቅ በእምነት ብቻ **1. በእምነት ብቻ የመጽደቅ ምንነት:** - በእምነት ብቻ መጽደቅ ድነት የእግዚአብሔር ስጦታ እንደሆነ ያስተምራል፤ ይህም በኢየሱስ ክርስቶስ በመስቀል ላይ ባቀረበው የኃጢያት ክፍያ መስዋዕት እምነት የተቀበለ ነው። በመልካም ሥራ ወይም በግል ጽድቅ አይገኝም። - *የመጽሐፍ ቅዱስ ጥቅስ:* ወደ ሮሜ ሰዎች 3:28 "ሰው ከሕግ ሥራ ውጭ በእምነት እንዲጸድቅ እንጠብቃለንና።" **2. ታሪካዊ ዳራ:** - ይህ አስተምህሮ በ16ኛው ክፍለ ዘመን በፕሮቴስታንት ተሐድሶ ውስጥ ትልቅ ሚና ተጫውቷል። በተሀድሶው ውስጥ ቁልፍ ሚና የነበረው ማርቲን ሉተር፤ እምነት ብቻውን ያጸድቃል የሚለውን ሃሳብ አጽንኦት ሰጥቶታል፤ እናም ይህ እምነት በብዙ የፕሮቴስታንት ቤተ እምነቶች ውስጥ መሰረታዊ መርህ ሆነ። **3. ከእግዚአብሔር ጸጋ ጋር ያለው ግንኙነት:** - በእምነት ብቻ መጽደቅ ከእግዚአብሔር ጸጋ ጽንስ-ሐሳብ ጋር በጥብቅ የተቆራኘ ነው። ጸጋ የደኅንነት ምንጭ ነው፤ እናም እምነት ግለሰቦች ያንን ጸጋ የሚያገኙበት መንገድ ነው። - *የመጽሐፍ ቅዱስ ጥቅስ:* ኤፌሶን 2:8-9 "በእምነት ድናችኋልና በጸጋው ድናችኋልና፤ ይህም የእግዚአብሔር ስጦታ ነው እንጂ ከእናንተ አይደለም፤ ስለዚህም ከሥራ አይደለም። **4. የእምነት አግላይነት:** - ይህ አስተምህሮ በክርስቶስ ላይ ያለውን እምነት ለደህንነት አግላይ መሆኑን ያረጋግጣል። የትኛውም ያህል መልካም ሥራ ወይም ሃይማኖታዊ ሕግጋትን ማክበር መዳንን ሊያስገኝ እንደማይችል ያስተምራል። የሚገኘው በኢየሱስ በማመን ብቻ ነው። - *የመጽሐፍ ቅዱስ ጥቅስ:* ዮሐ 14:6 "ኢየሱስም መልሰ እኔ መንገድና እውነት ሕይወትም ነኝ በእኔ በቀር ወደ አብ የሚመጣ የለም" **5 ከሀጋዊነት

ነፃ መውጣት:** - በእምነት ብቻ መጽደቅ አማኞችን ከህጋዊ የመዳን አካሄድ ነፃ ያወጣል። ድነት የእግዚአብሔር ነፃ ስጦታ እንጂ በሰው ጥረት የሚገኝ እንዳልሆነ አጽንዖት ይሰጣል።

6. የመዳን ዋስትና:

ይህንን ትምህርት የተቀበሉ አማኞች ብዙውን ጊዜ በመዳናቸው ውስጥ ጥልቅ የሆነ የማረጋገጫ ስሜት ያገኛሉ። በክርስቶስ ላይ ያላቸው እምነት በእግዚአብሔር ፊት ያላቸውን አቋም እንደሚያረጋግጥላቸው ያምናሉ። - *የመጽሐፍ ቅዱስ ጥቅስ:* 1ኛ ዮሐንስ 5፡13 "የዘላለም ሕይወት እንዳላችሁ ታውቁ ዘንድ በእግዚአብሔር ልጅ ስም ለምታምኑ ይህን እጽፍላችኋለሁ።"

7. ቀጣይነት ያለው ቅድስና: - እምነት ብቻውን የሚያጸድቅ ቢሆንም፣ ብዙ ጊዜ ይማራል፣ እውነተኛ እምነት የተለወጠ ሕይወት እና ቀጣይነት ያለው ቅድስና እንደሚያመጣ፣ አማኞች ከክርስቶስ ጋር በሚመሳሰሉበት ያድጋሉ። - *የመጽሐፍ ቅዱስ ጥቅስ:* ፊልጵስዩስ 2፡12-13 "ስለዚህ፥ ወዳጆቼ ሆይ፥ ሁልጊዜ እንደ ታዘዛችሁ፥ በፊቴ ብቻ ሳይሆን ይልቁን አሁን በሌለሁበት ጊዜ፥ በፍርሃትና መዳናችሁን ፈጽሙ። በመንቀጥቀጥና በመንቀጥቀጥ በእናንተ ውስጥ የሚሠራው እግዚአብሔር በጎ ዓላማውን እንዲፈጽም መፈለግና ማድረግ ነው።

8. በፕሮቴስታንት ቤተ እምነቶች መካከል ያለው አንድነት: - በእምነት ብቻ የመጽደቅ አስተምህሮ በተለያዩ የፕሮቴስታንት ቤተ እምነቶች መካከል አንድ የሚያደርጋቸው ቲዮሎጂካል ጽንስ-ሀሳብ ነው፣ ስለ ድነት በእምነታቸው እንደ አንድ የጋራ ከር ሆኖ ያገለግላል። ይህ አስተምህሮ የክርስቶስ የመስቀል ስራ በቂ መሆኑ እና የእግዚአብሔርን ፀጋ እና ይቅርታ የመቀበል ዘዴ መሆኑ በማጉላት የክርስትና ስነ-መለኮት የማዕዘን ድንጋይ ሆኖ ቆይቷል። በክርስትና ውስጥ የስነ-መለኮታዊ ውይይት እና ነጸብራቅ ርዕስ ሆኖ ቀጥሏል።

9። የተሐድሶ ልዩነት፡- - በእምነት ብቻ መጽደቅ፣ ብዙ ጊዜ "ሶላ ፊዴ" እየተባለ ይገለጻል፣ በፕሮቴስታንታዊ ተሐድሶ ጊዜ ከተፈጠሩት አምስት "ሶላዎች" አንዱ ነው። ማርቲን ሉተርን እና ጆን ካልቪንን ጨምሮ የተሐድሶ አራማጆች ይህንን ትምህርት በጊዜው በካቶሊክ ቤተ ክርስቲያን ውስጥ እንደ በደልና የተዛባ የደኅንነት ትርጓሜ አድርገው ለሚመለከቱት ምላሽ ይደግፉታል። **10. በሥራ ሳይሆን፡-** - ይህ አስተምህሮ ድነት የሚገኘው በሰው ሥራ ወይም በሃይማኖታዊ ሥርዓቶች ሳይሆን በኢየሱስ ክርስቶስ በማመን ብቻ መሆኑን ያረጋግጣል። የእግዚአብሔር ፀጋ ያለ ምንም የሰው ጥቅም በነጻ እንደሚቀበል አበክሮ ይናገራል። - *የመጽሐፍ ቅዱስ ጥቅስ፡* ወደ ሮሜ ሰዎች 4:5 "ነገር ግን ለማይሰራ፥ ኃጢአተኛውንም በሚያጸድቅ በእግዚአብሔር ለሚታመን፥ እምነቱ ጽድቅ ሆኖ ይቆጠርለታል።"

**11. አብርሃም ምሳሌ፡-*

አዲስ ኪዳን አብርሃምን በእምነት ብቻ የመጽደቅ ምሳሌ አድርጎ ይጠቅሳል። አብርሃም በእግዚአብሔር ተስፋ ላይ ያለው እምነት እንደ ጽድቅ ተቆጠረ። - *የመጽሐፍ ቅዱስ ጥቅስ፡* ወደ ሮሜ ሰዎች 4:3 "አብርሃምም እግዚአብሔርን አመነ ጽድቅም ሆኖ ተቆጠረለት" **12. እምነት እንደ መሳሪያ፡** - እምነት ግለሰቦች የክርስቶስን ጽድቅ የሚይዙበት መሳሪያ ሆኖ ይታያል። በራሱ ሥራ ሳይሆን አማኞች የሚጸድቁበት መንገድ ነው። - *የመጽሐፍ ቅዱስ ጥቅስ፡* ገላ 2:16 " ሰው በኢየሱስ ክርስቶስ በማመን እንዲጸድቅ እንጂ በሕግ ሥራ እንዳይሆን እወቅ። እኛም ደግሞ እምነትን እንድንጠል በክርስቶስ ኢየሱስ አመንናል። በሕግ ሥራ ሳይሆን በክርስቶስ በማመን ትጸድቁ ዘንድ ማንም በሕግ ሥራ ስለማይጸድቅ ነው። **13. ጸጋ ፕላስ(ሲደመር) ምንም፡-** - በእምነት ብቻ መጽደቅ፣ በእምነት ብቻ የተገኘ ጸጋ ብቻውን ለመዳን በቂ እንደሆነ ያነሳል። በክርስቶስ ለእግዚአብሔር የጸጋ

ሥራ ምንም መጫጫመር አያስፈልግም:: **14. በእግዚአብሔር ተስፋዎች ላይ መተማመን:** - ይህንን ትምህርት የተቀበሉ አማኞች በእግዚአብሔር የመዳን ተስፋዎች ላይ እምነት አላቸው:: የእግዚአብሔር የጽድቅ ማወጅ በእራሱ አፈጻጸም ሳይሆን በእሱ ታማኝነት ላይ የተመሰረተ እንደሆነ ያምናሉ:: - *የመጽሐፍ ቅዱስ ጥቅስ:* ፊልጵስዩስ 3:9

8-9: አዎን፤ በእውነት ከሁሉ ይልቅ ስለሚበልጥ ስለ ክርስቶስ ኢየሱስ ስለ ጌታዬ እውቀት ነገር ሁሉ ጉዳት እንዲሆን እቆጥራለሁ፤ ስለ እርሱ ሁሉን ተጎዳሁ፤ ክርስቶስንም አገኝ ዘንድ፤ በክርስቶስም በማመን ያለው ጽድቅ ማለት በእምነት ከእግዚአብሔር ዘንድ ያለው ጽድቅ እንጂ ከሕግ ለእኔ ያለው ጽድቅ ሳይሆንልኝ፤ በእርሱ እገኝ ዘንድ ሁሉን እንደ ጉድፍ እቆጥራለሁ፤ **15. የወንጌል ስርጭት መሰረት:** - በእምነት ብቻ መጽደቅ ለወንጌል አገልግሎት ግልጽ እና ቀላል መልእክት ይሰጣል:: ያለፈ ዘመናቸው ምንም ይሁን ምን በክርስቶስ ለሚያምኑ ሁሉ መዳን እንደሚገኝ አጽንአት ይሰጣል:: - *የመጽሐፍ ቅዱስ ጥቅስ:* ወደ ሮሜ ሰዎች 10:9 "ኢየሱስ ጌታ ነው ብለህ በአፍህ ብትናገር እግዚአብሔርም ከሙታን እንዳስነሣው በልብህ ብታምን ትድናለህና" **16. በእግዚአብሔር ጋ መደሰት:** - ይህንን ትምህርት የተረዱ እና የተቀበሉት ብዙ ጊዜ በእግዚአብሔር ጋ ይደሰታሉ:: እግዚአብሔርን የደኅንነት ምንጭ አድርገው ያዩታል እና ኃጢአተኞችን በእምነት የሚያጸድቅ ነው:: - *የመጽሐፍ ቅዱስ ቁጥር:* ሮሜ 5:1-2

እንግዲህ በእምነት ከጸደቅን በእግዚአብሔር ዘንድ በጌታችን በኢየሱስ ክርስቶስ ሰላም አደረግን፤ በእርሱም በእርሱ አሁን ወደ ቆምንበት ወደዚህ ጸጋ በእምነት መግባትን አግኝተናል::" የእግዚአብሔርን ጸጋ የደኅንነት ስጦታ በመቀበል የእምነት ማዕከላዊ ሚና አጉልቶ ያሳያል: የእግዚአብሔርን የማይገባ

ሞገስ አጽንዖት ይሰጣል እና ክርስቶስ በመስቀል ላይ ለኃጢአት ይቅርታ የሰራው ሥራ በቂ መሆኑን ለማስታወስ ያገለግላል።

9. ጥምቀት እና አዲስ ሕይወት

ጥምቀት እና አዲስ ሕይወት "ጥምቀት እና አዲስ ሕይወት" በክርስትና ውስጥ ጉልህ የሆነ ሥነ-መለኮታዊ ጽንሰ-ሐሳብ ነው, እሱም የመንፈሳዊ ዳግም መወለድን እና ወደ ክርስትና እምነት መነሳሳትን የሚያመለክት ነው. የዚህ ጽንሰ-ሐሳብ ዳሰሳ በዚህ ምዕራፍ ውስጥ በጥልቀት እናያለን። **1. የውሃ ጥምቀት እንደ ምሳሌ:** - የውሃ ጥምቀት የመጠመቅ፣ የመርጨት ወይም የውሃ ማፍሰስ ምሳሌያዊ ተግባር ሲሆን ይህም እንደ ባህሉ ሲሆን ይህም አንድ ሰው ከኢየሱስ ክርስቶስ ሞት፣ መቃብር እና ትንሳኤ ጋር ያለውን ማንነት የሚወክል ነው። - *የመጽሐፍ ቅዱስ ጥቅስ:* ወደ ሮሜ ሰዎች 6:4 "እንግዲህ ክርስቶስ በአብ ክብር ከሙታን እንደ ተነሣ እኛም በአዲስ ሕይወት እንድንመላለስ ከሞቱ ጋር አንድ እንሆን ዘንድ በጥምቀት ከእርሱ ጋር ተቀበርን።." **2. ንጽህና እና ይቅርታ:** - ጥምቀት በኢየሱስ ክርስቶስ በማመን የኃጢአትን መንጻትና ይቅርታን ያመለክታል። እሱ ይቅር የተባለለት እና የታረቀ የክርስቶስ ተከታይ ሆኖ የአንድን ሰው አዲስ ሕይወት መጀመሪያ ያመለክታል። - *የመጽሐፍ ቅዱስ ጥቅስ:* የሐዋርያት ሥራ 22:16 "አሁንስ ምን ትጠብቃለህ? **3. መታደስ እና መታደስ:** - ጥምቀት ብዙ ጊዜ ከመንፈሳዊ መታደስ እና መታደስ ጋር የተያያዘ ነው። አንድ ሰው በመንፈስ ቅዱስ ሥራ ዳግመኛ መወለዱን እና አዲስ ተፈጥሮን መቀበሉን ያመለክታል። *የመጽሐፍ ቅዱስ ጥቅስ:* ቲቶ 3:5 "ያዳነን ስላደረግነው ስለ ጽድቅ አይደለም፤ ስለ ምሕረቱ እንጂ ለአዲስ ልደት በሚሆነው መታጠብና በመንፈስ ቅዱስ በመታደስ አዳነን።" **4. ሀዝባዊ የእምነት ሙያ:** - ጥምቀት አንድ ሰው በኢየሱስ ክርስቶስ ላይ ያለውን እምነት በይፋ እንደመግለጽ ያገለግላል።

ክርስቶስን ለመከተል እና የክርስቲያን ማህበረሰብ አካል ለመሆን መሰጠትን ያመለክታል። - *የመጽሐፍ ቅዱስ ቁጥር:* ማቴዎስ 28:19 20

"እንግዲህ ሂዱና አሕዛብን ሁሉ በአብ በወልድና በመንፈስ ቅዱስ ስም እያጠመቃችኋቸው ያዘዝኋችሁንም ሁሉ እንዲጠብቁ እያስተማራችኋቸው ደቀ መዛሙርት አድርጓቸው።" **5. ከክርስቶስ ጋር አንድነት:** - ጥምቀት አማኝ ከክርስቶስ ጋር ያለውን አንድነት ያመለክታል። እሱ በክርስቶስ ሞት እና ትንሳኤ የአማኙን ተሳትፎ የሚያንፀባርቅ ሲሆን ይህም ከእርሱ ጋር የጋራ ህይወትን ያሳያል። - *የመጽሐፍ ቅዱስ ጥቅስ:* ገላ 3:27 "ከክርስቶስ ጋር አንድ ትሆኑ ዘንድ የተጠመቃችሁ ሁሉ ክርስቶስን ለብሳችኋልና።"

6. በክርስቶስ አዲስ ፍጥረት: - ጥምቀት የአማኙን በክርስቶስ ወደ አዲስ ፍጥረት መለወጥን ይወክላል። አሮጌውን የሕይወት መንገድ ትቶ በክርስቶስ አዲስ ሕይወትን መቀበልን ያመለክታል። - *የመጽሐፍ ቅዱስ ጥቅስ:* 2ኛ ወደ ቆሮንቶስ ሰዎች 5:17 "ስለዚህ ማንም በክርስቶስ ቢሆን አዲስ ፍጥረት መጥቶአል፤ አሮጌው ነገር አልፎአል፤ አዲሱም በዚህ አለ።" **7. የክርስቲያን ጉዞ መጀመር:** - ጥምቀት በክርስቲያናዊ ጉዞ ውስጥ እንደ መጀመሪያ ደረጃ ይታያል። የእድሜ ልክ የዕድገት፤ የደቀመዝሙርነት እና የእምነቱ ሂደት ጅምር ነው። **8. የተለያዩ ክርስቲያናዊ ወጎች:** - የጥምቀት ልምምዶች በክርስቲያናዊ ወጎች ሊለያዩ ይችላሉ። አንዳንዶቹ ሕፃናትን ያጠምቃሉ፤ ሌሎች ደግሞ የአማኞችን ጥምቀት ይለማመዳሉ፤ ይህም የሚተገበረው በግል የእምነት ኑዛዜ ለሚያደርጉት ነው። **9. የመንፈስ ቅዱስ ጥምቀት:** - ከውኃ ጥምቀት በተጨማሪ አንዳንድ የክርስትና ወጎች የመንፈስ ቅዱስን ጥምቀት ያነሳሉ ይህም የመንፈስ ቅዱስን በአማኙ ሕይወት ውስጥ ማደሩን የሚያመለክት ሲሆን ይህም ለክርስቲያናዊ ኑሮ እና አገልግሎት ኃይል ይሰጣል። በክርስቶስ ጥምቀት እና አዲስ ሕይወት የአማኙን ከክርስቶስ ሞት እና

ትንሣኤ ጋር መታወቂያን፣ የኃጢአትን ስርየት እና ወደ አዲስ ፍጥረት መለወጡን የሚያመለክቱ የክርስትና እምነት ዋና አካላት ናቸው። ይህ ጥልቅ የእምነት ተግባር እና ኢየሱስን ለመከተል እና በትምህርቱ መሰረት ለመኖር ያለውን ቁርጠኝነት የሚያሳይ የሚታይ ነው። **10። የእግዚአብሔር ቃል ኪዳን ምልክት:** - ጥምቀት ብዙውን ጊዜ እግዚአብሔር ከሕዝቡ ጋር የገባው ቃል ኪዳን ምልክት ሆኖ ይታያል። ግርዘት በብሉይ ኪዳን የቃል ኪዳን ምልክት እንደሆነ ሁሉ ጥምቀትም በክርስቶስ ላለው የአዲስ ኪዳን ምልክት ነው። - *የመጽሐፍ ቅዱስ ቁጥር:* ቆላስይስ 2:11-12

" በሰው እጅ ባልተደረገ መገረዝ በእርሱ ሆናችሁ ደግሞ ተገረዛችሁ በክርስቶስም በተገረዛችሁ ጊዜ በሥጋ መገዛታችሁ ሁሉ ተወግዶአልና በጥምቀትም ከእርሱ ጋር ተቀብራችሁ በእርሱም ደግሞ ከእርሱ ጋር ተነሣችሁ። ከሙታን ባስነሣው በእግዚአብሔር ሥራ ላይ ያለህ እምነት። **11. ወደ ክርስቶስ አካል መቀላቀል:** - ጥምቀት የግለሰቦችን ወደ ክርስቶስ አካል፣ ቤተክርስቲያን መቀላቀልን ያመለክታል። በአማኞች መካከል ያለውን አንድነት እና ከትልቅ የክርስቲያን ማህበረሰብ ጋር ያላቸውን ግንኙነት ይወክላል። - *የመጽሐፍ ቅዱስ ጥቅስ:* 1ኛ ቆሮንቶስ 12:13 "አይሁድ ብንሆን አሕዛብ ብንሆን ባሪያም ብንሆን ጨዋ ሰው ብንሆን አንድ አካል እንድንሆን በአንድ መንፈስ ተጠምቀናል ሁላችን አንድ መንፈስ እንድንጠጣ ተሰጠን። " **12. የመታዘዝ እርምጃ:** - ጥምቀት ለክርስቶስ ትእዛዝ የመታዘዝ እርምጃ ተደርጎ ይወሰዳል። አማኞች እንደ እምነት እና የኢየሱስ ትምህርቶች መታዘዝ እንዲጠመቁ ይበረታታሉ። - *የመጽሐፍ ቅዱስ ጥቅስ:* የማቴዎስ ወንጌል 3: 13-15 "ኢየሱስም በዮሐንስ ሊጠመቅ ከገሊላ ወደ ዮርዳኖስ መጣ። ዮሐንስ ግን:— እኔ በአንተ ልጠመቅ ያስፈልገኛል ብሎ ሊከለክለው ሞከረ። ወደ እኔ

ትመጣለህ? ኢየሱስም መልሶ:- አሁንስ ይሁን፤ ጽድቅን ሁሉ መፈጸም ዘንድ ይህን እናደርግ ዘንድ ይገባናል: አለ::"

13. መታጠብና መታደስ:- - ጥምቀት ብዙውን ጊዜ ከመታጠብ ወይም ከመንጻት ጋር ይመሳሰላል ይህም የአማኙን ልብ እና ሕይወት መታደስን ያመለክታል:: የኃጢአትን ሕይወት ትተን የእግዚአብሔርን ጸጋ ለመቀበል እንደ እድል ሆኖ ይታያል:: - *የመጽሐፍ ቅዱስ ጥቅስ:* የሐዋርያት ሥራ 2:38 ጴጥሮስም መልሶ:— ንስሐ ግቡና ኃጢአታችሁ ይሰረይ ዘንድ እያንዳንዳችሁ በኢየሱስ ክርስቶስ ስም ተጠመቁ:: የመንፈስ ቅዱሱንም ስጦታ ትቀበላላችሁ:: '" **14. በክርስቶስ ሞት እና ትንሣኤ መካፈል:** - ጥምቀት አማኝ በክርስቶስ ሞት እና ትንሣኤ ያለውን ተሳትፎ ያሳያል:: ከውኃ በታች መሄድ ለአሮጌው ሰው መሞትን ያሳያል ከውኃ መውጣት ደግሞ በክርስቶስ አዲስ ሕይወትን ያሳያል:: - *የመጽሐፍ ቅዱስ ጥቅስ:* ሮሜ 6:3-4 "ወይስ ከክርስቶስ ኢየሱስ ጋር አንድ እንሆን ዘንድ የተጠመቅን ሁላችን ከሞቱ ጋር አንድ እንሆን ዘንድ እንደ ተጠመቅን አታውቁምን? ስለዚህ ከሞቱ ጋር አንድ እንሆን ዘንድ በጥምቀት ከእርሱ ጋር ተቀበርን ክርስቶስ በአብ ክብር ከሙታን እንደ ተነሣ እኛም በአዲስ ሕይወት እንድንመላለስ ነው:: **15. የማንነት ማስታወሻ:**

ጥምቀት የአንድ አማኝ በክርስቶስ ያለውን ማንነት እንደ ቋሚ ማሳሰቢያ ሆኖ ያገለግላል:: ግለሰቦች በእምነታቸው እንዲኖሩ እና በአዲስ ህይወት እንዲራመዱ ያበረታታል:: - *የመጽሐፍ ቅዱስ ጥቅስ:* ገላ 3:26-27 "እንግዲህ በእምነት በኩል ሁላችሁ በክርስቶስ ኢየሱስ የእግዚአብሔር ልጆች ናችሁ፤ ከክርስቶስ ጋር አንድ ትሆኑ ዘንድ የተጠመቃችሁ ሁሉ ክርስቶስን ለብሳችኋልና::" **16. ለክርስቲያናዊ ሕይወት መዘጋጀት:-** - ጥምቀት ብዙውን ጊዜ የክርስቲያን ሕይወት ጉዞ መጀመሪያ ሆኖ ይታያል:: ግለሰቦች በእምነታቸው እንዲያድጉ፤ በደቀመዝሙርነት እንዲሳተፉ እና በክርስቲያናዊ

መርሆዎች እንዲኖሩ ያዘጋጃል። ጥምቀት በክርስትና ውስጥ ጥልቅ የሆነ ቅዱስ ቁርባን ነው፤ እሱም የመንፈሳዊ ዳግም መወለድን፣ የኃጢያትን ስርየት እና በአማኞች ማህበረሰብ ውስጥ መነሳሳትን የሚያመለክት ነው። ጥልቅ ሥነ-መለኮታዊ ጠቀሜታ ያለው እና ክርስቶስን ለመከተል እና የክርስትናን እምነት መርሆዎች በአዲስ እና በተለወጠ መንገድ ለመምራት ቁርጠኝነትን ይወክላል።
17። ጥምቀት እንደ የእምነት ተግባር: - ጥምቀት ግለሰቦች በኢየሱስ ክርስቶስ ጌታ እና አዳኛቸው ላይ ያላቸውን እምነት በአደባባይ የሚገልጹበት የእምነት ተግባር ተደርጎ ይወሰዳል። ክርስቶስን ለመከተል ነቅቶ መወሰንን ያመለክታል። - *የመጽሐፍ ቅዱስ ጥቅስ:* ማር 16:16 "ያመነ የተጠመቀም ይድናል ያላመነ ግን ይፈረድበታል።" **18. የንስሐ ሚና:-** - ጥምቀት ብዙውን ጊዜ የንስሐ ጊዜን ይከተላል፤ ይህም ግለሰቦች ከኃጢአው አኗኗራቸው የሚመለሱበት እና የክርስቶስን ይቅርታ እና ለውጥ የሚቀበሉበት ነው። - *የመጽሐፍ ቅዱስ ጥቅስ:* የሐዋርያት ሥራ 2:38 ጴጥሮስም መልሶ:— ንስሐ ግቡና ኃጢአታችሁ ይሰረይ ዘንድ እያንዳንዳችሁ በኢየሱስ ክርስቶስ ስም ተጠመቁ። የመንፈስ ቅዱሱንም ስጦታ ትቀበላላችሁ። '" **19 ጥምቀት እና መንፈስ ቅዱስ:** - አንዳንድ የክርስትና ወጎች በጥምቀት እና መንፈስ ቅዱስን በመቀበል መካከል ያለውን ግንኙነት ያጎላሉ። በጥምቀት አማኞች የመንፈስ ቅዱስን ኃይል እንደሚያገኙ ይታመናል። - *የመጽሐፍ ቅዱስ ጥቅስ:* የሐዋርያት ሥራ 2:4 "በሁሉም መንፈስ ቅዱስ ሞላባቸው፤ መንፈስም እንደ ሰጣቸው በሌላ ልሳኖች ይናገሩ ጀመር።"

20. በአንድ ጉዞ ውስጥ ትልቅ ምዕራፍ:

ጥምቀት በአማኝ መንፈሳዊ ጉዞ ውስጥ ብዙ ጊዜ እንደ አንድ ምዕራፍ ይቆጠራል። አንድ ሰው እምነቱን በይፋ የተቀበለበት እና በክርስቲያናዊ አካሄዳቸው መኖር የጀመረበትን ነጥብ ያመለክታል። **21. የጋራ ልምድ:** - ጥምቀት በአማኞች መካከል የጋራ ልምድ ነው። ብዙ ክርስቲያኖች የራሳቸውን ጥምቀት እንደ ጉልህ የለውጥ ጊዜያት እና ለክርስቶስ የተሰጠ ቁርጠኝነትን ያስታውሳሉ። **22. አዲስ አማኞችን መቀበል:** - ጥምቀት አዲስ አማኞችን ወደ ክርስቲያኑ ማህበረሰብ የምንቀበልበት መንገድ ነው። ግለሰቦች አሁን የእምነት ቤተሰብ አካል መሆናቸውን ያመለክታል። **23. የተለያዩ የጥምቀት ዓይነቶች:** - የውሃ ጥምቀት በጣም የተለመደ ቢሆንም፤ የተለያዩ ክርስቲያናዊ ወጎች መጠመቅን፣ ማፍሰስን ወይም መርጨትን ጨምሮ በተለያዩ መንገዶች ጥምቀትን ሊለማመዱ ይችላሉ። እነዚህ ልምምዶች የተለየ ሥነ-መለኮታዊ ጠቀሜታ ሊይዙ ይችላሉ። **24. ቀጣይነት ያለው እድገት:** - ጥምቀት ቀጣይነት ያለው መንፈሳዊ እድገትና እድገት መነሻ ነው። የአንድን ሰው እምነት የመማር፤ የማደግ እና የመኖር ጉዞ መጀመሪያን ያመለክታል። **25. ሥነ-መለኮታዊ ጠቀሜታ:** - ጥምቀት ጥልቅ ሥነ-መለኮታዊ ጠቀሜታ አለው፤ ይህም አማኙን ከክርስቶስ ሞትና ትንሣኤ ጋር መታወቂያን፣ የኃጢያትን መታጠብ እና በክርስቶስ ያለውን የአዲስ ሕይወት ማረጋገጫ የሚወክል ነው። **26. ጥምቀት እና ቁርባን:** - በአንዳንድ የክርስቲያን ወጎች፤ ጥምቀት ከነብረት ወይም ከጌታ እራት ልምምድ ጋር በቅርበት የተሳሰረ ነው። ሁለቱም የክርስቶስን የማዳን ሥራ የማስታወስ እና የመሳተፍ ዘዴዎች ተደርገው ይታያሉ። **27. ጥምቀት እንደ በዓል:** ጥምቀት በክርስቲያን ማህበረሰቦች ውስጥ ብዙ ጊዜ በደስታ ይከበራል። ይህ በተጠመቀው ሰው አዲስ ሕይወት እና ቁርጠኝነት የደስታ ጊዜ ነው። ጥምቀት በክርስትና ውስጥ ጥልቅ መንፈሳዊ እና

ሥነ-መለኮታዊ ትርጉም ያለው ማዕከላዊ ቅዱስ ቁርባን ነው፡፡ እሱም የመንፈሳዊ ዳግም መወለድን፣ የጥጢያትን ስርየት እና ወደ ክርስትና እምነት ማህበረሰብ መነሳሳትን ያመለክታል፡፡ አማኝ ክርስቶስን ለመከተል እና እምነታቸውን በተለወጠ መንገድ ለመኖር ያላቸውን ቁርጠኝነት የሚያመለክተው ግላዊ እና የጋራ የእምነት ተግባር ነው፡፡ በክርስትና ውስጥ ያለው የጥምቀት ተምሳሌት እና አስፈላጊነት ጥልቅ ነው፤ ይህም መንፈሳዊ ዳግም መወለድን፣ የጥጢአት ይቅርታን እና ወደ ክርስትና እምነት ማህበረሰብ መቀላቀልን የሚወክል ነው፡፡

9.1 የጥምቀት ምሳሌ እና አስፈላጊነት

የጥምቀት ምሳሌ እና አስፈላጊነት **1. የሞትና የትንሣኤ ምልከት:** ጥምቀት የአማኙን ከኢየሱስ ክርስቶስ ሞት፣ መቃብር እና ትንሳኤ ጋር መታወቂያን ያመለክታል፡፡ ከውኃው በታች መዥድ የአሮጌው ሰው መቀበርን እና ለጥጢአት መሞትን የሚያመለክት ሲሆን ከውኃ መውጣት ደግሞ በክርስቶስ ወደ አዲስ ሕይወት መነሣትን ያመለክታል፡፡ - *የመጽሐፍ ቅዱስ ጥቅስ:* ወደ ሮሜ ሰዎች 6:4 "እንግዲህ ክርስቶስ በአብ ክብር ከሙታን እንደ ተነሣ እኛም በአዲስ ሕይወት እንድንመላለስ ከሞቱ ጋር አንድ እንሆን ዘንድ በጥምቀት ከእርሱ ጋር ተቀበርን፡፡ ." **2. ንጽህና እና ይቅርታ:-** - ጥምቀት ብዙውን ጊዜ ከጥጢአት መንጻት እና ይቅርታ ጋር የተያያዘ ነው፡፡ በውኃ የመታጠብ ተግባር የነፍስን መንጻት እና ያለፉ ጥጢአቶችን በክርስቶስ በማመን ይቅርታን ያመለክታል፡፡ - *የመጽሐፍ ቅዱስ ጥቅስ:* የሐዋርያት ሥራ 22:16 "አሁንስ ምን ትጠብቃለህ? **3. ወደ ቤተክርስቲያን መነሳሳት:** - ጥምቀት ወደ ክርስትና እምነት ማህበረሰብ ማለትም ወደ ቤተክርስቲያን መጀመሩን ያመለክታል. ከሌሎች አማኞች ጋር ያለውን አንድነት እና በእግዚአብሔር

ቤተሰብ ውስጥ መካተትን ይወክላል። - *የመጽሐፍ ቅዱስ ጥቅስ:* 1ኛ ቆሮንቶስ 12:13 "አይሁድ ብንሆን አሕዛብ ብንሆን ባሪያም ብንሆን ጨዋ ሰው ብንሆን አንድ አካል እንድንሆን በአንድ መንፈስ ተጠምቀናል ሁላችን አንድ መንፈስ እንድንጠጣ ተሰጠን። " **4. ህዝባዊ የእምነት ሙያ:** - ጥምቀት አንድ ሰው በኢየሱስ ክርስቶስ ጌታ እና አዳኝ ላይ ያለውን እምነት በይፋ እንደመግለጽ ያገለግላል። ክርስቶስን ለመከተል ያለውን ቁርጠኝነት የሚገልጽበት የሚታይ መንገድ ነው። - *የመጽሐፍ ቅዱስ ጥቅስ:* የማቴዎስ ወንጌል 28:19-20 "እንግዲህ ሂዱና አሕዛብን ሁሉ በአብ በወልድና በመንፈስ ቅዱስ ስም እያጠመቃችኋቸው ለእነዜም ሁሉ እንዲታዘዙ እያስተማራችኋቸው ደቀ መዛሙርት አድርጓቸው። **5. መታደስ እና መታደስ:** - ጥምቀት የመንፈሳዊ መታደስ እና መታደስን ያመለክታል። በመንፈስ ቅዱስ ሥራ የአማኙን አዲስ ልደት እና አዲስ ተፈጥሮን በመቀበል ይወክላል። - *የመጽሐፍ ቅዱስ ጥቅስ:* ቲቶ 3:5

" አዳነን ስላደረገነው ስለ ጽድቅ ሳይሆን እንደ ምሕረቱ ነው፤ ለዳግም ልደት መታጠብና በመንፈስ ቅዱስ በመታደስ አዳነን።" **6. ወደ ክርስቶስ መዋሃድ:** - ጥምቀት የአማኙን ከኢየሱስ ክርስቶስ አካል ጋር መቀላቀልን ያመለክታል። እሱም ከክርስቶስ ጋር አንድነት እና በህይወቱ እና በስራው ውስጥ መሳተፍን ያመለክታል. - *የመጽሐፍ ቅዱስ ጥቅስ:* ገላ 3:27 "ከክርስቶስ ጋር አንድ ትሆኑ ዘንድ የተጠመቃችሁ ሁሉ ክርስቶስን ለብሳችኋልና።" **7. የእምነት እና የመታዘዝ ስርዓት:** - ጥምቀት የእምነት እና የመታዘዝ ስርዓት ተደርጎ ይቆጠራል። አማኞች በዚህ ቅዱስ ቁርባን ውስጥ በእግዚአብሔር ተስፋዎች ላይ የመታመን መግለጫ እና ለክርስቶስ ትእዛዝ መታዘዝ ይሳተፋሉ።

8. ቀጣይነት ያለው መንፈሳዊ እድገት: - ጥምቀት የህይወት ዘመን የመንፈሳዊ እድገት እና ደቀመዝሙርነት ጉዞ መጀመሪያ ነው። አማኞች

በእምነታቸው እንዲበስሉ እና የክርስቶስን ትምህርት እንዲማፉ ያበረታታል፡፡

9. ከታላቁ ተልእኮ ጋር ያለው ግንኙነት: - ጥምቀት ከኢየሱስ ታላቅ ተልዕኮ ጋር የተያያዘ ነው፤ እሱም ደቀ መዛሙርቱን የሁሉንም ህዝቦች ደቀ መዛሙርት እንዲያደርጉ በአብ፣ በወልድ እና በመንፈስ ቅዱስ ስም እያጠመቃቸው ነው፡፡ ጥምቀት በክርስቲያናዊ ሥነ-መለኮት እና ልምምድ ውስጥ ማዕከላዊ ቦታ ይይዛል፤ ጥልቅ መንፈሳዊ እውነቶችን በማሳየት እና በእምነት ማህበረሰብ ውስጥ እንደ አስፈላጊ የመነሳሳት ሥርዓት ያገለግላል፡፡ ይህም የሚታይ እና የሚዳሰስ የአማኝ እምነት፣ ለክርስቶስ ያለው ቁርጠኝነት እና የእግዚአብሔርን ጸጋ በሕይወታቸው ውስጥ የሚቀይር ሥራ ነው፡፡ **10፡፡ እንደ እግዚአብሔር ልጆች መቀበል:** - ጥምቀት አማኙን ወደ እግዚአብሔር ቤተሰብ መቀበሉን ያመለክታል፡፡ ይህ የሚያመለክተው በክርስቶስ በማመን፣ ከዚህ ግንኙነት ጋር በመጡ ሁሉም መብቶች እና ኃላፊነቶች ግለሰቦች የእግዚአብሔር ልጆች ይሆናሉ፡፡ - *የመጽሐፍ ቅዱስ ጥቅስ:* ገላ 3:26-27 "እንግዲህ በእምነት በኩል ሁላችሁ በክርስቶስ ኢየሱስ የእግዚአብሔር ልጆች ናችሁ፤ ከክርስቶስ ጋር አንድ ትሆኑ ዘንድ የተጠመቃችሁ ሁሉ ክርስቶስን ለብሳችኋልና፡፡" **11. የእግዚአብሔር የተስፋዎች ማጎተም:** - ጥምቀት እንደ ማጎተም ወይም እግዚአብሔር ለአማኞች የገባው የተስፋ ቃል ምልክት ሆኖ ይታያል፡፡ የእግዚአብሔር ታማኝነት ከህዝቡ ጋር የገባውን ቃል ኪዳን በመፈጸም ያሳያል፡፡ - *የመጽሐፍ ቅዱስ ጥቅስ:* ኤፌሶን 1:13

" እናንተም ደግሞ የእውነትን ቃል እርሱም የመዳናችሁን ወንጌል በሰማችሁ ጊዜ በክርስቶስ ተካላችኋል፡፡ ባመናችሁ ጊዜ በእርሱ ማጎተም ታውቃላችሁ እርሱም የተስፋው መንፈስ ቅዱስ ነው፡፡"

   12. መንፈሳዊ ልደት: - ጥምቀት ብዙውን ጊዜ እንደ መንፈሳዊ ልደት ይገለጻል፡፡ አማኞች በመንፈስ ቅዱስ ዳግመኛ የተወለዱትን በክርስቶስ

አዲስ ሕይወት መጀመሩን ያመለክታል። - *የመጽሐፍ ቅዱስ ጥቅስ:* ዮሐ 3፡
5 "ኢየሱስም መለሰ:- እውነት እውነት እላችኋለሁ፤ ማንም ከውኃና ከመንፈስ
ካልተወለደ በቀር ወደ እግዚአብሔር መንግሥት ሊገባ አይችልም።" **13.
ክርስቶስን ለብሰው:** - ጥምቀት አማኞች የክርስቶስን ጽድቅ እንደለበሱ
ያሳያል። በክርስቶስ ፍጹም ጽድቅ የኃጢአት መሸፈኛን ያመለክታል። -
የመጽሐፍ ቅዱስ ጥቅስ: ገላ 3:27 "ከክርስቶስ ጋር አንድ ትሆኑ ዘንድ
የተጠመቃችሁ ሁሉ ክርስቶስን ለብሳችኋልና።" **14. የእምነት እና የንስሐ
እርምጃ:** - ጥምቀት ብዙውን ጊዜ በክርስቶስ ያለውን እምነት እና ከኃጢአት
ንስሐ መግባትን ይከተላል። አማኙን ከእግዚአብሔር ከሌለ ሕይወት
መመለሱን እና ለእግዚአብሔር ወደ ተሰጠው ሕይወት መመለሱን ይወክላል።
- *የመጽሐፍ ቅዱስ ጥቅስ:* የሐዋርያት ሥራ 2:38 ጴጥሮስም መለሰ:—
ንስሐ ግቡና ኃጢአታችሁ ይሰረይ ዘንድ እያንዳንዳችሁ በኢየሱስ ክርስቶስ ስም
ተጠመቁ። የመንፈስ ቅዱሱንም ስጦታ ትቀበላላችሁ። '" **15 በኪዳኑ
ማህበረሰብ ውስጥ ተሳትፎ:** - ጥምቀት በአማኞች የቃል ኪዳን ማህበረሰብ
ውስጥ መሳተፍን ያመለክታል። በክርስቲያናዊ ጉዞ ውስጥ ክርስቶስን ለመከተል
እና እርስ በርስ ለመደጋገፍ ያለውን የጋራ ቁርጠኝነት ያጎላል። - *የመጽሐፍ
ቅዱስ ጥቅስ:* 1ኛ ቆሮንቶስ 12:13 "አይሁድ ብንሆን አሕዛብ ብንሆን
ባሪያም ብንሆን ጨዋ ሰው ብንሆን አንድ አካል እንድንሆን በአንድ መንፈስ
ተጠምቀናል ሁላችን አንድ መንፈስ እንድንጠጣ ተሰጠን። "

    16. የሚዳስስ የጸጋ መግለጫ: - ጥምቀት የሚጨበጥ
የእግዚአብሔር ጸጋ ምሕረት መግለጫ ነው። እሱም የእግዚአብሔርን
ተነሳሽነት ወደ ሰው ዘር ለመድረስ፤ በክርስቶስ በኩል ድነትን ይሰጣል። **17.
የእግዚአብሔር ታማኝነት መታሰቢያ:** - ጥምቀት የእግዚአብሔርን

ታማኝነት ዘላቂ መታሰቢያ እና አማኝ በእግዚአብሔር ፈቃድ ለመኖር የገባውን ቃል ለማስታወስ ያገለግላል።

18. ቀጣይነት ያለው ቁርጠኝነት:

ጥምቀት የአንድ ጊዜ ክስተት ሳይሆን በእምነቱ ውስጥ ለመኖር የዕድሜ ልክ ቁርጠኝነት ነው። አማኞች ያለማቋረጥ ከእግዚአብሔር ጋር ጥልቅ ግንኙነት እንዲፈልጉ ያበረታታል። **19. ከፋሲካ ጋር ያለው ግንኙነት:** - አንዳንድ የክርስቲያን ወጎች በጥምቀት እና በብሉይ ኪዳን በፋሲካ መካከል ያለውን ግንኙነት ያመጣሉ። እስራኤላውያን በፋሲካ ከባርነት ነፃ እንደወጡ ሁሉ አማኞችም በጥምቀት ከኃጢአት ነፃ ወጡ። **20. የመንፈስ ቅዱስ ኃይል:** - ጥምቀት ብዙውን ጊዜ ከመንፈስ ቅዱስ መቀበል ጋር የተያያዘ ነው። እሱ የሚያመለክተው አማኝ ከእግዚአብሔር ዓላማዎች ጋር የተጣጣመ ሕይወት እንዲመራ በመንፈስ የሚሰጠውን ኃይል ነው። ጥምቀት በክርስትና ውስጥ የበለጸገ ተምሳሌታዊነት እና ጥልቅ ሥነ-መለኮታዊ ጠቀሜታ አለው። መንፈሳዊ ዳግም መወለድን፣ ይቅርታን፣ ወደ እግዚአብሔር ቤተሰብ መወለድን እና በቃል ኪዳኑ ማህበረሰብ ውስጥ መሳተፍን የሚያመለክት ሁለገብ ተግባር ነው። የእግዚአብሔርን ጸጋ፣ ታማኝነት፣ እና አማኞች በህይወታቸው በሙሉ ክርስቶስን ለመከተል ያላቸውን ቁርጠኝነት ያሳያል።

9.2- በክርስቶስ ዳግም መወለድ እና አዲስ ማንነት

"በክርስቶስ ዳግም መወለድ እና አዲስ ማንነት" በክርስትና ውስጥ ዋና መሪ ሃሳቦች ሲሆኑ አንድ ግለሰብ ኢየሱስ ክርስቶስን ጌታ እና አዳኝ አድርጎ ሲቀበል የሚፈጠረውን ለውጥ አጽንኦት ይሰጣል። እነዚህን ጽንስ-ሐሳቦች በበለጠ ዝርዝር እንመርምር። **1. መንፈሳዊ ዳግም መወለድ:** - በክርስቶስ ዳግም መወለድ ጥልቅ የሆነ መንፈሳዊ ለውጥን ያመለክታል። አንድ ሰው በኢየሱስ በማመን በመንፈስ ቅዱስ ኃይል የውስጣቸውን መታደስ የሚለማመዱበት ቅጽበት ነው። - *የመጽሐፍ ቅዱስ ጥቅስ:* ዮሐ 3:3 "ኢየሱስም መልሶ:- እውነት እውነት እላችኋለሁ፥ ማንም ዳግመኛ ካልተወለደ በቀር የእግዚአብሔርን መንግሥት ሊያይ አይችልም አለ።" **2. በመንፈስ መወለድ:** - የዳግም መወለድ ጽንስ-ሐሳብ "ከመንፈስ መወለድን" ያጎላል። ይህ ለውጥ በሰው ጥረት የተገኘ ሳይሆን ከተፈጥሮ በላይ የሆነ የእግዚአብሔር መንፈስ ሥራ መሆኑን አጉልቶ ያሳያል። - *የመጽሐፍ ቅዱስ ጥቅስ:* ዮሐ 3:6 "ሥጋ ሥጋን ይወልዳል መንፈስ ግን መንፈስን ይወልዳል።" **3. አዲስ ፍጥረት:** - ዳግም መወለድ በክርስቶስ "አዲስ ፍጥረት" መሆንን ያስከትላል። በኃጢአት የሚታወቀውን አሮጌውን የሕይወት መንገድ ትቶ በጽድቅ የተገለጠውን አዲስ ሕይወት መቀበል ማለት ነው።

የመጽሐፍ ቅዱስ ጥቅስ: 2ኛ ቆሮንቶስ 5:17 "ስለዚህ ማንም በክርስቶስ ቢሆን አዲስ ፍጥረት መጥቶአል፤ አሮጌው ነገር አልፎአል፤ አዲሱም በዚህ አለ!" **4. በክርስቶስ ያለው ማንነት:** - የሰው ማንነት በክርስቶስ ዳግም መወለድ በጥልቅ ተቀይሯል።

አማኞች አሁን እራሳቸውን የእግዚአብሔር ልጆች፣ የኢየሱስ ተከታዮች እና የክርስቶስ አካል እንደሆኑ ይገልጻሉ። - *የመጽሐፍ ቅዱስ ጥቅስ፡* ገላ 2፡ 20 ከክርስቶስ ጋር ተሰቅዬአለሁ ወደ ፊትም አልኖርም ክርስቶስ ግን በእኔ ይኖራል።አሁን በሥጋ የምኖረው ኑሮ በእግዚአብሔር ልጅ ላይ ባለ እምነት የምኖረው ኑሮ ነው። የወደደኝና ስለ እኔ ራሱን አሳልፎ የሰጠ። **5. እንደ ወንድ ልጆች እና ሴት ልጆች ** - ዳግም መወለድ ወደ እግዚአብሔር ቤተሰብ ወደ ያመራል። አማኞች እንደ እግዚአብሔር ወንድ ልጆች እና ሴት ልጆች ተወስደዋል፣ ከዚህ አዲስ ማዕረግ ጋር በሚመጡት ልዩ መብቶች እና ልጀመሆንን ያጠቃልላል። - *የመጽሐፍ ቅዱስ ጥቅስ፡* ወደ ሮሜ ሰዎች 8፡ 15 "እንደ ገና በፍርሃት እንድትኖሩ የተቀበላችሁት መንፈስ ባሪያዎች አያደርጋችሁም፤ ይልቁንም የተቀበላችሁት መንፈስ ወደ ልጅነት ወስዳችኋል። " **6. በክርስቶስ ያለው ጽድቅ:** - ዳግም መወለድ የክርስቶስን ጽድቅ ከመቀበል ጋር የተያያዘ ነው። አማኞች በኢየሱስ በማመናቸው በእግዚአብሔር ፊት ጻድቃን ተብለው ተጠርተዋል። - *የመጽሐፍ ቅዱስ ጥቅስ፡* ፊልጵስዩስ 3:9 "በክርስቶስም በማመን የሚገኘው ጽድቅ ነው እንጂ ከሕግ የእኔ የሆነ ጽድቅ እንዳይኖረኝ በእርሱ ተገኝ። የእምነት መሠረት" **7. ከኃጢአት አገዛዝ ነፃ መውጣት:** - ዳግም መወለድ ከኃጢአት አገዛዝ ነፃ መሆንን ያስከትላል። አማኞች አሁንም ተጋድሎ ሲገጥማቸው፣ ከአሁን በኋላ የኃጢአት ባሪያዎች አይደሉም፤ ነገር ግን እሱን ለማሸነፍ ኃይል አላቸው። - *የመጽሐፍ ቅዱስ ጥቅስ:* ወደ ሮሜ ሰዎች 6:14 "እንግዲህ ኃጢአት አይገዛችሁምና ከጸጋ በታች እንጂ ከሕግ በታች አይደላችሁምና።" **8. አዲስ ዓላማ እና ጥሪ:** - በክርስቶስ ዳግም መወለድ አዲስ የአላማ እና የጥሪ ስሜት ያመጣል። አማኞች የተጠሩት ለእግዚአብሔር ክብር እንዲኖሩ፤ሌሎችን እንዲወዱ እና እንዲያገለግሉ እና ወንጌልን እንዲሰብኩ ነው። - *የመጽሐፍ ቅዱስ ቁጥር:*

1ኛ ጴጥሮስ 2:9 "እናንተ ግን ከጨለማ ወደሚደነቅ ብርሃኑ የጠራችሁን የእርሱን በጎነት እንድትናገሩ የተመረጠ ሕዝብ፥ የንጉሥ ካህናት፥ ቅዱስ ሕዝብ፥ የእግዚአብሔር ልዩ ንብረት ናችሁ።" **9. የለውጥ ጉዞ:** - ዳግም መወለድ የዕድሜ ልክ የለውጥ ጉዞ መጀመሪያ ነው። አማኞች ያለማቋረጥ የክርስቶስን መልክ በመምሰል በእምነት፣ በፍቅር እና በብስለት እያደጉ ናቸው። - *የመጽሐፍ ቅዱስ ጥቅስ:* 2ኛ ቆሮንቶስ 3:18 " እኛ ሁላችን በመጋረጃ በማይከደን ፊት የጌታን ክብር የምንመስል መንፈስ ከሚሆን ከጌታ በሚመጣ ክብር በሚጨምር ክብር ወደ እርሱ እንለወጣለን። ." በክርስቶስ ዳግም መወለድ እና አዲስ ማንነት የክርስትና እምነት እምብርት ናቸው። በኢየሱስ በማመን የተነሳ ሥር ነቀል ለውጥን፣ አዲስ መንፈሳዊ ልደትን፣ እና የአንድ ሰው መሠረታዊ የማንነት ለውጥ ያመለክታሉ። ይህ ለውጥ አማኞች የክርስቶስ ተከታዮች እንደመሆናቸው በአዲሱ ማንነታቸው በመመራት በዓላማ፣ በዕድቅ እና በመንፈሳዊ እድገት ህይወት እንዲኖሩ ኃይልን ይሰጣል። "በክርስቶስ ዳግም መወለድ እና አዲስ ማንነት" በኢየሱስ ላይ ያለውን እምነት የሚቀይር ተፈጥሮን የሚያንፀን በክርስትና ውስጥ መሰረታዊ ፅንስ-ሀሳቦች ናቸው። ወደ እነዚህ ፅንስ-ሀሳቦች ጠለቅ ብለን እንመርምር፡ **. በክርስቶስ ዳግም መወለድ:** - በክርስቶስ ዳግም መወለድ፣ ብዙ ጊዜ "እንደገና መወለድ" ተብሎ የሚጠራው መንፈሳዊ ለውጥን ያመለክታል። አንድ ሰው ኢየሱስ ክርስቶስን እንደ ጌታቸው እና አዳኛቸው ሲቀበል የሚፈጠረው ጥልቅ ለውጥ ነው። - *የመጽሐፍ ቅዱስ ጥቅስ:* ዮሐ 3:3 "ኢየሱስም መለሰ:- እውነት እውነት እላችኋለሁ፥ ማንም ዳግመኛ ካልተወለደ በቀር የእግዚአብሔርን መንግሥት ሊያይ አይችልም አለ። " **. በመንፈስ ቅዱስ መወለድ:** - ይህ ዳግም መወለድ የሰው ጥረት ውጤት ሳይሆን የመንፈስ ቅዱስ ሥራ ነው። የውስጣዊውን ማንነት መታደስን፣ ከመንፈሳዊ ሞት ወደ መንፈሳዊ ህይወት መለወጥን ያካታል። - *የመጽሓፍ

ቅዱስ ጥቅስ:* ቲቶ 3:5 "ያዳነን ስላደረግነው ስለ ጽድቅ አይደለም፤ ስለ ምሕረቱ እንጂ ለአዲስ ልደት በሚሆነው መታጠብና በመንፈስ ቅዱስ በመታደስ አዳነን።" **. አዲስ ፍጥረት:** - በክርስቶስ ዳግም መወለድ "አዲስ ፍጥረት" መሆንን ያስከትላል። አሮጌውን ኃጢአተኛ ተፈጥሮ ትቶ በጽድቅና በቅድስና የተገለጠውን አዲስ ሕይወት መቀበል ማለት ነው። - *የመጽሐፍ ቅዱስ ቁጥር:* 2ኛ ወደ ቆሮንቶስ ሰዎች 5:17

"ስለዚህ ማንም በክርስቶስ ቢሆን አዲስ ፍጥረት መጥቶአል አሮጌው ነገር አልፎአል አዲሱም በዚህ አለ!" **4. በክርስቶስ ያለው ማንነት:** - በዳግም መወለድ የአንድ ግለሰብ ማንነት በጥልቅ ተቀይሯል። አማኞች አሁን እራሳቸውን የእግዚአብሔር ልጆች፣ የኢየሱስ ክርስቶስ ተከታዮች እና የክርስቶስ አካል እንደሆኑ አድርገው ይገልጻሉ። - *የመጽሐፍ ቅዱስ ጥቅስ:* ገላ 2:20 ከክርስቶስ ጋር ተሰቅዬአለሁ ወደ ፊትም አልኖርም ክርስቶስ ግን በእኔ ይኖራል። አሁን በሥጋ የምኖረው ኑሮ በእግዚአብሔር ልጅ ላይ ባለ እምነት የምኖረው ኑሮ ነው። የወደደኝና ስለ እኔ ራሱን አሳልፎ የሰጠ። **8. አዲስ ዓላማ እና ጥሪ:** - በክርስቶስ ዳግም መወለድ አዲስ የአላማ እና የጥሪ ስሜት ያመጣል። አማኞች የተጠሩት ለእግዚአብሔር ክብር እንዲኖሩ፤ሌሎችን እንዲወዱ እና እንዲያገለግሉ እና ወንጌልን እንዲሰብኩ ነው። - *የመጽሐፍ ቅዱስ ጥቅስ:* 1ኛ ጴጥሮስ 2:9 "እናንተ ግን ከጨለማ ወደ እርሱ የጠራችሁን የእርሱን በጎነት እንድትናገሩ የተመረጠ ሕዝብ፤ የንጉሥ ካህናት፤ ቅዱስ ሕዝብ፤ የእግዚአብሔር ልዩ ንብረት ናችሁ።

9. የዕድሜ ልክ የለውጥ ጉዞ: - ዳግም መወለድ የዕድሜ ልክ የለውጥ ጉዞ መጀመሪያ ነው። አማኞች ያለማቋረጥ የክርስቶስን መልክ በመምሰል በእምነት፤ በፍቅር እና በብስለት እያደጉ ናቸው። - *የመጽሐፍ ቅዱስ ጥቅስ:* 2ኛ ቆሮንቶስ 3:18 " እኛ ሁላችን ያልተሸፈኑ ፊቶች የጌታን ክብር የምንመስል

መንፈስ ከሚሆን ከጌታ በሚመጣ ክብር በሚጨምር ክብር ወደ እርሱ እንለወጣለን። ።" በክርስቶስ ዳግም መወለድ እና አዲስ ማንነት የክርስትና እምነት መሰረታዊ ገጽታዎች ናቸው። በኢየሱስ በማመን የተነሳ ሥር ነቀል ለውጥን፣ አዲስ መንፈሳዊ ልደትን፣ እና የአንድ ሰው መሠረታዊ የማንነት ለውጥ ያመለክታሉ። ይህ ለውጥ አማኞች የክርስቶስ ተከታዮች እንደሆናቸው በአዲሱ ማንነታቸው በመመራት በዓላማ፣ በፅድቅ እና በመንፈሳዊ እድገት ህይወት እንዲኖሩ ኃይልን ይሰጣል። **10። ከክርስቶስ ጋር ህብረት:** - በክርስቶስ ዳግም መወለድ ከእርሱ ጋር ጥልቅ የሆነ ውህደትን ያመለክታል። አማኞች "በክርስቶስ" ሆነው ይታያሉ፣ እናም ይህ ውህደት ከኢየሱስ ጋር የቅርብ እና የማይነጣጠል ግንኙነትን ያመጣል። - *የመጽሐፍ ቅዱስ ጥቅስ:* 2ኛ ቆሮንቶስ 5:21 "እኛ በእርሱ ሆነን የእግዚአብሔር ጽድቅ እንሆን ዘንድ ኃጢአት ያላወቀውን እርሱን ስለ እኛ ኃጢአት አደረገው።" **11. የጸዳ ሕሊና:** - በዳግም መወለድ አማኞች የጸዳ ሕሊና ያገኛሉ። የኃጢያት ስርየት እና የክርስቶስ ጽድቅ ሰላምን እና ከጥፋተኝነት እና እፍረትን የጸዳ ማንነት ይሠጣል - *የመጽሐፍ ቅዱስ ጥቅስ:* ዕብራውያን 10:22 "በቅን ልብ እምነትም ወደሚያመጣ ፍጹም እምነት ወደ እግዚአብሔር እንቅረብ ከበደለኛ ሕሊናም ያነጻን ዘንድ ልባችንን በመርጨት ሰውነታችንንም ታጥበን እንቅረብ። ንጹህ ውሃ." **12. የመንፈስ ቅዱስ ኃይል:** - ዳግም መወለድ በመንፈስ ቅዱስ ማደሪያ የታጀበ ነው። አማኞች መንፈስ ቅዱስን እንደ ረዳት፣ አጽናኝ እና ኃይል ሰጪ በክርስቶስ አዲስ ሕይወታቸው ይቀበላሉ። - *የመጽሐፍ ቅዱስ ጥቅስ:* ወደ ሮሜ ሰዎች 8:11 ኢየሱስንም ከሙታን ያስነሣው የእርሱ መንፈስ በእናንተ ዘንድ ቢኖር፥ ክርስቶስን ከሙታን ያስነሣው እርሱ በመንፈሱ ምክንያት ለሚሞተው ሰውነታችሁ ሕይወትን ይሰጠዋል።" **13. የማገልገል ነፃነት:-** ዳግም መወለድ እግዚአብሔርን እና ሌሎችን ለማገልገል ወደ አዲስ

ፍላጎት እና ቸሎታ ይመራል። ለእግዚአብሔር ፍቅር ምላሽ ነው፣ እና አማኞች በደስታ እና በትህትና እንዲያገለግሉ ነጻ ወጥተዋል። - *የመጽሐፍ ቅዱስ ጥቅስ:
* ገላትያ 5:13 "ወንድሞቼና እነቶቼ ሆይ፣ እናንተ አርነት እንድትወጡ ተጠርታችኋል፤ ነገር ግን አርነታችሁ ለሥጋዊ ፈቃድ አይጠቀሙ፤ ይልቁንም እርስ በርሳችሁ በፍቅር በትሕትና አገልግሉ።" **14. በጽድቅ መመላለስ:** - በክርስቶስ አዲስ ማንነት ማለት በጽድቅና በቅድስና መመላለስ ማለት ነው። አማኞች የክርስቶስን ባሕርይ በማንጸባረቅ በእግዚአብሔር ቃል መሠረት ለመኖር ይጥራሉ ። - *የመጽሐፍ ቅዱስ ጥቅስ:* ኤፌሶን 4:24 "በእውነትም ጽድቅና ቅድስና እግዚአብሔርን ሊመስል የተፈጠረውን አዲሱን ሰው ልበሱ።" **15. ዘላለማዊ እይታ:** - በክርስቶስ ዳግም መወለድ የሰውን አመለካከት ከጊዜያዊ ወደ ዘላለማዊነት ይለውጣል። አማኞች በሰማያዊ ሀብቶች ላይ ያተኩራሉ እናም ከእግዚአብሔር ጋር የዘላለም ህይወት ተስፋን ይጠባበቃሉ። - *የመጽሐፍ ቅዱስ ጥቅስ:* ቆላስይስ 3:2 "በላይ ያለውን አስቡ እንጂ በምድራዊ ነገር ላይ አታስቡ" **16. የእግዚአብሔር ጸጋ ምስክር:** - የአማኝ የተለወጠው ሕይወት ለእግዚአብሔር ጸጋ እና በሕይወታቸው ውስጥ ስላለው የክርስቶስ ሥራ እውነታ ኃይለኛ ምስክር ይሆናል። - *የመጽሐፍ ቅዱስ ጥቅስ:
* 1ኛ ጴጥሮስ 3:15 "ነገር ግን ጌታን ክርስቶስን በልባችሁ ጠብቁት፤ ስላላችሁ ተስፋ ምክንያትን ለሚጠይቋዋችሁ ሁሉ መልስ ለመስጠት ዘወትር የተዘጋጃችሁ ሁኑ። ነገር ግን ይህን አድርጉ።

በየዋህነት እና በአክብሮት" **17. ቀጣይነት ያለው መታደስ:** - ዳግም መወለድ የአንድ ጊዜ ክስተት ሳይሆን ቀጣይነት ያለው የመታደስ ሂደት ነው። አማኞች በጸሎት፣ የእግዚአብሔርን ቃል በማጥናት እና ከሴሎች አማኞች ጋር በመገናኘት የዕለት ተዕለት ለውጥን ይፈልጋሉ። - *የመጽሐፍ ቅዱስ ጥቅስ:
* ወደ ሮሜ ሰዎች 12:2

2: የእግዚአብሔር ፈቃድ እርሱም በጎና ደስ የሚያሰኝ ፍጹምም የሆነው ነገር ምን እንደ ሆነ ፈትናችሁ ታውቁ ዘንድ በልባችሁ መታደስ ተለወጡ እንጂ ይህን ዓለም አትምሰሉ።" በክርስቶስ ዳግም መወለድ እና አዲስ ማንነት ለክርስትና እምነት መሰረት ናቸው። የአንድን ሰው ተፈጥሮ፣ ማንነት እና ዓላማ ጥልቅ ለውጥ ያመለክታሉ። ይህ ለውጥ አማኞች እምነታቸውን በደስታ፣ በፍቅር እና በሕይወታቸው ሙሉ የክርስቶስን ትምህርት ለመከተል ባለው ቁርጠኝነት እንዲኖሩ ያስችላቸዋል።

10. መቀደስ፦ በክርስቶስ ማደግ

"መቀደስ፦ በክርስቶስ ማደግ" በክርስትና ውስጥ ያለ አንኳር ፅንስ-ሀሳብ ሲሆን እሱም ይበልጥ ቅዱሳን እና ክርስቶስን የመምሰል ሂደትን የሚያመለክት ነው። እሱም ቀጣይነት ያለው የአማኝን ባህሪ እና ባሪ መለወጥን ያካታል። ይህንን ጽንስ-ሀሳብ በበለጠ ዝርዝር እንመርምረው፦ **1. የቅድስና ፍቺ:** - መቀደስ አማኞች ለእግዚአብሔር ዓላማ የሚለዩበት፤ የተቀደሱበት እና የክርስቶስን መልክ የሚመስሉበት ሂደት ነው። የህይወት ዘመን የመንፈሳዊ እድገት ጉዞ ነው። **2. በእግዚአብሔር የተጀመረ:** - መቀደስ የተጀመረው በእግዚአብሔር ነው። በመንፈስ ቅዱስ የነቃ በአማኝ ሕይወት ውስጥ ያለው ሥራው ነው። - *የመጽሐፍ ቅዱስ ጥቅስ:* ፊልጵስዩስ 2:13 "በእናንተ የሚሠራ እግዚአብሔር ነውና የእርሱን በጎ አሳቡን እንዲፈጽም ፈቃድና ማድረግ በእናንተ የሚሠራ ነው።" **3. የተለያዩ የቅድስና ደረጃዎች:** - መቀደስ በሦስት ደረጃዎች መረዳት ይቻላል፦- የአቋም ቅድስና (በመዳን ጊዜ)፤ ተራማጅ መቀደስ (የቀጠለ የቅድስና እድገት) እና የመጨረሻው ቅድስና (አማኞች በእግዚአብሔር ፊት ሙሉ በሙሉ ሲከበሩ)፡ **4. የባህሪ ለውጥ:** ** - መቀደስ የአማኝን ባህሪ መቀየርን ያካትታል። በፍቅር፤ በደስታ፤ በሰላም፤ በትዕግስት፤ በደግነት፤ በጎነት፤ በታማኝነት፤ በየዋህነት እና ራስን በመግዛት ማደግን ይጨምራል። - *የመጽሐፍ ቅዱስ ጥቅስ:* ገላ 5:22-23 "የመንፈስ ፍሬ ግን ፍቅር፥ ደስታ፥ ሰላም፥ ትዕግሥት፥ ቸርነት፥ በጎነት፥ እምነት፥ የውሃት፥ ራስን መግዛት ነው። እንደዚህ ባሉ ነገሮች ላይ ምንም የለም። **5. የአዕምሮ መታደስ:** ** - መቀደስ ብዙ ጊዜ የአማኙን አእምሮ መታደስን ያካትታል። ሀሳቡን ከእግዚአብሔር ቃል ጋር ማስማማት እና የጎጢአተኛ አስተሳሰብን

መቃወም ማለት ነው። - *የመጽሐፍ ቅዱስ ጥቅስ:* ወደ ሮሜ ሰዎች 12:2 2 የእግዚአብሔር ፈቃድ እርሱም በጎና ደስ የሚያሰኝ ፍጹምም የሆነው ነገር ምን እንደ ሆነ ፈትናችሁ ታውቁ ዘንድ በልባችሁ መታደስ ተለወጡ እንጂ ይህን ዓለም አትምሰሉ።

**6. የድሮውን ራስን ማስወገድ:*

መቀደስ አሮጌውን የጎጢአተኛ ራስን እና ልምምዱን ማስወገድን ይጠይቃል። ከጎጢአት ልማዶችና አመለካከቶች መራቅን ይጨምራል። - *የመጽሐፍ ቅዱስ ጥቅስ:* ኤፌሶን 4:22-24 "በክፉ ምኞት የሚጠፋውን አሮጌውን ሰውነታችሁን እንድታስወግዱ የቀደሙት አኗኗራችሁን እንድታስወግዱ ተምራችኋል። በእውነተኛ ጽድቅና ቅድስና እግዚአብሔርን ሊመስል የተፈጠረውን አዲሱን ሰው ልበሱ። **7. በቅድስና ማደግ:** - መቀደስ በቅድስና የማደግ ሒደት ነው። አማኞች በአስተሳሰባቸው፣ በተግባራቸው እና በአመለካከታቸው ክርስቶስን ለመምሰል ይጥራሉ። - *የመጽሐፍ ቅዱስ ጥቅስ:* 1ኛ ጴጥሮስ 1:15-16 "ነገር ግን የጠራችሁ ቅዱስ እንደ ሆነ እናንተ ደግሞ በሁሉ ቅዱሳን ሁኑ እኔ ቅዱስ ነኝና ቅዱሳን ሁኑ ተብሎ ተጽፎአልና። " **8. በመንፈስ ቅዱስ መበረታታት:** - መንፈስ ቅዱስ አማኞችን በቅድስና ጉዞአቸው ላይ ኃይል ይሰጣቸዋል። እንደ እግዚአብሔር ፈቃድ እንዲኖሩ ይወቅሳቸዋል፣ ይመራቸዋል፣ እና ያስችላቸዋል። - *የመጽሐፍ ቅዱስ ጥቅስ:* ገላትያ 5:16 "ስለዚህ እላለሁ በመንፈስ ተመላለሱ የሥጋንም ምኞት ከቶ አትፈጽሙ።" **9. የጸጋ መንገዶች:-** - ጸሎት፣ መጽሐፍ ቅዱስን ማንበብ እና ማጥናት፣ በቅዱስ ቁርባን መሳተፍ (እንደ የጌታ እራት) እና ከሌሎች አማኞች ጋር ኅብረት በቅድስና ሒደት ውስጥ የሚሬዱ የጸጋ መንገዶች ናቸው። **10. ፍጽምና የጎደለው ግን በሒደት ላይ ያለ:** - መቀደስ የዕድሜ ልክ ሒደት ቢሆንም አማኞች በዚህ ሕይወት ፍጽምናን መጠበቅ የለባቸውም።

እድገት ማድረግ እና ያለማቋረጥ ክርስቶስን ለመምሰል መፈለግ ነው:: **11. ግላዊ ሃላፊነት:** - አማኞች በቅድስና ሒደት ውስጥ ከእግዚአብሔር ጋር የመተባበር ግላዊ ሃላፊነት አለባቸው:: ይህም እግዚአብሔርን የሚያከብሩ ምርጫዎችን ማድረግ እና ከኃጢአተኛ ባህሪያት መራቅን ይጨምራል:: **12. የመጨረሻ ግብ:** - የመቀደስ የመጨረሻ ግብ እግዚአብሔርን ማክበር እና የክርስቶስን መልከ ማንጸባረቅ ነው:: አማኞችን በእግዚአብሔር ፊት ለዘለአለም ህይወት ያዘጋጃል:: መቀደስ የክርስትና እምነት ማዕከላዊ ገጽታ ነው፤ አማኞች ክርስቶስን በሚመስሉበት ጊዜ እያደጉ ያሉትን ቀጣይ ለውጦች ላይ አጽንኦት ይሰጣል:: ከመንፈስ ቅዱስ ሥራ ጋር መተባበር እና ለመኖር መስጠትን የሚጠይቅ ሒደት ነው::

ለእግዚአብሔር ቃል መታዘዝ. በመቀደስ አማኞች የበለጠ ቅዱሳን ይሆናሉ እናም በሕይወታቸው እግዚአብሔርን ለማግልገል እና ለማክበር የታጠቁ ይሆናሉ:: በርግጠኝነት፣ በክርስትና ውስጥ "መቀደስ: በክርስቶስ ማደግ" የሚለውን ፅንስ-ሀሳብ መመርመራችንን እንቀጥል:: **13:: የእምነት ሚና:** - እምነት በመቀደስ ውስጥ ትልቅ ሚና ይጫወታል:: አማኞች በቅድስና እንዲያድጉ በእግዚአብሔር ተስፋዎች ይታመኑ እና በጸጋው ይታመናሉ:: - *የመጽሐፍ ቅዱስ ጥቅስ:* ዕብራውያን 11:6 "ያለ እምነትም እግዚአብሔርን ደስ ማሰኘት አይቻልም ምክንያቱም ወደ እርሱ የሚመጣ ሁሉ እንዳለ ለሚፈልጉትም ዋጋ እንዲሰጥ ያምን ዘንድ ያስፈልገዋልና::" **14. ንስሐ እና ኑዛዜ:** - መቀደስ አዘውትሮ ንስሐ መግባት እና ኃጢአትን መናዘዝን ያካትታል:: ምእመናን ድክመታቸውን አውቀው ለይቅርታና ለመንጻት ወደ እግዚአብሔር ይመለሳሉ:: - *የመጽሐፍ ቅዱስ ጥቅስ:* 1ኛ ዮሐ 1:9 "በኃጢአታችን ብንናዘዝ ታማኝና ጻድቅ ነው ኃጢአታችንንም ይቅር ይለናል ከዓመፃም ሁሉ ያነጻናል::" **15. የእግዚአብሔር ተግሣጽ ፍቅር:** -

እግዚአብሔር ለልጆቹ ያለው ፍቅር ተግሣጽን ያካትታል። መንፈሳዊ እድገትን ለማምጣት አማኞችን ያርማል እና ያጠራቸዋል፤ አንዳንዴም በፈተና እና በፈተና ውስጥ። - *የመጽሐፍ ቅዱስ ጥቅስ:* ዕብራውያን 12:6 "ጌታ የሚወደውን ይገሥጻልና፤ እንደ ልጁም የሚቀበለውን ሁሉ ይገሥጻል።"

16. ተጠያቂነት እና ሀብረት: - ክርስቲያናዊ ሀብረት እና ተጠያቂነት ከሌሎች አማኞች ጋር ለመቀደስ አስተዋጽኦ ይኖረዋል። አማኞች በእድገት ጉዟቸው እርስ በርስ ይበረታታሉ፤ ይነጋገራሉ እና ይፀልያሉ። - *የመጽሐፍ ቅዱስ ጥቅስ:* ምሳሌ 27:17 "ብረት ብረትን እንደሚስል እንዲሁ ሰው ሌላውን ይስላል።" **17. ሌሎችን ማገልገል:** - መቀደስ የግል እድገት ብቻ ሳይሆን ሌሎችን በፍቅር ማገልገል ነው። አማኞች በክርስቶስ እያደጉ ሲሄዱ፤ ማህበረሰባቸውን እና ከዚያም በላይ ለማገልገል ስልጣን ተሰጥቷቸዋል። - *የመጽሐፍ ቅዱስ ጥቅስ:* ገላትያ 5:13 "ወንድሞቼና እነቶቼ ሆይ፤ እናንተ አርነት እንድትወጡ ተጠርታችኋል፤ ነገር ግን አርነታችሁ ለሥጋዊ ፈቃድ አይጠቀም፤ ይልቁንም እርስ በርሳችሁ በፍቅር በትሕትና አገልግሉ።"

*18. ትዕግስት እና ጽናት:** - መቀደስ ትዕግስት እና ጽናት ይጠይቃል። በዚሁ ሂደት የሚገለጥ ሂደት ነው እና አማኞች በቅድስና ፍላጋቸው ጸንተው ሊቆዩ ይገባል። - *የመጽሐፍ ቅዱስ ጥቅስ:* ዕብራውያን 10:36 "የእግዚአብሔርን ፈቃድ አድርጋችሁ የገባውን ቃል እንድትቀበሉ መጽናት ያስፈልጋችኋል።" **19. ለእግዚአብሔር ፈቃድ መገዛት:** - ለእግዚአብሔር ፈቃድ መገዛት በቅድስና አስፈላጊ ነው። አማኞች ሕይወታቸውን እንዲመራው በመፍቀድ ፍላጎታቸውን እና እቅዳቸውን ለእግዚአብሔር ይሰጣሉ። - *የመጽሐፍ ቅዱስ ጥቅስ:* ወደ ሮሜ ሰዎች 12:1-2 "እንግዲህ፤ ወንድሞች ሆይ፤ ሰውነታችሁን እግዚአብሔርን ደስ የሚያሰኝና ሕያው ቅዱስም መሥዋዕት አድርጋችሁ ታቀርቡ ዘንድ በእግዚአብሔር ምሕረት

እለምናችኋለሁ፤ ይህ የእናንተ ነው። እውነተኛና ትክክለኛ አምልኮ፤ በልባችሁ መታደስ ተለወጡ እንጂ የዚህን ዓለም ምሳሌ አትሥሩ። የእግዚአብሔር ፈቃድ እርሱም በጎ ደስ የሚያሰኝ ፍጹምም የሆነው ፈቃዱ ምን እንደ ሆነ ፈትናችሁ ታውቁታላችሁ። **20. በፍቅር ማደግ፡** - ፍቅር የመቀደስ ማዕከላዊ ገጽታ ነው። አማኞች በክርስቶስ እያደገ ሲሄዱ፤ እግዚአብሔርን በሙሉ ልብ እንዲወዱ እና ባልንጀሮቻቸውን እንደራሳቸው እንዲወዱ ተጠርተዋል። - *የመጽሐፍ ቅዱስ ጥቅስ፡* 1ኛ ቆሮንቶስ 13:13 "አሁንም እንዚህ ሦስቱ ጸንተው ይኖራሉ እምነት ተስፋ ፍቅር ከእነዚህም የሚበልጠው ፍቅር ነው።"
21. የጸጋ ሂደት፡ - መቀደስ በመጨረሻ የእግዚአብሔር የጸጋ ሂደት ነው። እርሱ በአማኞች ሕይወት ውስጥ፤ በፍቅሩ እና በፍላጎቱ በመመራት የክርስቶስን መልክ እንዲመስሉ የማድረግ ሥራው ነው። **22. ደስ የሚል፡** - መቀደስ ማለት ከባድ ግዴታ ሳይሆን አስደሳች ነው። አማኞች ለውጡን ሲለማመዱ፤ ከእግዚአብሔር ጋር ባላቸው ግንኙነት ጥልቅ ደስታ እና እርካታ ያገኛሉ።
23. ክርስቶስን ወደ መምሰል፡ - የመቀደስ የመጨረሻ ግብ ክርስቶስን መምሰል ነው። አማኞች የእርሱን ባህሪ፤ፍቅር እና ጽድቁን በዕለት ተዕለት ሕይወታቸው ለማንፀባረቅ ይፈልጋሉ። መቀደስ በክርስቲያናዊ ጉዞ ውስጥ ተለዋዋጭ እና ቀጣይ ሂደት ነው። እሱም እምነትን፤ ንስሐን፤ ተግሣጽን፤ ተጠያቂነትን እና ለእግዚአብሔር ፈቃድ መገዛትን ያካትታል። አማኞች በቅድስና፤ በፍቅር እና በአገልግሎት እንዲያድጉ በመንፈስ ቅዱስ ኃይል ተስጥቷቸዋል፤ ሁሉም ዓላማ እግዚአብሔርን ለማክበር እና ኢየሱስ ክርስቶስን ለመምሰል ነው።

10.1- በመንፈስ ቅዱስ መለወጥ

"በመንፈስ ቅዱስ መለወጥ" የክርስቲያኖች እምነት እና ተግባር ማዕከላዊ ገጽታ ነው። መንፈስ ቅዱስ በአማኝ ሕይወት ውስጥ ወሳኝ ሚና ይጫወታል፤ ይህም መንፈሳዊ እድገትን እና ለውጡን እንዲለማመዱ ያስችላቸዋል። ይህንን ጽንስ-ሀሳብ በበለጠ ዝርዝር እንመርምረው: **1. የመንፈስ ቅዱስ ማደሪያ:** - በተለወጠበት ቅጽበት አማኞች መንፈስ ቅዱስን በውስጣቸው ቋሚ ህልውና አድርገው ይቀበላሉ። መንፈስ ቅዱስ በአማኞች ልብ ውስጥ የሚኖረው እነርሱን ለመምራት፣ ለማበረታታት እና ለመለወጥ ነው። - *የመጽሐፍ ቅዱስ ጥቅስ:* 1ኛ ወደ ቆሮንቶስ ሰዎች 6:19 "ሥጋችሁ ከእግዚአብሔር የተቀበላችሁት በእናንተ የሚኖረው የመንፈስ ቅዱስ ቤተ መቅደስ እንደ ሆነ አታውቁም? እናንተ የራሳችሁ አይደላችሁም።" **2. እምነትና ንስሐ:** - መንፈስ ቅዱስ አማኞችን ስለ ኃጢአት፣ ጽድቅ እና ፍርድ ይወቅሳል። ይህ እምነት ወደ እውነተኛ ንስሐ እና ከኃጢአተኛ ባህሪ ወደ መዞር ይመራል። - *የመጽሐፍ ቅዱስ ጥቅስ:* ዮሐ 16:8 "በመጣም ጊዜ ስለ ኃጢአት ስለ ጽድቅም ስለ ፍርድም ዓለምን ስሕተተኛ መሆኑን ያረጋግጣል።" **3. መንፈሳዊ ስጦታዎች እና ማበረታታት:** - መንፈስ ቅዱስ ለአማኞች መንፈሳዊ ስጦታዎችን ይሰጣል። እነዚህ ስጦታዎች ግለሰቦችን በቤተክርስቲያኑ ውስጥ ላሉት ለተለያዩ ሚናዎች እና አገልግሎቶች ያስታጥቃሉ እና ያበረታታሉ። - *የመጽሐፍ ቅዱስ ጥቅስ:* 1ኛ ቆሮንቶስ 12:4-7 "የጸጋ ስጦታ ልዩ ልዩ ነው መንፈስ ግን አንድ ነው የሚያከፋፍለውም አገልግሎትም ልዩ ልዩ ነው ጌታ ግን አንድ ነው። ነገር ግን በሁላቸውና በሁሉ ዘንድ አንድ አምላክ ይሠራል፤ መንፈስ ቅዱስን መግለጥ ለእያንዳንዱ ለጥቅም ይሰጠዋል።   **4. የመንፈስ ፍሬ:** - መንፈስ ቅዱስ

በአማኞች ሕይወት ውስጥ መንፈሳዊ ፍሬ ያፈራል፡፡ እነዚህ ፍሬዎች፣ ፍቅር፣ ደስታ፣ ሰላም፣ ትዕግስት፣ ቸርነት፣ በጎነት፣ ታማኝነት፣ የውሃት እና ራስን መግዛትን ጨምሮ፣ የተለወጠ የባህርይ መገለጫዎች ናቸው፡፡ - *የመጽሐፍ ቅዱስ ጥቅስ:* ገላ 5:22-23 " የመንፈስ ፍሬ ግን ፍቅር፣ ደስታ፣ ሰላም፣ ትዕግሥት፣ ቸርነት፣ በጎነት፣ እምነት፣ የውሃት፣ ራስን መግዛት ነው፡፡ እንደዚህ ባሉ ነገሮች ላይ አለ ህግ የለም፡፡"

5. መመሪያ እና ብርሃን: *

መንፈስ ቅዱስ አማኞች የእግዚአብሔርን ቃል መጽሐፍ ቅዱስን እንዲረዱ ይመራቸዋል፡፡ አማኞች ትምህርቶቹን በሕይወታቸው ላይ እንዲተገብሩ በመርዳት የቅዱሳት መጻሕፍትን ብርሃን እና ግንዛቤን ይሰጣል፡፡ - *የመጽሐፍ ቅዱስ ጥቅስ:* ዮሐ 14:26 " አብ በስሜ የሚልከው መንፈስ ቅዱስ ግን ሁሉን ያስተምራችኋል እኔም የነገርኋችሁን ሁሉ ያሳስባችኋል፡፡" **6. የአዕምሮ ለውጥ:** - መንፈስ ቅዱስ የአማኞችን አእምሮ ይለውጣል፡፡ እንደ እግዚአብሔር አመለካከት እንዲያስቡ ይረዳቸዋል እና አእምሮአቸውን እንዲያድሱ ያስችላቸዋል፡፡ - *የመጽሐፍ ቅዱስ ጥቅስ:* ወደ ሮሜ ሰዎች 8:5-6 "እንደ ሥጋ ፈቃድ የሚኖሩ አእምሮአቸው የሥጋን ፈቃድ ያስባል፤ እንደ መንፈስ ፈቃድ የሚኖሩ ግን መንፈስን ያስባሉ፡፡ በሥጋ የሚመራ አእምሮ ሞት ነው በመንፈስ የሚመራ ግን ሕይወትና ሰላም ነው፡፡ **7. ለመመስከር መቻል:** - መንፈስ ቅዱስ አማኞች የክርስቶስ ውጤታማ ምስክሮች እንዲሆኑ ኃይል ይሰጣቸዋል፡፡ በድፍረት እና በድፍረት ወንጌልን እንዲናገሩ ያስታጥቃቸዋል፡፡ - *የመጽሐፍ ቅዱስ ጥቅስ:* የሐዋርያት ሥራ 1:8 "ነገር ግን መንፈስ ቅዱስ በእናንተ ላይ በወረደ ጊዜ ኃይልን ትቀበላላችሁ፣ በኢየሩሳሌምም በይሁዳም ሁሉ በሰማርያም እስከ ምድር ዳርም ድረስ ምስክሮቼ ትሆናላችሁ ." **8. የባህርይ ለውጥ:** - መንፈስ ቅዱስ የአማኞችን ባህሪ በመለወጥ ከክርስቶስ

አምሳል ጋር እንዲመሳሰል ይሰራል። ይህ ለውጥ የበለጠ አፍቃሪ፤ ታጋሽ፤ ደግ እና ክርስቶስን መምሰልን ያካትታል። **9. ጸሎት እና ከእግዚአብሔር ጋር መቀራረብ:** - መንፈስ ቅዱስ አማኞችን በጸሎት ይረዳቸዋል እና ከእግዚአብሔር ጋር ያላቸውን ቅርርብ ያጠናክራል። ስለ አማኞች ይማልዳል እና ከእግዚአብሔር ጋር እንዲገናኙ ይረዳቸዋል። - *የመጽሐፍ ቅዱስ ጥቅስ:* ወደ ሮሜ ሰዎች 8:26 "እንዲሁም መንፈስ በድካማችን ይረዳናል፤ ልንጸልይለት የሚገባንን አናውቅም፤ ነገር ግን መንፈስ ራሱ ቃል በሌለው መቃተት ስለ እኛ ይማልዳል።" **10. ለአገልግሎት ማብቃት:** - መንፈስ ቅዱስ አማኞች በቤተክርስቲያን እና በአለም ውስጥ አገልግሎት እንዲሰጡ ስልጣን ይሰጣቸዋል። ጥሪያቸውን ለመፈጸም የሚያስፈልጉትን ስጦታዎች፤ ተሰጥኦዎች እና ድፍረት ያስታጥቃቸዋል። **11. ቅድስና እና ቅድስና:** - መንፈስ ቅዱስ የመቀደስ ወኪል ነው፤ አማኞች በቅድስና እና በጽድቅ እንዲያድጉ ይረዳቸው።

17. በአምልኮ ውስጥ መለወጥ: - መንፈስ ቅዱስ የአምልኮ ልምዶችን ያሳድጋል፤ አማኞችን በመንፈስ እና በእውነት ወደ እግዚአብሔር ይቀርባሉ። ከልብ የመነጨ አምልኮ እና ከእግዚአብሔር ጋር መገናኘትን ያስችላል። - *የመጽሐፍ ቅዱስ ጥቅስ:* ዮሐ 4:24 "እግዚአብሔር መንፈስ ነው የሚሰግዱለትም በመንፈስና በእውነት ሊሰግዱለት ያስፈልጋቸዋል።" **18. በውሳኔ አሰጣጥ ውስጥ መመሪያ:** - አስፈላጊ ውሳኔዎችን በሚያደርጉበት ጊዜ መንፈስ ቅዱስ ለአማኞች መመሪያ እና ጥበብ ይሰጣል። መንገዳቸውን ከእግዚአብሔር ፈቃድ ጋር በማስማማት ይመራቸዋል። - *የመጽሐፍ ቅዱስ ጥቅስ:* ምሳሌ 3:5-6 "በፍጹም ልብህ በእግዚአብሔር ታመን በራስህም ማስተዋል አትደገፍ፤ በመንገድህ ሁሉ ለእርሱ ተገዛ፥ እርሱም ጎዳናህን ያቀናልሃል።" **19. በግንኙነት ውስጥ ለውጥ:** - መንፈስ ቅዱስ

ግንኙነቶችን ይለውጣል፣ አማኞች ያለ ምንም ቅድመ ሁኔታ ሌሎችን እንዲወዱ፣ ይቅር እንዲሉ እና የመንፈስን ፍሬ በግንኙነታቸው እንዲያሳዩ ያስችላቸዋል። - *የመጽሐፍ ቅዱስ ጥቅስ:* ቆላስይስ 3:13-14 "እርስ በርሳችሁ ትዕግሥትን አድርጉ፥ ከእናንተም በአንዱ ላይ የሚነቅፈው ነገር ቢኖር ይቅር ተባባሉ። ሁሉንም በፍፁም አንድነት የሚያስተሳስራቸው። **20. የመጽናናት ምንጭ:** - መንፈስ ቅዱስ ለምእመናን በሀዘን፣ በሐዘን እና በኪሳራ ጊዜ የመጽናናት እና የማጽናኛ ምንጭ ነው። እሱ መጽናኛን ይሰጣል እና የእግዚአብሔርን ፍቅር ያሳስባቸዋል። - *የመጽሐፍ ቅዱስ ጥቅስ:* 2ኛ ቆሮንቶስ 1:3-4 "የርኅራኄ አባት የመጽናናትም ሁሉ አምላክ የሆነው የጌታችን የኢየሱስ ክርስቶስ አምላክና አባት ይክበር ይመስገን በመከራችንም ሁሉ የሚያጽናናን እኛ ራሳችን ከእግዚአብሔር በተቀበልነው ማጽናኛ በማንኛውም መከራ ውስጥ ያሉትን ማጽናናት እንችላለን። **21. ሁለንተናዊ ለውጥን ማጎልበት:** - መንፈስ ቅዱስ አማኞችን በሁለንተናዊ መልኩ ይለውጣል፣ ሀሳባቸውን፣ ስሜታቸውን፣ አመለካከታቸውን እና ድርጊቶቻቸውን ይጨምራል። በሁሉም የሕይወት ዘርፍ እምነታቸውን እንዲኖሩ ኃይልን ይሠጣቸዋል። **22. ስለ ኢየሱስ መመስከር:** - መንፈስ ቅዱስ ስለ ኢየሱስ ይመሰክራል እና በአማኞች ልብ ውስጥ የክርስቶስን ስራ አጉልቶ ወደ አዳኛቸው ይቀርባል። - *የመጽሐፍ ቅዱስ ጥቅስ:* ዮሐ 15:26 "እኔ ከአብ ዘንድ የምልክላችሁ አጽናኝ እርሱም ከአብ የሚወጣ የእውነት መንፈስ በመጣ ጊዜ እርሱ ስለ እኔ ይመሰክራል።"

23. ወንጌልን በማካፈል ድፍረት: - መንፈስ ቅዱስ አማኞች ወንጌልን ለሌሎች እንዲናገሩ ያበረታታል። የክርስቶስ ውጤታማ ምስክሮች እንዲሆኑ በቃላት እና በድፍረት ያስታጥቃቸዋል። - *የመጽሐፍ ቅዱስ ጥቅስ:* የሐዋርያት ሥራ 4:31 "ከጸለዩም በኋላ የሚሰበሰቡበት ቦታ ተናወጠ፥

በሁሉም መንፈስ ቅዱስ ሞላባቸው፣ የእግዚአብሔርንም ቃል በግልጥ ተናገሩ፡፡ " በመንፈስ ቅዱስ የሚደረግ ለውጥ የተለያዩ የአማኝን የሕይወት ዘርፎችን የሚያካትት ቀጣይ ሂደት ነው፡፡ ግለሰቦች በእግዚአብሔር ፈቃድ እንዲኖሩ፣ ክርስቶስን የመምሰል ባሕርይ እንዲያዳብሩ፣ የፍቅር ግንኙነቶችን እንዲገነቡ እና ለእግዚአብሔር መንግሥት ውጤታማ ምስክር ሆነው እንዲያገለግሉ ያስችላቸዋል፡፡ መንፈስ ቅዱስ የዚህ ለውጥ መለኮታዊ ወኪል ነው፣ አማኞችን በመንፈሳዊ ጉዟቸው ሁሉ የሚመራ እና የሚያበረታታ ነው፡፡

10.2 ወደ ቅድስና መጣር

ወደ ቅድስና መጣር አማኞች የእግዚአብሔርን ትእዛዛት በማክበር የሞራል እና የመንፈሳዊ ንጽህና ሕይወት እንዲመሩ ጥሪውን የሚያንፀባርቅ የክርስትና ዋና ጭብጥ ነው፡፡

ይህን ጽንስ ሃሳብ የበለጠ እንመርምረው፡ **1. ቅድስና ይገለጻል:** - ቅድስና፣ በክርስቲያናዊ አውድ ውስጥ፣ ለእግዚአብሔር ዓላማ መለየትን እና በሥነ ምግባራዊ ንፁህ እና እርሱን ደስ የሚያሰኝ ሕይወት መኖርን ያመለክታል፡፡ **2. የእግዚአብሔር የቅድስና ጥሪ:** - እግዚአብሔር አማኞችን ወደ ቅድስና ጠራቸው በተለያዩ የመጽሐፍ ቅዱስ ክፍሎች እንደተገለጸው:- *የመጽሐፍ ቅዱስ ጥቅስ:* 1ኛ ጴጥሮስ 1:15-16 "ነገር ግን የጠራችሁ እንደዚሁ ቅዱሳን ሁኑ፣ እኔ ቅዱስ ነኝና ቅዱሳን ሁኑ ተብሎ ተጽፎአልና በምታደርጉት ሁሉ ቅዱሳን ሁኑ፡፡ የቅድስና ሂደት:** - ወደ ቅድስና መጣር የቅድስና ሂደት አካል ነው፣ እሱም ክርስቶስን መምሰል እና በጽድቅ ማደግን ይጨምራል፡፡ **4. የባህርይ ለውጥ:** - ቅድስናን መከተል የባህርይ

144

ለውጥን ያካትታል፤ አማኞች የክርስቶስን በጎነት እና ባህሪያት ለማንፀባረቅ ይፈልጋሉ፤ እንደ ፍቅር፤ ትዕግስት፤ ደግነት እና ትህትና።

5. ንስሐ :

ወደ ቅድስና መጣር ማለት እንድ ሰው ኃጢአቱን ማወቅ፤ በነሱ ንስሐ መግባት እና ለእግዚአብሔር መናዘዝን ይጨምራል። ከኃጢያት ባሀ ለመራቅ ቁርጠኝነት ነው። - *የመጽሐፍ ቅዱስ ጥቅስ:* 1ኛ ዮሐ 1:9 "በኃጢአታችን ብንናዘዝ ታማኝና ጻድቅ ነው ኃጢአታችንንም ይቅር ይለናል ከዓመፃም ሁሉ ያነጻናል።" **6. ጽድቅን መከተል:** - አማኞች ከእግዚአብሔር የሞራል ደረጃዎች ጋር የሚስማሙ ምርጫዎችን እና ውሳኔዎችን በማድረግ በሁሉም የሕይወት ዘርፎች ጽድቅን ለመከታተል ዓላማ አላቸው። - *የመጽሐፍ ቅዱስ ጥቅስ:* ማቴዎስ 5:6 "ጽድቅን የሚራቡና የሚጠሙ ብፁዓን ናቸው፤ ይጠግባሉና።" **7. ፈተናን ማስወገድ:** - ወደ ቅድስና መጣር ፈተናን በንቃት ማስወገድ እና በመንፈስ ቅዱስ እርዳታ የኃጢአተኛ ፍላጎቶችን መቋቋምን ያካትታል። - *የመጽሐፍ ቅዱስ ጥቅስ:* 1ኛ ቆሮንቶስ 10:13 እንድትታገሡት ደግሞ መውጫውን ያዘጋጅላችኋል።

8. አእምሮን ማደስ:- - አማኞች ሀሳባቸውን በሚመራውና እግዚአብሔርን የሚያከብሩ ምርጫዎችን እንዲያደርጉ በሚረዳቸው በእግዚአብሔር ቃል በመሙላት አእምሮአቸውን ያድሳሉ። - *የመጽሐፍ ቅዱስ ጥቅስ:* ወደ ሮሜ ሰዎች 12:2 "በልባችሁ መታደስ ተለወጡ እንጂ የዚህን ዓለም ምሳሌ አትከተሉ። የእግዚአብሔር ፈቃድ እርሱም በጎ የሆነውን ፈትናችሁ ፈትኑ ደስ የሚያሰኝ እና ፍጹም ፈቃድ" **9. ተጠያቂነት እና ደቀመዝሙርነት:** - ብዙ ክርስቲያኖች ተጠያቂነትን የሚያገኙት ከእምነት ባልንጀሮቻቸው እና ከአማካሪዎች ጋር ባለ ግንኙነት ሲሆን ይህም በቅድስና ጎዳና ላይ እንዲቆዩ ይረዳቸዋል። **10. በጸጋ ላይ የተመሰረተ ማሳደግ:** -

አማኞች ወደ ቅድስና ሲጥሩ፥ በመጨረሻ ግን የእግዚአብሔር የጸጋ ሥራ እንደሆነ ይገነዘባሉ። ቅድስናን ሲከተሉ በእግዚአብሔር ኃይል እና ይቅርታ ላይ ይታመናሉ። - *የመጽሐፍ ቅዱስ ጥቅስ:* ቲቶ 2:11-12 " ሰዎችን ሁሉ የሚያድን የእግዚአብሔር ጸጋ ተገልጧልና። አሁን ባለንበት ዘመን ቅንና አምላካዊ ሕይወት ይኖራል።

11. በፍቅር ማደግ:

ቅድስና ከኃጢአት መራቅ ብቻ ሳይሆን ለእግዚአብሔር እና ለሌሎች ፍቅር ማደግ ነው። ፍቅር የቅዱስ ህይወት ዋና ነው። - *የመጽሐፍ ቅዱስ ጥቅስ:* 1ኛ ቆሮንቶስ 16:14 "ሁሉን በፍቅር አድርጉ።" **12. የእግዚአብሔርን ባሕርይ ማንፀባረቅ:** - አማኞች በተግባራቸው፥ በአመለካከታቸው እና በግንኙነታቸው የእግዚአብሔርን ባህሪ ለማንፀባረቅ ይጥራሉ። ይህም ምሕረትን፥ ርኅራኄን እና ይቅርታን ይጨምራል። - *የመጽሐፍ ቅዱስ ጥቅስ:* ሚክያስ 6:8 "አንተ ሚች ሆይ መልካሙን አሳይቶሃል፤ እግዚአብሔር ከአንተ የሚፈልገው ምንድር ነው? ጽድቅን ታደርግ ዘንድ ምሕረትንም ትወድድ ዘንድ ከአምላክህም ጋር በትሕትና ትሄድ ዘንድ። " **13. የእምነት ጉዞ:** - ወደ ቅድስና መጣር እምነትን፥ ጽናትን እና በእግዚአብሔር ጸጋ ላይ የማያቋርጥ ጥገኝነት የሚጠይቅ የህይወት ዘመን ጉዞ ነው። - *የመጽሐፍ ቅዱስ ጥቅስ:* ዕብራውያን 12:1 "እንግዲህ እንደዚህ ባሉ ታላቅ ምስክሮች ደመና ከበበን፥ የሚከለክለውን ሁሉ ቶሎም የሚይዘውን ኃጢአት አስወግደን፤ በትዕግሥትም እንሩጥ። ዘር ለእኛ ምልከት ተደርጎበታል" ወደ ቅድስና መጣር የክርስቲያን የእግር ጉዞ መሠረታዊ ገጽታ ነው። የእግዚአብሔርን ባሕርይ የሚያንፀባርቅ፥ ከቃሉ ጋር የሚስማማ፥ እና ለዓላማው የተለየ ሕይወት ለመኖር ቀጣይነት ያለው ቁርጠኝነት ያካትታል። ምእመናን በዚህ የለውጥ ጉዞ ላይ ኃይል የሚሰጣቸው የእግዚአብሔር ጸጋ እና የመንፈስ ቅዱስ ሥራ መሆኑን በመረዳት

ቅድስናን ይከተላሉ፨ **14፨ ቅድሚያ የሚሰጣቸውን ነገሮች ማቀናበር፦** -
ወደ ቅድስና መጣር ብዙ ጊዜ በህይወት ውስጥ ቅድሚያ የሚሰጣቸውን ነገሮች
ማስቀመጥን ይጠይቃል፨ አማኞች በዘለአለማዊ እሴቶች ላይ ያተኩራሉ እናም
ከእግዚአብሔር ጋር ያላቸውን ግንኙነት ከዓለማዊ ጉዳዮች የበለጠ
ያስቀድማሉ፨ - *የመጽሐፍ ቅዱስ ጥቅስ:* ማቴዎስ 6:33 "ነገር ግን
አስቀድማችሁ መንግሥቱን ጽድቁንም ፈልጉ ይህም ሁሉ ይጨመርላችኋል፨"
15. አመስጋኝ ልብን ማዳበር፦ - አመስጋኝ ልብ የቅድስና አስፈላጊ ገጽታ
ነው፨ አማኞች ለእግዚአብሔር በረከቶች ምስጋናቸውን ይገልጻሉ እና የእርሱን
ሉዓላዊነት ይገነዘባሉ፨ - *የመጽሐፍ ቅዱስ ቁጥር:* 1ኛ ተሰሎንቄ 5:18
"በሁሉ አመስግኑ፤ ይህ የእግዚአብሔር ፈቃድ በክርስቶስ ኢየሱስ ወደ እናንተ
ነውና፨

" **16. ሌሎችን በፍቅር ማገልገል:

አማኞች የሰውን ልጅ በማገልገል የክርስቶስን ምሳሌ ለመኮረጅ ይጥራሉ፨
- *የመጽሐፍ ቅዱስ ጥቅስ:* ገላትያ 5:13 "ወንድሞቼና እነቶቼ ሆይ፥ እናንተ
አርነት እንድትወጡ ተጠርታችኋል፤ ነገር ግን አርነታችሁ ለሥጋዊ ፈቃድ
አይጠቀም፤ ይልቁንም እርስ በርሳችሁ በፍቅር በትሕትና አገልግሉ፨"

17. ይቅርታን መቀበል፦ - ወደ ቅድስና መጣር የበደሉንን ይቅርታ
ማድረግን ይጨምራል፨ ይቅርታ የመታዘዝ ተግባር እና የእግዚአብሔር ይቅር
ባይነት ነፀብራቅ ነው፨ - *የመጽሐፍ ቅዱስ ጥቅስ:* ቆላስይስ 3:13 "እርስ
በርሳችሁ ትዕግሥትን አድርጉ፥ ከእናንተም በአንዱ ላይ የሚነቅፈው ነገር ቢኖር
ይቅር ተባባሉ፨ **18. ዕለታዊ አጅ መስጠት፦** - ምእመናን ቅድስና የአንድ
ጊዜ ስኬት ሳይሆን ቀጣይነት ያለው ለእግዚአብሔር ፈቃድ መገዛት መሆኑን
ተገንዝበው ሕይወታቸውን ለእግዚአብሔር ይሰጣሉ፨ - *የመጽሐፍ ቅዱስ
ጥቅስ:* ሉቃ 9:23 "ከዚያም ሁሉንም እንዲህ አላቸው፦ ደቀ መዝሙሬ

ሊሆን የሚወድ ራሱን ይካድ መስቀሉንም ተሸክም ይከተለኝ::" **19::
ተጠያቂነትን መፈለግ:-** - ለአምነት ባልንጀሮች ተጠያቂነት ወደ ቅድስና
ለመታገል ጠቃሚ ሊሆን ይችላል:: ትግሎችን እና ድሎችን ለሌሎች ማካፈል
ድጋፍ እና ማበረታቻ ይሰጣል:: - *የመጽሐፍ ቅዱስ ጥቅስ:* ምሳሌ 27:17
"ብረት ብረትን እንደሚስል እንዲሁ ሰው ሌላውን ይስላል::" **20. ከአለም
ጋር መስማማትን መቃወም:** - አማኞች የአለምን እሴቶች እና ባህሪያት
ለመከተል ተጠርተዋል? ይልቁንም የእግዚአብሔርን መንግሥት እሴቶች
በሚያንጸባርቅ መንገድ ለመኖር ነው:: - *የመጽሐፍ ቅዱስ ጥቅስ:* ወደ ሮሜ
ሰዎች 12:2

2: የእግዚአብሔር ፈቃድ እርሱም በጎና ደስ የሚያሰኝ ፍጹምም የሆነው ነገር
ምን እንደ ሆነ ፈትናችሁ ታውቁ ዘንድ በልባችሁ መታደስ ተለወጡ እንጂ
ይህን ዓለም አትምሰሉ::" **21. በሂደቱ ውስጥ መታገስ:** - ወደ ቅድስና
መጣር ከራስ እና ከሌሎች ጋር ትዕግስት ይጠይቃል:: በጊዜ ሂደት የሚገለጥ
ሂደት ነው፣ እና አማኞች በእግዚአብሔር ጊዜ ያምናሉ:: - *የመጽሐፍ ቅዱስ
ቁጥር:* ዕብራውያን 10:36

"የእግዚአብሔርን ፈቃድ በፈጸማችሁ ጊዜ የገባውን ቃል እንድትቀበሉ
መጽናት ያስፈልጋችኋል::" **22. አምልኮ እንደ አኗኗር:** - አምልኮ በእሁድ
ስብሰባዎች ላይ ብቻ የተወሰነ አይደለም; ወደ ቅድስና ለሚጥሩ ሰዎች የአኗኗር
ዘይቤ ይሆናል:: አማኞች ሕይወታቸውን ለእግዚአብሔር የአምልኮ መሥዋዕት
አድርገው ያቀርባሉ:: - *የመጽሐፍ ቅዱስ ጥቅስ:* ወደ ሮሜ ሰዎች 12:1
"እንግዲህ፤ ወንድሞች ሆይ፤ ሰውነታችሁን እግዚአብሔርን ደስ የሚያሰኝና
ሕያው ቅዱስም መሥዋዕት አድርጋችሁ ታቀርቡ ዘንድ በእግዚአብሔር
ምሕረት እለምናችኋለሁ:: ትክክለኛ አምልኮ" **23. የእግዚአብሔርን ከበር
ማንፀባረቅ:** - ወደ ቅድስና የመታገል የመጨረሻ ዓላማ የእግዚአብሔርን

ክብር ለዓለም ማንፀባረቅ ነው። አማኞች የእግዚአብሔር ፍቅር እና ጸጋ የሚገለጡባቸው ዕቃዎች ይሆናሉ። - *የመጽሐፍ ቅዱስ ጥቅስ፡* 2ኛ ቆሮንቶስ 3:18 " እኛ ሁላችን ያልተሸፈኑ ፊቶች የጌታን ክብር የምንመስል መንፈስ ከሚሆን ከጌታ በሚመጣ ክብር በሚጨምር ክብር ወደ እርሱ እንለወጣለን። ." ወደ ቅድስና መጣር የአማኝን የሕይወት ገፅታዎች ሁሉ የሚያጠቃልል ተለዋዋጭ እና ዓላማ ያለው ጉዞ ነው። ይህም የአንድን ሰው አስተሳሰቦች፣ አመለካከቶች እና ድርጊቶች ከእግዚአብሔር የጽድቅ እና የፍቅር ደረጃዎች ጋር ማስማማትን ያካትታል። አማኞች ይህንን ፍለጋ በትህትና፣ በእግዚአብሔር ፀጋ ላይ በመደገፍ እና እምነታቸውን ለክርስቶስ የመለወጥ ሃይል ምስክር ሆነው ለመኖር በቁርጠኝነት ይቀበሉታል።

11. ማዳን እና የእግዚአብሔር መንግሥት

"መዳን እና የእግዚአብሔር መንግስት" በክርስትና ውስጥ መሰረታዊ ፅንሰ-ሀሳቦች ናቸው, የእግዚአብሔርን የሰው ልጆችን ለመቤዠት እና ወደነበረበት ለመመለስ ያለውን እቅድ ይወክላሉ. እነዚህን ጽንስ-ሐሳቦች በበለጠ ዝርዝር እንመርምር: **1. መዳን የተገለጸው:** - መዳን የሰው ልጅ ከኃጢአት መዘዝ እና ከእግዚአብሔር መለየት ነፃ መውጣት ነው። እሱም የኃጢአት ይቅርታን፣ ከእግዚአብሔር ጋር መታረቅን፣ እና የዘላለም ሕይወት ተስፋን ይጨምራል። **2. የመዳን ፍላጎት:** - መጽሐፍ ቅዱስ ሁሉም ኃጢአትን እንደሠሩና የእግዚአብሔርም ክብር ጎድሎአቸዋል ብሎ ያስተምራል (ሮሜ 3:23)። በኃጢአት ምክንያት፣ የሰው ልጅ ከእግዚአብሔር መንፈሳዊ መለያየት ጋር ይጋፈጣል። - *የመጽሐፍ ቅዱስ ጥቅስ:* ወደ ሮሜ ሰዎች 6:23 "የኃጢአት ደመወዝ ሞት ነውና የእግዚአብሔር የጸጋ ስጦታ ግን በክርስቶስ ኢየሱስ በጌታችን የዘላለም ሕይወት ነው።" **3. የእግዚአብሔር የማዳን እቅድ:** - የእግዚአብሔር የማዳን እቅድ በኢየሱስ ክርስቶስ ተንቀሳቅሷል። እግዚአብሔር ልጁን የላከው የሰው ልጆችን ከኃጢአት ለማዳን እና የእርቅ መንገድን ያዘጋጅ ዘንድ ነው። - *የመጽሐፍ ቅዱስ ጥቅስ:* ዮሐ 3:16 " በእርሱ የሚያምን ሁሉ የዘላለም ሕይወት እንዲኖረው እንጂ እንዳይጠፋ እግዚአብሔር አንድያ ልጁን እስኪሰጥ ድረስ ዓለሙን እንዲሁ ወዶአልና።"

4. ንስሃ እና እምነት:- - መዳን ንስሃ መግባትን ያካትታል፣ እነዚህም ግለሰቦች ኃጢአታቸውን የሚቀበሉበት፣ ከእነሱ የሚርቁበት እና በኢየሱስ ክርስቶስ በማመን እንደ ግል ጌታ እና አዳኛቸው አድርገው በእምነት በመቀበል ነው። - *የመጽሐፍ ቅዱስ ጥቅስ:* የሐዋርያት ሥራ 3:19 "እንግዲህ ንስሐ

ግቡ ወደ እግዚአብሔርም ተመለሱ ኃጢአታችሁም ይደመሰስ ዘንድ ከጌታም የመጽናናት ጊዜ ይመጣላችሁ፡፡" **5. የጸጋ ስጦታን መቀበል:** - መዳን የሚገኘው በበጎ ሥራ ሳይሆን የእግዚአብሔር የጸጋ ስጦታ ነው፡፡ በኢየሱስ ክርስቶስ በማመን የሚገኝ ነው፡፡ - *የመጽሐፍ ቅዱስ ጥቅስ:* ኤፌሶን 2:8-9 "በእምነት ድናችኋልና በጸጋው ድናችኋልና፤ ይህም የእግዚአብሔር ስጦታ ነው እንጂ ከእናንተ አይደለም፤ ስለዚህም ከሥራ አይደለም፡፡

6. ዳግም መወለድ እና አዲስ ሕይወት: - በድነት አማኞች መንፈሳዊ መወለድን ወይም ዳግም መወለድን ያገኛሉ፡፡ በክርስቶስ አዲስ ሕይወት ተቀብለው የእግዚአብሔር ልጆች ሆነዋል፡፡ - *የመጽሐፍ ቅዱስ ጥቅስ:* 2ኛ ወደ ቆሮንቶስ ሰዎች 5:17 "ስለዚህ ማንም በክርስቶስ ቢሆን አዲስ ፍጥረት መጥቶአል፤ አሮጌው ነገር አልፎአል፤ አዲሱም በዚህ አለ፡፡" **7. የእግዚአብሔር መንግሥት ፍቺ:** - የእግዚአብሔር መንግሥት በፍጥረት ሁሉ ላይ የእግዚአብሔርን አገዛዝ እና ግዛት ያመለክታል፡፡ የአሁኑ እውነታ እና ለአማኞች የወደፊት ተስፋ ነው፡፡ **8. የኢየሱስ ትምህርት ስለ መንግሥቱ:** - ኢየሱስ በምድራዊ አገልግሎቱ ወቅት ስለ እግዚአብሔር መንግሥት በተደጋጋሚ አስተምሯል፡፡ ተፈጥሮውን፣ እሴቶቹን እና በተከታዮቹ መካከል መገኘቱን ገልጿል፡፡ - *የመጽሐፍ ቅዱስ ጥቅስ:* ማርቆስ 1:15 "ጊዜው ደርሷል" ሲል ተናግሯል፡፡ "የእግዚአብሔር መንግሥት ቀርባለች ንስሐ ግቡ መልካሙንም እመኑ!" **9. ወደ መንግሥት መግባት:** - ኢየሱስ በንስሐና በእምነት ወደ እግዚአብሔር መንግሥት መግባት አስፈላጊ መሆኑን ገልጿል፡፡ እርሱን የሚከተሉ የእግዚአብሔር መንግሥት ዜጎች ይሆናሉ፡፡ - *የመጽሐፍ ቅዱስ ጥቅስ:* ማቴዎስ 18:3 "እውነት እላችኋለሁ፥ ካልተለወጣችሁ እንደ ሕፃናትም ካልሆናችሁ፥ ወደ መንግሥተ ሰማያት ከቶ አትገቡም አለ፡፡"

10 የመንግሥት እሴቶች: - የእግዚአብሔር መንግሥት እንደ ፍቅር፤ ጽድቅ፤ ፍትሕ፤ ርኅራኄ እና ትሕትና ባሉ እሴቶች ይታወቃል። አማኞች የተጠሩት እነዚህን እሴቶች በሕይወታቸው ውስጥ እንዲያሳድጉ ነው። - *የመጽሐፍ ቅዱስ ጥቅስ:* ማቴዎስ 6:33 "ነገር ግን አስቀድማችሁ መንግሥቱን ጽድቁንም ፈልጉ ይህም ሁሉ ይጨመርላችኋል።" **11. የወደፊቱን መንግሥት መተንበይ:** - የእግዚአብሔር መንግሥት በአማኞች መካከል እያለ፤ ኢየሱስ በሚመለስበት ጊዜ ፍጻሜው እንደሚሆንም ይጠበቃል፤ እናም የእግዚአብሔር መንግሥት ሙሉ በሙሉ ይመሰረታል። - *የመጽሐፍ ቅዱስ ጥቅስ:* ራእይ 11:15 "የዓለም መንግሥት የጌታችንና የመሲሑ መንግሥት ሆነች፤ ለዘላለምም እስከ ዘላለም ይነግሣል።" **12. በዕለት ተዕለት ኑሮ ላይ ተጽእኖ:**

ድነትን እና የእግዚአብሔርን መንግሥት መረዳት በአማኞች የዕለት ተዕለት ሕይወት ላይ ትልቅ ተጽእኖ አለው። እሴቶቻቸውን፤ ቅድሚያ የሚሰጧቸውን ነገሮች እና ግንኙነቶቻቸውን ይቀርፃል።

የመጽሐፍ ቅዱስ ጥቅስ: ቆላስይስ 3:1-2 "እንግዲህ ከክርስቶስ ጋር ከተነሣችሁት ጊዜ ጀምሮ ልባችሁን አኑሩ ክርስቶስ በእግዚአብሔር ቀኝ ተቀምጦ ባለበት በላይ ያለውን አስቡ። በላይ ያለውን እንጂ በምድራዊ ነገር አይደለም። **13. ምሥራቹን መስበክ:** - አማኞች የተጠሩት የመዳንን መልእክት እና የእግዚአብሔርን መንግሥት ለሌሎች በማካፈል ከክርስቶስ ጋር ግንኙነት እንዲፈጥሩ ነው። - *የመጽሐፍ ቅዱስ ጥቅስ:* የማቴዎስ ወንጌል 28:19-20 "እንግዲህ ሂዱና አሕዛብን ሁሉ በአብ በወልድና በመንፈስ ቅዱስ ስም እያጠመቃችኋቸው ለእነዬም ሁሉ እንዲታዘዙ እያስተማራችኋቸው ደቀ መዛሙርት አድርጓቸው። አዝዣለሁ። መዳን እና የእግዚአብሔር መንግሥት በክርስቲያናዊ ሥነ-መለኮት እና ልምምድ ውስጥ ዋና መሪ ሃሳቦች ናቸው። እነሱ

የእግዚአብሔርን የመቤዠት እቅድ ለሰው ልጆች እና በኢየሱስ ክርስቶስ ላይ ያለውን እምነት የመለወጥ ኃይልን ይወክላሉ። አማኞች የመዳንን ስጦታ የሚቀበሉ ብቻ ሳይሆን የአምላክን መንግሥት እሴቶች በመምራትና ምሥራቹን ለሌሎች በማካፈል ቀጣይነት ባለው የአምላክ መንግሥት መስፋፋት ይሳተፋሉ። **14። መደመር እና መንግስቱ:** - የእግዚአብሔር መንግስት ከሁሉም አስተዳደግ፣ ብሔሮች እና ባህሎች የመጡ ሰዎችን ይቀበላል። ከሰው መለያየት አልፎ በአማኞች መካከል አንድነት እንዲኖር ያደርጋል። - *የመጽሐፍ ቅዱስ ጥቅስ:* የዮሐንስ ራእይ 7:9 "ከዚህም በኋላ አየሁ፥ እነሆም፥ ማንም ሊቆጥራቸው የማይችሉት ብዙ ሕዝብ በፊቴ ነበሩ ከሕዝብም ከነገድ ከወገንም ከቋንቋም ሁሉ በዙፋኑ ፊትና በመንግሥት ሰማያት ፊት ቆመው ነበር።."

15. የማህበረሰቡ ለውጥ: - የእግዚአብሔር መንግስት የግለሰብ መዳን ብቻ ሳይሆን የህብረተሰብ ለውጥም ጌግም ነው። ምእመናን የፍትሕ መጓደልን፣ ድህነትን እና ጭቆናን ለመፍታት ተጠርተዋል። - *የመጽሐፍ ቅዱስ ጥቅስ:* ሚክያስ 6:8 "አንተ ሆይ መልካሙን አሳይቶሃል፤ እግዚአብሔር ከአንተ የሚፈልገው ምንድር ነው? ጽድቅን ታደርግ ዘንድ ምሕረትንም ትወድድ ዘንድ ከአምላክህም ጋር በትሕትና ትሄድ ዘንድ።" **16. የመንግስተ ሰማያት ዜግነት:** - አማኞች በምድራዊ ድንበሮች ያልተገደበ የእግዚአብሔር መንግስት ዜጎች ተደርገው ይወሰዳሉ። የመጨረሻ ዜግነታቸው በሰማይ ነው።

የመጽሐፍ ቅዱስ ጥቅስ: ፊልጵስዩስ 3:20 "ነገር ግን አገራችን በሰማይ ነውና፤ ከዚያም የሚመጣውን መድኃኒት እርሱንም ጌታን ኢየሱስ ክርስቶስን እንጠባበቃለን።" **17. የመንግሥት ኑሮ:** - መንግሥት መኖር የእግዚአብሔርን መንግሥት መርሆች እና እሴቶች በዕለት ተዕለት ሕይወት ውስጥ መተግበርን ይጨምራል። ከእግዚአብሔር ፈቃድ ጋር ተስማምቶ መኖር ነው። - *የመጽሐፍ ቅዱስ ጥቅስ:* ወደ ሮሜ ሰዎች 14:17 "የእግዚአብሔር

መንግሥት ጽድቅና ሰላም በመንፈስ ቅዱስም የሆነ ደስታ ናት እንጂ መብልና መጠጥ አይደለችም።" **18. የመንግሥቱ ምሳሌዎች:** - ኢየሱስ ስለ አምላክ መንግሥት ለማስተማር ብዙ ጊዜ ምሳሌዎችን ይጠቀም ነበር፤ ይህም ተፈጥሮንና በሰዎች ሕይወት ላይ የሚያሳድረውን ተጽዕኖ ያሳያል። - *የመጽሐፍ ቅዱስ ጥቅስ:* ማቴ 13:44 "መንግሥተ ሰማያት በእርሻ ውስጥ የተሰወረ መዝገብ ትመስላለች አንድ ሰው ባገኘው ጊዜ ደግሞ ሸሸገው ከደስታውም የተነሣ ሄዶ ያለውን ሁሉ ሸጦ ገዛው።" **19. የሰላም ግዛት:** - የእግዚአብሔር መንግሥት በሰላም ተላይታለች። ለአማኞች ውስጣዊ ሰላምን ያመጣል እና በአገሮች መካከል ሰላም ለማምጣት የሚያስችል አቅም አለው. - *የመጽሐፍ ቅዱስ ጥቅስ:* ኢሳ 9:6 "ሕፃን ተወልዶልናልና፤ ወንድ ልጅም ተሰጥቶናልና፤ አለቅነትም በጫንቃው ላይ ይሆናል፤ እርሱም ድንቅ መካር፤ ኃያል አምላክ፤ የዘላለም አባት የሰላም አለቃ ተብሎ ይጠራል። **20. በመጀመሪያ የአምላክን መንግሥት መፈለግ:** - ኢየሱስ ተከታዮቹ አምላክ የሚያስፈልጋቸውን እንደሚያሟላላቸው በማመን ከሁሉ በላይ የአምላክን መንግሥት ለመፈለግ ቅድሚያ እንዲሰጡ አበረታቲቸዋል። - *የመጽሐፍ ቅዱስ ጥቅስ:* ማቴዎስ 6:33 "ነገር ግን አስቀድማችሁ መንግሥቱን ጽድቁንም ፈልጉ ይህም ሁሉ ይጨመርላችኋል።" **21. ቀድሞውንም እና ገና ያልሆነው:** - የእግዚአብሔር መንግሥት "ቀድሞውንም እና ገና አይደለም" ጽንስ-ሐሳብ ነው. አስቀድሞ በአማኞች መካከል አለ ነገር ግን ወደፊት ክርስቶስ በሚመለስበት ጊዜ ሙሉ በሙሉ እውን ይሆናል። **22. የዘላለም ሕይወት በመንግሥቱ:** - በክርስቶስ የሚያምኑ በእግዚአብሔር መንግሥት የዘላለም ሕይወት ዋስትና አላቸው። ሞት መጨረሻ ሳይሆን ወደ አምላክ መንግሥት ሙላት የሚደረግ ሽግግር ነው።

የመጽሐፍ ቅዱስ ቁጥር: ዮሐንስ 11:25-26

"ኢየሱስም፦ ትንሣኤና ሕይወት እኔ ነኝ አላት። የሚያምንብኝ ቢሞት እንኳ ሕያው ይሆናል፤ በእኔም የሚያምን ሁሉ ለዘላለም አይሞትም። ይህን ታምኛያለሽን?" **23 . ምሥራቹን ማዳረስ፦** - በእግዚአብሔር መንግሥት የመኖር አንዱ ክፍል የመዳንን እና የእግዚአብሔርን መንግሥት ምሥራች ለሌሎች ማካፈል፤ የእግዚአብሔርን ፍቅር እና ጸጋ እንዲለማመዱ መጋበዝ ነው። - *የመጽሐፍ ቅዱስ ጥቅስ፦* ማርቆስ 16፥15 "ወደ ዓለም ሁሉ ሂዱ ወንጌልንም ለፍጥረት ሁሉ ስበኩ አላቸው። ተስፋ፤ ለውጥ፤ እና ለተዋጀ አለም ራዕይ። አማኞች የተጠሩት እንዚህን እውነቶች እንዲቀበሉ፤ እንደ እግዚአብሔር መንግሥት ዜጎች እንዲኖሩ፤ እና ፍቅሩን እና ፀጋውን ወደተሰበረ ዓለም በማምጣት በእግዚአብሔር መንግሥት ሥራ ውስጥ በንቃት እንዲሳተፉ ነው። በርግጠኝነት፤ በክርስትና ውስጥ የ"ማዳን እና የእግዚአብሔር መንግስት" ጽንስ-ሀሳቦችን መመርመርን እንቀጥል። **24። የመንፈስ ቅዱስ ሚና፦** - መንፈስ ቅዱስ በመዳን ሂደት እና በእግዚአብሔር መንግሥት ምስረታ ውስጥ ወሳኝ ሚና ይጫወታል። አማኞችን ያበረታታል፤ ልቦችን ይወቅሳል፤ እና የእግዚአብሔርን አላማዎች እንዲመሩ ይመራቸዋል። *የመጽሐፍ ቅዱስ ጥቅስ፦* የሐዋርያት ሥራ 1፥8 "ነገር ግን መንፈስ ቅዱስ በእናንተ ላይ በወረደ ጊዜ ኃይልን ትቀበላላችሁ፤ በኢየሩሳሌምም በይሁዳም ሁሉ በሰማርያም እስከ ምድር ዳርም ድረስ ምስክሮቼ ትሆናላችሁ ." **25. ፍትህና ጽድቅ፦** - የእግዚአብሔር መንግሥት በፍትሕና በጽድቅ ተለይታለች። አማኞች የእግዚአብሔርን መንግሥት እሴቶች በማንፀባረቅ በነብረተሰቡ ውስጥ ለፍትሕና ለጽድቅ እንዲቆሙ ተጠርተዋል።

የመጽሐፍ ቅዱስ ጥቅስ፦ ኢሳ 1፥17 " ጽድቅን መስራት ተማሩ ፍትህን ፈልጉ ለተገፋው ተከራከሩ ለድሀ አደጎች ፍርድን ፈልጉ የመበለቲቱንም ጉዳይ ተከራከሩ።" **26. የመንግሥቱ ስውርነት፦** - ኢየሱስ ስለ አምላክ

መንግሥት ስውር ተፈጥሮ ከስናፍጭ ዘር ወይም ከእርሾ ጋር እያነጻጸረ ብዙ ጊዜ ተናግሯል። በትንሹ ሊጀምር ይችላል ነገር ግን መላውን ዓለም የመነካካት አቅም አለው። - *የመጽሐፍ ቅዱስ ጥቅስ:* ማቴዎስ 13:31-32 ሌላም ምሳሌ ነገራቸው:— መንግሥተ ሰማያት ሰው ወስዶ በእርሻው የተከለውን የስናፍጭ ቅንጣት ትመስላለች፤ እርስዋ ግን ከሁሉ ታንሳለች ዘርም ባይደገች ጊዜ ከአትክልት ተከሎች ትበልጣለች፥ ዛፍም ትሆናለች፥ ወፎችም መጥተው በቅርንጫፎቹ ውስጥ ይቀራሉ።

27. የክርስቶስ ጌትነት: - በእግዚአብሔር መንግሥት ኢየሱስ ክርስቶስ ጌታ እና ንጉሥ እንደሆነ ይታወቃል። አማኞች በሁሉም የሕይወት ዘርፎች ለሥልጣኑ ይገዛሉ። - *የመጽሐፍ ቅዱስ ጥቅስ:* ወደ ፈልጰስዩስ ሰዎች 2:9-11 "ስለዚህም እግዚአብሔር ወደ ከፍተኛ ቦታ ከፍ ከፍ አደረገው፥ ከስምም ሁሉ በላይ ያለውን ስም ሰጠው፤ በሰማይና በምድር ይንበረከኩ ዘንድ ሁሉ ለኢየሱስ ስም ይንበረከኩ ዘንድ። ምድርና ከምድር በታች ምላሰም ሁሉ ለእግዚአብሔር አብ ከብር ኢየሱስ ክርስቶስ ጌታ እንደ ሆነ ይመሰክራል።

28. ደቀመዝሙርነት እና መንግሥቱ:- የክርስቶስ ደቀ መዝሙር መሆን ወደ እግዚአብሔር መንግሥት ከመግባትና ከመኖር ጋር የተያያዘ ነው። ደቀ መዛሙርት የኢየሱስን ትምህርት እና ምሳሌ ይከተላሉ። - *የመጽሐፍ ቅዱስ ጥቅስ:* ማቴዎስ 16:24 "ኢየሱስም ለደቀ መዛሙርቱ:- ደቀ መዛሙሬ ሊሆን የሚወድ ራሱን ይካድ መስቀሉንም ተሸክሞ ይከተለኝ።" **29 ፈውስ እና ተሃድሶ:** - የእግዚአብሔር መንግሥት ለተሰበሩ ሀይወቶች ፈውስ እና ተሃድሶን ያመጣል። ኢየሱስ የአምላክን መንግሥት መምጣት ለማሳየት ተአምራት ፈጽሟል። - *የመጽሐፍ ቅዱስ ጥቅስ:*

ሉቃ 9:11 " ሕዝቡ ግን ይህን አውቀው ተከተሉት፤ ተቀበላቸውም ስለ እግዚአብሔርም መንግሥት ነገራቸው ፈውስም የሚያስፈልጋቸውን

ፈወሳቸው፡፡" **30. አዲስ የሕይወት መንገድ:** - መዳን እና በእግዚአብሔር መንግሥት ውስጥ መኖር ጥልቅ የሆነ የሕይወት ለውጥን ያካትታል፡፡ አማኞች የተጠሩት ከአለም ሳይሆን እንደ እግዚአብሔር መርሆች እንዲኖሩ ነው፡፡ - *የመጽሐፍ ቅዱስ ጥቅስ:* ወደ ሮሜ ሰዎች 12:2 2 የእግዚአብሔር ፈቃድ እርሱም በጎና ደስ የሚያሰኝ ፍጹምም የሆነው ነገር ምን እንደ ሆነ ፈትናችሁ ታውቁ ዘንድ በልባችሁ መታደስ ተለወጡ እንጂ ይህን ዓለም አትምሰሉ፡፡ **31. በመንግሥቱ ውስጥ ዘላለማዊ አምልኮ:** - የእግዚአብሔር መንግሥት የመጨረሻ አፈጻጸም ላይ፣ አማኞች ከብሩን በሙሉት እየተለማመዱ ዘላለማዊ አምልኮን እና ከእግዚአብሔር ጋር መገናኘትን በጉጉት ይጠባበቃሉ፡፡ - *የመጽሐፍ ቅዱስ ጥቅስ:* የዮሐንስ ራእይ 21:3-4 " ከዙፋኑም እንዲህ ሲል ታላቅ ድምፅ ሰማሁ:— እነሆ፣ የእግዚአብሔር ማደሪያ አሁን በሕዝብ መካከል ነው ከእነርሱም ጋር ያድራል፤ እነርሱም ለእርሱ ይሆናሉ፡፡ እግዚአብሔር ራሱ ከእነርሱ ጋር ይሆናል አምላካቸውም ይሆናል እንባዎችንም ሁሉ ከዓይኖቻቸው ያብሳል፤ ሞትም ቢሆን ወይም ኀዘን ወይም ልቅሶ ወይም ሥቃይ ከእንግዲህ ወዲህ አይሆንም፤ የቀደመው ሥርዓት አልፎአልና፡፡

32. ወንጌልን ለማካፈል አጣዳፊነት: - የመዳንን እና የእግዚአብሔርን መንግስትን አስፈላጊነት በመገንዘብ አማኞች የእግዚአብሔርን ፍቅር እና የጸጋን የመለወጥ ሃይል እንዲላማመዱ በመጋበዝ ወንጌልን ለሌሎች ለማካፈል ይነሳሳሉ፡፡

የመጽሐፍ ቅዱስ ጥቅስ: 2ኛ ቆሮንቶስ 5:20 "እንግዲህ እግዚአብሔር በእኛ እንደሚለምን እኛ የክርስቶስ መልክተኞች ነን፡፡ ከእግዚአብሔር ጋር ታረቁ ብለን ስለ ክርስቶስ እንለምናችኋለን፡፡" መዳን እና የእግዚአብሔር መንግስት የክርስቲያን እምነት እና ልምምድ ዋና ቅርዕ ያላቸው ጥልቅ እና እርስ በርስ የተያያዙ ጭብጦች ናቸው፡፡ አማኞች የተጠሩት እነዚህን እውነቶች እንዲቀበሉ፣

እንደ እግዚአብሔር መንግሥት አምባሳደሮች ሆነው እንዲኖሩ እና የመዳንን መልእክት እንዲያካፍሉ፤ ሌሎች በኢየሱስ ክርስቶስ ያለውን ተስፋ፤ ለውጥ እና የዘላለም ሕይወት እንዲለማመዱ ነው።

11.1- የአምላክ መንግሥት ዜግነት

"በእግዚአብሔር መንግስት ውስጥ ዜግነት" በክርስትና ውስጥ ማዕከላዊ ጽንሰ-ሀሳብ ነው፣ ይህም የአማኙን ማንነት፣ መብቶች እና የእግዚአብሔር ሰማያዊ መንግሥት አባልነት ኃላፊነቶችን ያመለከታል። ይህንን ጽንስ-ሀሳብ በበለጠ ዝርዝር እንመርምረው፦ **1. ሰማያዊ ዜግነት:** - በክርስቶስ የሚያምኑ የእግዚአብሔር መንግሥት ዜጎች ተደርገው ይወሰዳሉ። ይህ ዜግነት ከምድራዊ ድንበሮች የሚያልፍ እና ከእግዚአብሔር ጋር ባለው ጥልቅ መንፈሳዊ ግንኙነት የሚገለጽ ነው። - *የመጽሐፍ ቅዱስ ጥቅስ:* ፊልጵስዩስ 3:20 "ነገር ግን አገራችን በሰማይ ነውና፤ ከዚያም የሚመጣውን መድኃኒት እርሱንም ጌታን ኢየሱስ ክርስቶስን እንጠባበቃለን።" **2. አዲስ ማንነት:** - የአምላክ መንግሥት ዜግነት ለአማኞች አዲስ ማንነትን ያመለከታል። እነሱ የሚገለጹት በምድራዊ ዜግነታቸው ብቻ ሳይሆን በክርስቶስ በኩል ከእግዚአብሔር ጋር ባላቸው ግንኙነት ነው። **3. መብቶች እና ልዩ መብቶች:**

እንደ እግዚአብሔር መንግሥት ዜጎች፣ አማኞች የእግዚአብሔርን ጸጋ፣ መመሪያ እና የዘላለም ሕይወት ማረጋገጫን ጨምሮ የተወሰኑ መብቶች እና መብቶች አሏቸው። - *የመጽሐፍ ቅዱስ ጥቅስ:* ወደ ሮሜ ሰዎች 8:17 "ልጆች ከሆንን ወራሾች ነን የእግዚአብሔር ወራሾች ከክርስቶስም ጋር አብረን

ወራሾች ነን፡፡" **4. የመንግስት እሴቶች:** የአምላክ መንግሥት ዜጎች እንደ ፍቅር፤ ጽድቅ፤ ትሕትናና ፍትሕ ያሉትን የመንግሥቱን እሴቶች ተቀብለው እንዲኖሩ ይጠበቅባቸዋል፡፡ - *የመጽሐፍ ቅዱስ ጥቅስ:* የማቴዎስ ወንጌል 5:3-12 - "በመንፈስ ድሆች የሆኑ ብፁዓን ናቸው፤ መንግሥተ ሰማያት የእነርሱ ናትና... ጽድቅን የሚራቡና የሚጠሙ ብፁዓን ናቸው፤ ይጠግባሉና፡፡ ." **5. ኃላፊነቶች:** - በአምላክ መንግሥት ውስጥ ያለ ዜግነት የመዳንን መልእክት ማካፈልን፤ እግዚአብሔርን የሚያከብር ሕይወት መምራት እና በእግዚአብሔር የማዳን ሥራ ውስጥ ንቁ ተሳትፎ ማድረግን ጨምሮ ከኃላፊነቶች ጋር አብሮ ይመጣል፡፡ - *የመጽሐፍ ቅዱስ ጥቅስ:* የማቴዎስ ወንጌል 28:19-20 "እንግዲህ ሂዱና አሕዛብን ሁሉ በአብ በወልድና በመንፈስ ቅዱስ ስም እያጠመቃችኋቸው ለእኔም ሁሉ እንዲታዘዙ እያስተማራችኋቸው ደቀ መዛሙርት አድርጓቸው፡፡ **6. የመንግሥቱ ቅድሚያ የሚሰጣቸው ነገሮች:-** - የአምላክ መንግሥት ዜጎች አምላክ የሚያስፈልጋቸውን እንደሚያሟላላቸው በማመን ከምንም ነገር በላይ የአምላክን መንግሥትና ጽድቅ ለመሻት ቅድሚያ እንዲሰጡ ተበረታተዋል፡፡ - *የመጽሐፍ ቅዱስ ጥቅስ:* ማቴዎስ 6:33 "ነገር ግን አስቀድማችሁ መንግሥቱን ጽድቁንም ፈልጉ ይህም ሁሉ ይጨመርላችኋል፡፡" **7. ዜግነት ከምድራዊ ሁኔታዎች ባሻገር:-**

የሰማያዊ ዜግነት ጽንስ-ሀሳብ አማኞች የመጨረሻ ማንነታቸው እና እጣ ፈንታቸው የሚወሰነው በዓለማዊ ሁኔታ ሳይሆን ከእግዚአብሔር ጋር ባላቸው ግንኙነት መሆኑን ያሳስባል፡፡ - *የመጽሀፍ ቅዱስ ጥቅስ:* 2ኛ ቆሮንቶስ 4:18 "እንግዲያስ ዓይኖቻችንን የምናተኩረው በሚታየው ላይ አይደለም፤ የማይታየው ግን ጊዜያዊ ነውና የማይታየው ግን ዘላለማዊ ነው፡፡" **8. በዜጎች መካከል ያለው አንድነት:** - ምድራዊ ልዩነቶች ምንም ቢሆኑም፤ የአምላክ

መንግሥት ዜጎች በክርስቶስ ባላቸው እምነት አንድ ሆነዋል። እነሱ የተለያየ፣ ዓለም አቀፋዊ የአማኞች ቤተሰብ አካል ናቸው። - *የመጽሐፍ ቅዱስ ጥቅስ:* ገላ 3፥28 "አይሁዳዊ ወይም አሕዛብ የለም፤ ባሪያ ወይም ጨዋ ሰው የለም፤ ወንድም ሴትም የለም፤ ሁላችሁ በክርስቶስ ኢየሱስ አንድ ሰው ናችሁና።" **9. ወደፊት የምትኖር ሀገር:** - አማኞች ከእግዚአብሔር እና ከዜጎች ጋር ዘላለማዊ ኅብረትን በሚያገኙበት የመጨረሻውን የትውልድ አገራቸውን በእግዚአብሔር መንግሥት ይጠብቃሉ።

የመጽሐፍ ቅዱስ ቁጥር: ዕብራውያን 11፥16

" ይልቁንም የሚበልጠውን ሰማያዊ አገር ይናፍቁ ነበር፤ ስለዚህ እግዚአብሔር አምላካቸው ተብሎ ሊጠራ አያፍርም፤ ከተማን አዘጋጅቶላቸዋልና።" **10. በእግዚአብሔር ክብር መካፈል:** የእግዚአብሔር መንግስት ዜግነት በእግዚአብሔር ክብር የመካፈልን ተስፋ እና ለልጆቹ የተዘጋጀውን የዘላለም ርስት ያጠቃልላል። - *የመጽሐፍ ቅዱስ ጥቅስ:* * ወደ ሮሜ ሰዎች 8፥18 "በእኛም ይገለጥ ዘንድ ካለው ክብር ጋር ቢመዛዘን አሁን ያለንበት ሥቃይ ምንም እንዳይደለ አስባለሁ።" የአምላክ መንግሥት ዜግነት ጥልቅ እና ለውጥ የክርስትና እምነት ገጽታ ነው። የአማኞችን ማንነት፣ እሴት፣ ቅድሚያ የሚሰጣቸውን ነገሮች እና ኃላፊነቶች ይቀርፃል። ወደፊት የአምላክ መንግሥት ሙሉ በሙሉ የሚፈጸምበትን ጊዜ በጉጉት ሲጠባበቁ የአምላክን መንግሥት እሴቶች በምድር ላይ የመኖር መብታቸውን ዘላለማዊ ቤታቸውን ያስታውሳቸዋል። **11። የመንግሥት ዜግነት በጸጋ:** የእግዚአብሔር ዜግነት በሰው ጥረት የሚገኝ ሳይሆን በእግዚአብሔር ጸጋ የሚሰጥ ነው። በኢየሱስ ክርስቶስ በማመን የተገኘ ስጦታ ነው። - *የመጽሐፍ ቅዱስ ጥቅስ:* ኤፌሶን 2፥8-9 "በእምነት ድናችኋልና በጸጋው ድናችኋልና፤ ይህም የእግዚአብሔር ስጦታ ነው እንጂ ከእናንተ አይደለም፤ ስለዚህም ከሥራ

አይደለም። **12. የመንግሥት አገልግሎት:** - የእግዚአብሔር መንግሥት ዜጎች እግዚአብሔርንም ሆነ ሌሎችን እንዲያገለግሉ ተጠርተዋል። አገልግሎት የፍቅር መግለጫ እና የኢየሱስ አገልጋይነት መገለጫ ነው። - *የመጽሐፍ ቅዱስ ጥቅስ:* ማርቆስ 10:45 "የሰው ልጅ ደግሞ ሊያገለግል ነፍሱንም ለብዙዎች ቤዛ ሊሰጥ እንጂ እንዲያገለግሉት አልመጣም።" **13. የመንግሥት አስተዳደር:** - አማኞች በእግዚአብሔር መንግሥት ውስጥ ሀብቶች፣ ችሎታዎች እና ኃላፊነቶች ተሰጥቷቸዋል። እግዚአብሔር ለሰጣቸው ነገር ታማኝ መጋቢዎች እንዲሆኑ ተጠርተዋል። - *የመጽሐፍ ቅዱስ ጥቅስ:* 1ኛ ጴጥሮስ 4:10 "እያንዳንዳችሁ ልዩ ልዩ የእግዚአብሔር ጸጋ ታማኝ መጋቢዎች እንደመሆናችሁ፣ የተቀበላችሁትን ማንኛውንም ስጦታ ለሌሎች ለማገልገል ተጠቀሙ።" **14. የመንግሥት አምባሳደርነት:** የእግዚአብሔር መንግሥት ዜጎች በዓለም ላይ የክርስቶስ አምባሳደሮች ተደርገው ይወሰዳሉ። እነሱ ገና ለማያምኑ የአምላክን መንግሥት እሴቶችና መልእክት ያመለክታሉ። - *የመጽሐፍ ቅዱስ ቁጥር:* 2ኛ ቆሮንቶስ 5:20

ንግዲህ እግዚአብሔር በእኛ እንደሚለምን እኛ የክርስቶስ መልእክተኞች ነን። ስለ ክርስቶስ እንለምናችኋለን: ከእግዚአብሔር ጋር ታረቁ።" **15. የመንግሥቱ ማስተዋል:** - የመንግሥቱ ዜጎች የእግዚአብሔርን ፈቃድ በመረዳት ሕይወታቸውን ከዓላማው ጋር በማስማማት ጊዜውንና ወቅቶችን እንዲለዩ ይበረታታሉ። - * የመጽሐፍ ቅዱስ ጥቅስ: (ሉቃስ 12:56)

56: እናንት ግብዞች፣ የምድሩንና የሰማዩን ፊት ልትመረምሩ ታውቃላችሁ፣ ነገር ግን ይህን ዘመን የማትመረምሩ እንዴት ነው?"**16. ከምድራዊ ታማኝነት ባለፈ ዜግነት:-** - ምድራዊ ዜግነት አስፈላጊ ቢሆንም በእግዚአብሔር መንግሥት ውስጥ ዜግነት ግን ይቀድማል። አማኞች ከምድራዊ በላይ እግዚአብሔርን እንዲታዘዙ ተጠርተዋል። የእሴቶች ግጭት

በሚፈጠርበት ጊዜ ባለሥልጣናት - * የመጽሐፍ ቅዱስ ጥቅስ: * የሐዋርያት ሥራ 5: 29 "ጴጥሮስና ሌሎች ሐዋርያት መልሰው:- ከሰው ይልቅ ለእግዚአብሔር ልንታዘዝ ይገባል!" :** - የመንግሥቱ ዜጎች ከሌሎች ጋር በሚኖራቸው ግንኙነት ፍቅርን፣ ምሕረትንና ፍትሕን በማሳየት እምነታቸውን በተግባር ማሳየት ይጠበቅባቸዋል።

** 18. ከሞት ባሻገር ዜግነት:** - የአምላክ መንግሥት ዜግነት ለአማኞች ሞት መጨረሻው ሳይሆን በአምላክ ፊት ወደ ዘላለማዊ ሕይወት የሚደረግ ሽግግር መሆኑን ያረጋግጣል። የመጽሐፍ ቅዱስ ቁጥር:* ዮሐንስ 11:25-26 ኢየሱስም እንዲህ አላት። በእኔ የሚያምን ቢሞቱም ሕያው ይሆናል; በእኔም የሚያምን ለዘላለም አይሞትም። ይህን ታምናለህን?' "ከዚህም በኋላ አየሁ፤ እነሆም፤ ማንም ሊቈጥራቸው የማይችል ከሕዝብና ከነገድ ከወገንም ከቋንቋም ሁሉ እጅግ ብዙ ሕዝብ በፊቴ በዙፋኑና በበጉ ፊት ቆመው ነበር። ነጭ ልብስ ለብሰው የዘንባባ ዝንጣፌ በእጃቸው ያዙ።" **20. ዜግነት በአዲስ ሰማይ እና አዲስ ምድር:**

የአምላክ መንግሥት ዜግነት እስከ አዲሱ ሰማይና አዲስ ምድር ድረስ ይዘልቃል፤ በዚያም አማኞች ከአምላክ ጋር ለዘላለም ተስማምተው ይኖራሉ። - *የመጽሐፍ ቅዱስ ጥቅስ:* የዮሐንስ ራእይ 21:1-4 " አዲስ ሰማይና አዲስ ምድርም አየሁ ፊተኛው ሰማይና ፊተኛይቱ ምድር አልፈዋልና... የእግዚአብሔር ማደሪያ አሁን በመካከላቸው አለ" በአምላክ መንግሥት ውስጥ ያለው ዜግነት የክርስትና እምነት ጥልቅና ለውጥ የሚያመጣ ገጽታ ነው። እምነትን በዓላማ መኖርን፤ የእግዚአብሔርን ስጦታዎች መጋቢ ማድረግ እና በዓለም ውስጥ ያሉትን የእግዚአብሔርን እሴቶች መወከልን ይጨምራል። እሱ ለአማኞች ተስፋን፤ ዓላማን እና በእግዚአብሔር ፊት የዘላለም ሕይወት ዋስትናን ይሰጣል።

11.2- እንደ መንግሥት እንደራሴዎች መኖር

"እንደ መንግሥት እንደራሴዎች መኖር" የክርስትና አምነት መሠረታዊ ገጽታ ነው፤ አማኞች የእግዚአብሔርን መንግሥት እሴቶች፣ መርሆች እና ተልእኮ በዕለት ተዕለት ሕይወታቸው ውስጥ እንዲገልጹ እና እንዲገልጹ የተጠሩበት መንገድ ነው። እንደ መንግሥት እደራሴዎች ከመኖር ጋር የተያያዙ ቁልፍ መርሆዎች እና ልማዶች እዚህ አሉ: **1. በመጀመሪያ የእግዚአብሔርን መንግሥት መፈለግ:** - ከምንም ነገር በላይ ለእግዚአብሔር መንግሥትና ለጽድቁ ቅድሚያ ስጥ። ውሳኔዎችን ያድርጉ እና ቅድሚያ የሚሰጧቸውን ነገሮች ከእግዚአብሔር እሴቶች ጋር በማስማማት ያስቀምጡ። - *የመጽሐፍ ቅዱስ ጥቅስ:* ማቴዎስ 6:33"ነገር ግን አስቀድማችሁ መንግሥቱን ጽድቁንም ፈልጉ ይህም ሁሉ ይጨመርላችኋል።" **2. እግዚአብሔርን እና ጎረቤትን መውደድ: ** - በጸሎት፣ በአምልኮ እና በመታዘዝ ከእርሱ ጋር ጥልቅ ግንኙነት በማዳበር ለእግዚአብሔር ፍቅር አሳይ። ደግነትን፣ ርህራሄን እና እንክብካቤን በማሳየት ለጎረቤቶች ፍቅርን ግለጽ። - *የመጽሐፍ ቅዱስ ጥቅስ:* ማቴዎስ 22:37-39 "ኢየሱስም መለሰ:- ጌታ አምላከህን በፍጹም ልብህ በፍጹም ነፍስህ በፍጹም አሳብህ ውደድ። ፊተኛይቱና ታላቂቱ ትእዛዝ ይህች ናት፤ ሁለተኛይቱም ይህችን ትመስላለች:- ባልንጀራህን እንደ ራስህ ውደድ የምትል ናት። ይቅርታን መለማመድ:** - የይቅርታን የመንግሥቱን ዋጋ ተቀበሉ። ክርስቶስ ይቅር እንዳላችሁ ሌሎችን ይቅር በላቸው፤ ምሬትንና ንዴትን አውጥተዋል።

የመጽሐፍ ቅዱስ ቁጥር: ቆላስይስ 3:13

"እርስ በርሳችሁ ትዕግሥትን አድርጉ፣ ከእናንተም አንዳችሁ በአንድ ሰው ላይ የሚነቅፈው ነገር ቢኖር ይቅር ተባባሉ።

4. ሌሎችን ማገልገል: - ሌሎችን ከራስ ወዳድነት ነፃ በሆነ መንገድ በማገልገል የኢየሱስን ምሳሌ ተከተል። በአካባቢያ ያሉትን ሰዎች ፍላጎቶች ለማሟላት ስጦታዎችዎን እና ሀብቶችዎን ይጠቀሙ። - *የመጽሐፍ ቅዱስ ጥቅስ:* ማርቆስ 10:45 "የሰው ልጅ ደግሞ ሊያገለግል ነፍሱንም ለብዙዎች ቤዛ ሊሰጥ እንጂ እንዲያገለግሉት አልመጣም::" **5. በትሕትና መኖር:** - ትሕትናን እንደ መንግሥት ዋጋ ተቀበል:: በእግዚአብሔር ላይ መታመንህን እወቅ እና ትዕቢትን አስወግድ:: - *የመጽሐፍ ቅዱስ ጥቅስ:* ወደ ፊልጵስዩስ ሰዎች 2:3 " ከራስ ወዳድነት ምኞት ወይም ከንቱ ትምከህት ምንም አታድርጉ፤ ይልቁንም ሌሎችን ከራስህ በላይ በትሕትና አስብ::" **6. ጽድቅን እና ፍትህን መከተል:** - አስቸጋሪ በሚሆንበት ጊዜም ለትክክለኛው እና ለፍትህ ቆሙ:: - *የመጽሐፍ ቅዱስ ጥቅስ:* ሚክያስ 6:8 "አንተ ሆይ መልካሙን አሳይቶሃል፤ እግዚአብሔር ከአንተ የሚፈልገው ምንድር ነው? ጽድቅን ታደርግ ዘንድ ምሕረትንም ትወድድ ዘንድ ከአምላክህም ጋር በትሕትና ትሄድ ዘንድ:: " **7. ወንጌልን ማካፈል:**

- በኢየሱስ ክርስቶስ የመዳንን ወንጌል በማካፈል የእግዚአብሔር መንግሥት አምባሳደር ሁን:: የእምነትን የመለወጥ ኃይል እንዲለማመዱ ሌሎችን ጋብዝ:: - *የመጽሐፍ ቅዱስ ጥቅስ:* የማቴዎስ ወንጌል 28:19-20 "እንግዲህ ሂዱና አሕዛብን ሁሉ በአብ በወልድና በመንፈስ ቅዱስ ስም እያጠመቃችኋቸው ለእኔም ሁሉ እንዲታዘዙ እያስተማራችኋቸው ደቀ መዛሙርት አድርጓቸው:: **8. በእምነት መኖር:-** - መንግሥቱ የዘላለም እውነታ መሆን በማወቅ በሁሉም ሁኔታዎች ውስጥ እግዚአብሔርን ታመኑ:: በእምነት እንጂ በፍርሃት ወይም በዓለማዊ ጭንቀት አትኑር:: - *የመጽሐፍ ቅዱስ ጥቅስ:* ዕብራውያን 11:1 "እምነትም በምናደርገው ነገር መታመን የማናየውንም ነገር ማረጋገጥ ነው::" **9. አንድነትን ማጎልበት::

የእግዚአብሔር መንግሥት የተለያየ አስተዳደግና ባህል ያላቸውን ሰዎች እንደሚያካትት በመገንዘብ በአማኞች መካከል አንድነት እንዲኖር ማድረግ። - *የመጽሐፍ ቅዱስ ጥቅስ:* ኤፌሶን 4:3 "በሰላም ማሰሪያ የመንፈስን አንድነት ለመጠበቅ ትጉ።" **10. ለተገለሉ ሰዎች ርኅራኄ:** - ለተገለሉ፤ ለተጎጂዎች እና ለተጨቆኑ ሰዎች ርኅራኄን እና እንክብካቤን ያቅርቡ። ለተቸገሩት ፍትህ እና ምህረትን ፈልጉ። - *የመጽሐፍ ቅዱስ ጥቅስ:* ማቴዎስ 25:40 ንጉሡም መልሶ:- እውነት እላችኋለሁ፤ ከሁሉ ከሚያንሱ ከእነዚህ ወንድሞቼና እኅቶቼ ለአንዱ ያደረጋችሁት ለእኔ አደረጋችሁት ይላል። 11. **ፈተናን እና ኃጢአትን መቋቋም:** - በእግዚአብሔር መስፈርት ኑሩ እና ፈተናንና ኃጢአትን ተቃወሙ። ለቅድስና እና ንጽህና ታገል። - *የመጽሐፍ ቅዱስ ጥቅስ:* 1ኛ ቆሮንቶስ 6:19-20 "ሰውነታችሁ ከእግዚአብሔር የተቀበላችሁት በእናንተ የሚኖረው የመንፈስ ቅዱስ ቤተ መቅደስ እንደ ሆነ አታውቁምን? እናንተ የራሳችሁ አይደላችሁም እናንተ ግን። በዋጋ ተገዝተዋል፤ እንግዲህ በሥጋችሁ እግዚአብሔርን አክብሩ።

12. በፈተና መጽናት: - የእግዚአብሔር መንግሥት ለዘላለም ጸንቶ እንደሚኖር አውቀህ ፈተናዎችንና ችግሮችን በእምነት ጽና። በአስቸጋሪ ጊዜያት የእግዚአብሔርን ጥንካሬ እና መመሪያ ፈልጉ። - *የመጽሐፍ ቅዱስ ጥቅስ:* ያእቆብ 1:12 15 ከዚህ በኋላ ምኞት ፀንሳ ኃጢአትን ትወልዳለች፤ ኃጢአትም ካደገች በኋላ ሞትን ትወልዳለች።" መንግሥት አምባሳደር በመሆን መኖር የአምላክን መንግሥት እሴቶችና መሠረታዊ ሥርዓቶች በሁሉም የሕይወት ዘርፎች ለማንጸባረቅ በየዕለቱ ቁርጠኝነትን ይጨምራል። በዓለም ላይ ብርሃን መሆን፤ የእግዚአብሔርን ፍቅር እና ጸጋ ማሳየት እና በእግዚአብሔር የመቤዠትና የማስታረቅ ተልዕኮ ውስጥ በንቃት መሳተፍ ማለት ነው።**13።** ስለ እግዚአብሔር መንግሥት መጸለይ:** - የእግዚአብሔር መንግሥት

እንዲመጣ እና ፈቃዱ በሰማይ እንደሆነው በምድርም እንዲሆን ዘወትር ጸልዩ።
በሁሉም የሕይወት ዘርፎች የእርሱን መመሪያ እና ተሳትፎ ፈልጉ። -
የመጽሐፍ ቅዱስ ጥቅስ: ማቴዎስ 6:10 "መንግሥትህ ትምጣ፤ ፈቃድህ
በሰማይ እንደ ሆነች እንዲሁ በምድር ትሁን።" **14. ልግስና እና መጋራት:**

ሀብቶችን ፤ ጊዜያችን እና ችሎታዎችን ለተቸገሩ ሰዎች በማካፈል ልግስና
አሳዩ። የተትረፈረፈ የእግዚአብሔርን ጸጋ በማንፀባረቅ የመስጠትን አፈጻጸም
ተቀበሉ። - *የመጽሐፍ ቅዱስ ጥቅስ:* 2ኛ ቆሮንቶስ 9:7 "እግዚአብሔር
በደስታ የሚሰጠውን ይወዳልና እያንዳንዳችሁ በልባችሁ የወሰናችሁትን በኀዘን
ወይም በግድ አይስጡ።" **15. ባህልን መለወጥ:** - የመንግሥቱን እሴቶች
በሚያንፀባርቅ መልኩ ከባህል ጋር ተሳተፍ እና ተጽዕኖ ያሳድራል። የፍትህ
መጓደል ጉዳዮችን በማንሳት እና ጽድቅን በማስተዋወቅ በህብረተሰቡ ላይ በጎ
ተጽዕኖ ያሳድሩ።

16. ሰላም መፍጠር: - በግንኙነቶች እና ግጭቶች ውስጥ ሰላምን
እና እርቅን ይከተሉ። የሰላምን ልዑል ኢየሱስን የሚያካትት ሰላም ፈጣሪ
በመባል ይታወቁ። - *የመጽሐፍ ቅዱስ ጥቅስ:* ማቴዎስ 5:9 " የሚያስታርቁ
ብፁዓን ናቸው የእግዚአብሔር ልጆች ይባላሉና።" **17. በሁሉም ሁኔታዎች
ውስጥ ደስታ:** - በሁሉቱም መልካም እና ፈታኝ ጊዜ ደስታን እና ምስጋናን
ጠብቅ። ደስታህ በክርስቶስ ላለው ተስፋ ምስክር ሊሆን ይችላል። - *የመጽሐፍ
ቅዱስ ጥቅስ:* ፊልጵስዩስ 4:4 "ሁልጊዜ በጌታ ደስ ይበላችሁ፤ ደግሜ
እላለሁ፥ ደስ ይበላችሁ!" **18. ማስተዋልና ጥበብ:-** - በውሳኔ አሰጣጥ
ከእግዚአብሔር ቃል እና ከመንፈስ ቅዱስ ጥበብንና ማስተዋልን ፈልጉ።
ከመንግሥቱ መሠረታዊ ሥርዓቶች ጋር የሚስማሙ ምርጫዎችን አድርግ። -
የመጽሐፍ ቅዱስ ጥቅስ: ያዕቆብ 1:5 "ከእናንተ ግን ማንም ጥበብ
ቢጎድለው፥ ሳይነቅፍ በልግስና ለሁሉ የሚሰጠውን እግዚአብሔርን ለምኑ፥

ይሰጣችሁማል።" **19. ሆን ተብሎ የሚደረግ ግንኙነት:** - መንፈሳዊ እድገትን እና ተጠያቂነትን የሚያበረታቱ ግንኙነቶችን ይገንቡ። በእምነት ጉዞ ላይ ከሚያበረታቱህ የመንግሥቱን አምባሳደሮች ጋር ። - *የመጽሐፍ ቅዱስ ጥቅስ:* ምሳሌ 27:17 "ብረት ብረትን እንደሚስል እንዲሁ ሰው ሌላውን ይስላል።" **20. የመንግሥቱን ብዝሃነትን መቀበል:** - የእግዚአብሔርን መንግሥት ልዩነት ያከብሩ እና ያደንቁ። ከእምነት ባልንጀሮቻችን አመለካከትና የኗሪ ታሪክ ተማር እንዲሁም አክብር።

21. በእምነት መጽናት:

በመከራ ጊዜ የአምላክ መንግሥት ዓላማዎች እንደሚፈጸሙ በመተማመን በእምነት ጸንታችሁ ኑሩ። - *የመጽሃፍ ቅዱስ ጥቅስ:* ያዕ 1:3-4 " የእምነታችሁ መፈተን ትዕግስትን እንዲያደርግላችሁ ስለምታውቁ ትዕግስት ምንም ሳይጎድላችሁ ፍፁም እንድትሆኑ ስራውን ይጨርስ።"

22. የማይናወጥ ተስፋ: - በአምላክ መንግሥት ተስፋዎች ላይ የተመሠረተ የተስፋ ስሜት ይኑሩ። እርግጠኛ ባልሆነ ሁኔታ በተሞላ ዓለም ውስጥ ተስፋህ የብርሃን ፍንጣቂ ሊሆን ይችላል። - *የመጽሐፍ ቅዱስ ጥቅስ:* ወደ ሮሜ ሰዎች 15:13 "በእርሱ ታምኑ ዘንድ የተስፋ አምላክ ደስታንና ሰላምን ሁሉ ይሙላባችሁ። **23. ለእግዚአብሔር ቃል መታዘዝ:** - የእግዚአብሔርን ቃል በመታዘዝ እምነትህን ኑር። ሥነ ምግባራዊ ምርጫዎችን ለማድረግ መጽሐፈ ቅዱስ መመሪያህ ይሁን። - *የመጽሐፍ ቅዱስ ጥቅስ:* ያዕቆብ 1:22 " 25 ነገር ግን ነጻ የሚያወጣውን ፍጹሙን ሕግ ተመልክቶ የሚጸናበት፥ ሥራንም የሚሠራ እንጂ ሰምቶ የሚረሳ ያልሆነው፥ በሥራው የተባረከ ይሆናል።።" **24. የእግዚአብሔርን ባሕርይ ማንፀባረቅ:** - የእግዚአብሔርን ባሕርይ፣ ፍቅሩን፣ ቅድስናውን፣ እና ምሕረትን ጨምሮ፣ በግንኙነቶችዎ እና በግንኙነቶችዎ ውስጥ ለማንጸባረቅ ይሞክሩ። **25.

የእግዚአብሔርን ፍቅር ማስፋፋት:** - የእግዚአብሔርን ፍቅር ላልሰሙት አካፍሉ። ድርጊቶችህና ንግግሮችህ ሌሎችን ወደ መንግሥቱ ሊስቡ ይችላሉ። *የመጽሐፍ ቅዱስ ጥቅስ:* 1ኛ ዮሐንስ 4:77 ወዳጆች ሆይ፥ ፍቅር ከእግዚአብሔር ስለ ሆነ፤ የሚወደውም ሁሉ ከእግዚአብሔር ስለ ተወለደ እግዚአብሔርንም ስለሚያውቅ፤ እርስ በርሳችን እንዋደድ።" **26. በእምነት እንደ ልጅ የሚቀሩ:** - እንደ ልጅ በመታመንና በመደነቅ ወደ እግዚአብሔር ቅረብ። ከሰማይ አባት ጋር ባለህ ግንኙነት የልጁን ትህትና ተቀበል። - *የመጽሐፍ ቅዱስ ጥቅስ:* የማቴዎስ ወንጌል 18:3 "እውነት እላችኋለሁ፤ ካልተለወጣችሁ እንደ ሕፃናትም ካልሆናችሁ ወደ መንግሥተ ሰማያት ከቶ አትገቡም አላቸው። ቀጣይነት ያለው የእድገት እና የለውጥ ጉዞ. ዓለምን በሚነካ እና ለእግዚአብሔር ክብር በሚያመጣ መልኩ የእግዚአብሔርን መንግሥት እሴቶች፣ መርሆዎች እና ተልዕኮዎች በየቀኑ ስለ መኖር ነው።

12 -የዘላለም ሕይወት እና የሰማይ ተስፋ

"የዘላለም ሕይወት እና የሰማይ ተስፋ" በክርስትና ውስጥ ዋና መሪ ሃሳቦች ናቸው፤ ከዚህ ምድራዊ ሕልውና ባሻገር ባለው የሕይወት ተስፋ ላይ ያለውን ጥልቅ እምነት እና ከእግዚአብሔር ጋር በሰማይ ለዘላለም የመኖር ተስፋን ይወክላሉ፡፡ **1፡ በክርስቶስ በኩል ያለው የዘላለም ሕይወት:** - ክርስትና የዘላለም ሕይወት በኢየሱስ ክርስቶስ በማመን የተገኘ የእግዚአብሔር ስጦታ እንደሆነ ያስተምራል፡፡ አማኞች ለኃጢያት ይቅርታ እና የዘላለም ህይወት ማረጋገጫ በክርስቶስ መስዋዕትነት ይታመናሉ፡፡ - *የመጽሐፍ ቅዱስ ጥቅስ:* ዮሐ 3:16 " በእርሱ የሚያምን ሁሉ የዘላለም ሕይወት እንዲኖረው እንጂ እንዳይጠፋ እግዚአብሔር አንድያ ልጁን እስኪሰጥ ድረስ ዓለሙን እንዲሁ ወዶአልና፡፡" **2. የመዳን ዋስትና:** - አማኞች በመንፈስ ቅዱስ ማደሪያ የመዳን እና የዘላለም ሕይወት ማረጋገጫ አላቸው፡፡ ይህ ዋስትና ሰላምን እና ተስፋን ያመጣል. - *የመጽሐፍ ቅዱስ ጥቅስ:* ወደ ሮሜ ሰዎች 8:16 "የእግዚአብሔር ልጆች መሆናችንን መንፈስ ራሱ ከመንፈሳችን ጋር ይመሰክራል፡፡" **3. ሰማያዊ ዜግነት:** - አማኞች በእግዚአብሔር ፊት ለዘለዓለም የሚኖሩበትን ሰማያዊ ዜግነትን ይጠብቃሉ፡፡ ይህ ሰማያዊ ተስፋ ለሕይወት ያላቸውን አመለካከት ይቀርፃል፡፡ - *የመጽሐፍ ቅዱስ ጥቅስ:* ፊልጵስዩስ 3:20 "ነገር ግን አገራችን በሰማይ ነውና፤ ከዚያም የሚመጣውን መድኃኒት እርሱንም ጌታን ኢየሱስ ክርስቶስን እንጠባበቃለን፡፡"

4. የትንሳኤ ተስፋ: - ክርስትና የሙታንን ትንሳኤ ያረጋግጣል፡፡ አማኞች የሰውነታቸውን ትንሳኤ በጉጉት ይጠባበቃሉ፤ በክብርም የዘላለም ህይወትን ይለማመዳሉ፡፡ - *የመጽሐፍ ቅዱስ ጥቅስ:*

1ኛ ቆሮንቶስ 15:52-53 " መለከት ይነፋልና ሙታንም የማይበሰብሱ ሆነው ይነሣሉ እኛም እንለወጣለን፡፡ **5. መንግሥተ ሰማያት መገኘት:** - ምንም ዓይነት ሥቃይ፤ ሕመም ወይም ኃጢአት በሌለበት፡፡ ፍፁም የሆነ ደስታ እና ከእግዚአብሔር ጋር ህብረት ያለበት ቦታ ነው፡፡

የመጽሐፍ ቅዱስ ጥቅስ: ራእይ 21:4 "እንባን ሁሉ ከዓይኖቻቸው ያብሳል፤ ሞትም ቢሆን ወይም ኅዘን ወይም ልቅሶ ወይም ሥቃይ ከእንግዲህ ወዲህ አይሆንም፤ የቀደመው ሥርዓት አልፎአልና፡፡" **6. የቅዱሳን ርስት:** - አማኞች የዘላለም ሕይወት ተስፋን ጨምሮ የእግዚአብሔር የተስፋ ቃል ወራሾች ናቸው፡፡ የአምላክን መንግሥት በረከቶች ይወርሳሉ፡፡ - *የመጽሐፍ ቅዱስ ጥቅስ:* 1ኛ ጴጥሮስ 1:3-4 "በኢየሱስ ክርስቶስ ከሙታን በመነሣቱ ለሕያው ተስፋ ለሕያውም ተስፋ ለማይጠፋም ርስት በብዙ ምሕረቱ አዲስ ወለደን፡፡ " **7. ቦታ ማዘጋጀት:** - ኢየሱስ በአባቱ ቤት ለተከታዮቹ ቦታ እንደሚያዘጋጅ ቃል ገባ፡፡ ይህ ቃል ኪዳን ከእርሱ ጋር ለዘላለም የመሆንን ተስፋ እና ጉጉትን ያሳድጋል፡፡ - *የመጽሐፍ ቅዱስ ጥቅስ:* ዮሐ 14:2-3 "የአባቴ ቤት ብዙ ክፍል አለው፤ ያ ባይሆንስ ስፍራ አዘጋጅላችሁ ዘንድ ወደዚያ እሄዳለሁን እላችኋለሁን? እኔም ብሄድ እኔ ባለሁበት እናንተ ደግሞ ትሆኑ ዘንድ ስፍራ አዘጋጅላችሁ፤ ተመልሼም ከእኔ ጋር እንድትሆኑ እወስዳችኋለሁ፡፡ **8. አዲስ ሰማይና አዲስ ምድር:** - ክርስትና እግዚአብሔር አዲስ ሰማይና አዲስ ምድር እንደሚፈጥር ያስተምራል፤ ጽድቅ የሚኖርባት፡፡ አማኞች በዚህ የታደሰ ፍጥረት ውስጥ መኖርን ይጠብቃሉ፡፡ - *የመጽሐፍ ቅዱስ ጥቅስ:* ራእይ 21:1 " አዲስ ሰማይና አዲስ ምድርም አየሁ ፊተኛው ሰማይና ፊተኛይቱ ምድር አልፈዋልና፡፡" **9. በተስፋ መኖር:** - የዘላለም ሕይወት ተስፋ አማኞች በምድር ላይ የሚያከናውኑት ተግባር ዘላለማዊ ትርጉም እንዳለው አውቀው በዓላማ እንዲኖሩ ያነሳሳቸዋል፡፡ - *የመጽሐፍ ቅዱስ ጥቅስ:* ቲቶ 2:

13 "የተባረከውን ተስፋ እርሱም የታላቁን የአምላካችንንና የመድኃኒታችንን የኢየሱስ ክርስቶስን ክብር መገለጥ እየጠበቅን ነው።" **10. ምሥራቹን ማካፈል:** - አማኞች የተጠሩት የዘላለም ሕይወትን መልእክት እና ሰማያዊ ተስፋን ለሌሎች እንዲያካፍሉ፣ ከክርስቶስ ጋር ግንኙነት እንዲፈጥሩም ይጋበዛሉ። - *የመጽሐፍ ቅዱስ ጥቅስ:* 2ኛ ቆሮንቶስ 5:20 "እንግዲህ እግዚአብሔር በእኛ እንደሚለምን እኛ የክርስቶስ መልከተኞች ነን። ከእግዚአብሔር ጋር ታረቁ ብለን ስለ ክርስቶስ እንለምናችኋለን።"

የዘላለም ሕይወት እና ሰማያዊ ተስፋ በክርስትና ውስጥ ያሉ እምነቶች ናቸው፣ አማኞች በዚህ ህይወት ውስጥ ሲጓዙ፣ ከእግዚአብሔር ጋር በሰማይ የመኖር ዘላለማዊ ደስታን እየጠበቁ መጽናናን፣ አላማን እና ማረጋገጫን ያገኛሉ **11። ከሞት ንክሳት ነጻ መውጣት:** - አማኞች በክርስቶስ ትንሳኤ ሞትን ድል በማድረግ ተስፋን ያገኛሉ። ሞት ኃይሉን ያጣል፣ እናም የዘላለም ሕይወት እውን ይሆናል። - *የመጽሐፍ ቅዱስ ጥቅስ:* 1ኛ ቆሮንቶስ 15:55-57 .ነገር ግን እግዚአብሔር ይመስገን በጌታችን በኢየሱስ ክርስቶስ ድል መንሣታን የሰጠን። **12. የበጉ የጋብቻ እራት:** - መንግሥተ ሰማያት "በበጉ የጋብቻ እራት" የተመሰለ ታላቅ በዓል ተብሎ ተገልጿል። አማኞች በዚህ አስደሳች በዓል በእግዚአብሔር ፊት መቀላቀላቸውን ይጠብቃሉ። - *የመጽሐፍ ቅዱስ ጥቅስ:* የዮሐንስ ራእይ 19:7 "የበጉ ሰርግ ደርሶአልና፤ ሙሽራውም ራሷን ስላዘጋጀች ደስ ይበለን ሐሤትም እናድርግ ክብርንም እንስጠው።"

13. ከእግዚአብሔር ጋር ፍጹም ኅብረት: - የሰማይ ተስፋ ከእግዚአብሔር ጋር ያለማቋረጥ የመገናኘትን ቃል ኪዳን ያጠቃልላል፣ ፍቅሩን እና ክብሩን በሙላት ይለማመዱ። - *የመጽሐፍ ቅዱስ ጥቅስ:* 1ኛ ወደ ቆሮንቶስ ሰዎች 13:12 "አሁንም በመስታወት እንደሚታይ መገለጥ ብቻ እናያለን፤ በዚያን ጊዜ ፊት ለፊት እናያለን፤ አሁን ከእውቀት ከፊዬ አውቃለሁ

የዚያን ጊዜም ይህን አውቃለሁ፡፡ ሙሉ በሙሉ አውቃለሁ" **14. እንባ የሌለበት ቦታ:** - መንግሥተ ሰማያት እግዚአብሔር እንባንን ሁሉ የሚጠርግበት፤ ሐዘንና መከራ አለመኖሩን ያመለክታል፡፡ - *የመጽሐፍ ቅዱስ ጥቅስ:* ራእይ 21:4 "እንባን ሁሉ ከዓይኖቻቸው ያብሳል፤ ሞትም ቢሆን ወይም ኀዘን ወይም ልቅሶ ወይም ሥቃይ ከእንግዲህ ወዲህ አይሆንም፤ የቀደመው ሥርዓት አልፎአልና፡፡" **15. የማይጠፉ ዘውዶች:** - አማኞች በምድር ላይ ታማኝነታቸውን ለማሳየት የጽድቅ አክሊሎችን እና ሽልማቶችን ከጌታ ለመቀበል ይጠባበቃሉ፡፡

- *የመጽሐፍ ቅዱስ ጥቅስ:* 2 ጢሞቴዎስ 4:8

"አሁን የጽድቅ አክሊል ተዘጋጅቶልኛል፤ ጻድቅ ፈራጅ የሆነው ጌታ ያን ቀን ለእኔ የሚከፍልልኝ ለእኔ ብቻ አይደለም፤ ነገር ግን መገለጡን ለሚሹ ሁሉ" **16. በእግዚአብሔር ብርሃን ማደር:** - መንግሥተ ሰማያት የእግዚአብሔር ክብር የበርሃን ምንጭ የሆነበት ስፍራ ተብሏል፡፡ አማኞች በእግዚአብሔር መገኘት ዘላለማዊ ብርሃን ውስጥ መኖርን ይጠብቃሉ፡፡ - *የመጽሐፍ ቅዱስ ጥቅስ:* ራእይ 21:23 "ለከተማይቱም የእግዚአብሔር ክብር ያበራልና መብራትዋም ነውና ፀሐይና ጨረቃ እንዲያበሩላት አያስፈልጋትም"፡፡ **17. ከዚህ በኋላ ኀጢአት ወይም ፈተና የለም:** - በመንግሥተ ሰማያት ኀጢአት፤ ፈተና ወይም የሞራል ትግል አይኖርም፡፡ አማኞች ፍጹማን ይሆናሉ እና ከኀጢአት ውጤቶች ነፃ ይሆናሉ፡፡ - *የመጽሐፍ ቅዱስ ጥቅስ:* የዮሐንስ ራእይ 21:27 "ለበጉ በሕይወት መጽሐፍ ከተጻፉት በቀር ርኩስ የሆነ ሁሉ ወደ እርስዋም ከቶ አይገባባትም፤ አሳፋሪና አታላይም የሚያደርግ የለም፡፡

18. ዘላለማዊ አምልኮ: - እግዚአብሔርን ማምለክ በሰማይ ውስጥ ዋና ተግባር ነው፡፡ አማኞች ከሰማያዊው ዘማሪ ጋር ለመቀላቀል በጉጉት ይጠባበቃሉ እግዚአብሔርን ለዘላለም ለማመስገን፡፡ - *የመጽሐፍ ቅዱስ

ጥቅስ፡* የዮሐንስ ራእይ 4፡8 “ከአራቱም እንስሶች ለእያንዳንዳቸው ስድስት ክንፍ ነበራቸው፤ በዙሪያውም ከክንፎቹ በታች በዐይኖች ተሸፍነው ነበር፤ ቀንና ሌሊትም፦ ቅዱስ፣ ቅዱስ፣ ቅዱስ፣ ቅዱስ ከማለት አላቋረጡም። የነበረውና ያለም የሚመጣውም ሁሉን የሚገዛ ጌታ አምላክ ነው።" **19. የክርስቶስን ክብር መካፈል፡** - የሰማይ ተስፋ የክርስቶስን ክብር መካፈልን ይጨምራል። አማኞች ይከበራሉ እናም እርሱን ለመምሰል ይለወጣሉ። - *የመጽሐፍ ቅዱስ ጥቅስ፡* ወደ ሮሜ ሰዎች 8፡17 "ልጆች ከሆንን ወራሾች ነን የእግዚአብሔር ወራሾች ከክርስቶስም ጋር አብረን ወራሾች ነን።." **20. ከአእምሮ በላይ ዘላለማዊነት፡** - መጽሐፈ ቅዱስ ሰማይን ሊገለጽ የማይችል የውበት እና የደስታ ቦታ፣ ከሰው ልጅ አእምሮ በላይ እንደሆነ ይገልጻሉ። አማኞች የዘላለምን ድንቆች በጉጉት ይጠብቃሉ። - *የመጽሐፍ ቅዱስ ጥቅስ፡* 1ኛ ቆሮንቶስ 2:9 "ነገር ግን፦ ዓይን ያላየችው ጆሮም ያልሰማው በሰውም አእምሮ ያላሰበው ተብሎ ተጽፎአል፤ እግዚአብሔር ያዘጋጀው እሱን የሚወዱትን" የዘላለም ሕይወት እና ሰማያዊ ተስፋ የወደፊት ተስፋዎች ብቻ ሳይሆኑ አሁን ለአማኞች የመጽናናት እና መነሳሻ ምንጮች ናቸው። የህይወት ፈተናዎችን ለመጋፈጥ ድፍረትን ያጎለብታሉ እና በክርስቶስ የሚታመኑትን በሚጠብቃቸው ዘላለማዊ ክብር ላይ በማተኮር የዚህን ዓለም ጊዜያዊ ፈተናዎች የሚያልፍ እይታን ይኖረናል።

21 ታላቁ ዳግም ውህደት፡ - አማኞች በክርስቶስ ላይ እምነት ካደረጉ ከሚወዷቸው ዘመዶቻቸው ጋር የከበረ ዳግም መገናኘትን ይጠብቃሉ። መንግሥተ ሰማያት የደስታ የመሰብሰቢያ እና የኅብረት ቦታ ሆኖ ይታያል። - *የመጽሐፍ ቅዱስ ጥቅስ፡* 1ኛ ተሰሎንቄ 4:17 "ከዚያ በኋላ እኛ ሕያዋን ሆነን የምንቀረው ጌታን በአየር ለመቀበል ከእነርሱ ጋር በደመና እንነጠቃለን፤

እንዲሁም ከእርሱ ጋር እንሆናለን።" **22. ለታማኝነት ሽልማቶች:** - ክርስቲያኖች በምድር ላይ ላሉት ታማኝነት በሰማይ ሽልማት በሚለው ጽንሰ-ሀሳብ ያምናሉ። እነዚህ ሽልማቶች ለመዳን ሳይሆን ለእግዚአብሔር ስጦታዎች ታማኝ አገልግሎት እና መጋቢነት ናቸው። - *የመጽሐፍ ቅዱስ ጥቅስ:* ማቴዎስ 6:20 "ነገር ግን ብልና ተባይ በማያጠፋት ሌቦችም ቆፍረው በማይሰርቁት ለእናንተ በሰማይ መዝገብ ሰብስቡ።" **23. ዘላለማዊ ወጣትነት እና መታደስ:** - መንግሥተ ሰማያት ዘወትር የሚታሰበው ከእርጅና እና ከመበስበስ ውጤቶች የጸዳ ዘላለማዊ ወጣትነትን እና መታደስን የሚያገኙበት ቦታ ነው። - *የመጽሐፍ ቅዱስ ጥቅስ:* ኢሳ 40:31 "እግዚአብሔርን በመተማመን የሚጠባበቁ ግን ኃይላቸውን ያድሳሉ እንደ ንስር በክንፍ ይወጣሉ ይሮጣሉ አይታክቱም ይሄዳሉ አይደክሙም። " **24. ፍፁም እውቀት እና መረዳት:** - በገነት አማኞች ፍጹም እውቀት እና ግንዛቤ እንዳላቸው ይታመናል፤ የእግዚአብሔርን እቅድ እና እንቆቅልሽ ግንዛቤን ያገኛሉ። - *የመጽሐፍ ቅዱስ ጥቅስ:* 1ኛ ወደ ቆሮንቶስ ሰዎች 13:12 "አሁንም በመስታወት እንደሚታይ መገለጥ ብቻ እናያለን፤ በዚያን ጊዜ ፊት ለፊት እናያለን፤ አሁን ከእውቀት ከፊዬ አውቃለሁ የዚያን ጊዜ እኔ እንደ እኔ አውቃለሁ። ሙሉ በሙሉ አውቃለሁ" **25. የሕይወት ወንዝ:** - መንግሥተ ሰማያት ከእግዚአብሔር ዙፋን ላይ የሕይወት ወንዝ የሚፈስበት፤ የዘላለም ሕይወትን ብዛትና ሕያውነት የሚያመለክት ቦታ ሆኖ ተገልጧል። - *የመጽሐፍ ቅዱስ ጥቅስ:* የዮሐንስ ራእይ 22:1-2 "1 በአደባባይዋም መካከል ከእግዚአብሔርና ከበጉ ዙፋን የሚወጣውን እንደ ብርሌ የሚያንጸባርቀውን የሕይወትን ውኃ ወንዝ አሳየኝ።2 በወንዙም ወዲያና ወዲህ በየወሩ እያፈራ አሥራ ሁለት ፍሬ የሚሰጥ የሕይወት ዛፍ ነበረ፤ የዛፉም ቅጠሎች ለሕዝብ መፈወሻ ነበሩ።"

26. ዘላለማዊ አምልኮ እና ስግደት: - አማኞች እግዚአብሔርን በሙሉ ክብሩ የማምለክ እና የማምለክ ዘላለማዊነትን ይጠባበቃሉ። ቀጣይነት ያለው እና አስደሳች የፍቅር እና የአክብሮት መግለጫ ነው። - *የመጽሐፍ ቅዱስ ጥቅስ:* የዮሐንስ ራእይ 4:10-11 "ሀያ አራቱ ሽማግሌዎች በዙፋኑ ላይ በተቀመጠው ፊት ወድቀው ከዘላለም እስከ ዘላለም በሕይወት ለሚኖረው ሰገዱ፤ በዙፋኑም ፊት አክሊላቸውን አንግበው:— ጌታችንና አምላካችን ሆይ፥ አንተ ሁሉን ፈጥረሃልና፤ በአንተም ፈቃድ ተፈጥረዋልና ክብርም ምስጋናም ኃይልም ልትቀበል ይገባሃል።» **27። የእግዚአብሔር ምሥጢር መገለጥ:** - አማኞች የእግዚአብሔርን ምሥጢር መገለጥ እና የፍጥረትን ዕቅዶችና ዓላማዎች መገለጥ በጉጉት ይጠባበቃሉ። - *የመጽሐፍ ቅዱስ ጥቅስ:* ወደ ሮሜ ሰዎች 11:33 "የእግዚአብሔር ባለ ጠግነትና ጥበብ እውቀቱም እንዴት ጥልቅ ነው፤ ፍርዱ እንዴት የማይመረመር ነው፥ ለመንገዱም ፍለጋ የለውም!" **28. አዲሱ የደኅንነት መዝሙር:** - መንግሥተ ሰማያት በክርስቶስ መስዋዕትነት የተገኘውን ቤዛት የሚያከብሩት አዲስ መዝሙር የሚዘመርበት ቦታ ተመስሏል። - *የመጽሐፍ ቅዱስ ጥቅስ:*

የዮሐንስ ራእይ 5:9 አዲስ መዝሙርም ዘመሩ:- መጽሐፉን ትወስድ ዘንድ ማኅተሞቹንም ትፈታ ዘንድ ይገባሃል ታርደሃልና በደምህም ለእግዚአብሔር ዋጅተሃል። ከየነገዱ፤ ከቋንቋ፤ ከሕዝብና ከሕዝብ የተውጣጡ ሰዎች።'" **29. በፍፁም ተስማምቶ መኖር:** - መንግሥተ ሰማያት ብዙውን ጊዜ ፍፁም የሆነ የመስማማት ቦታ ተብሎ ይገለጻል፤ ግንኙነቶች በፍቅር፤ በአንድነት እና በሰላም የሚገለጡበት፤ የሥላሴን አንድነት የሚያንጸባርቁ ናቸው።

የመጽሐፍ ቅዱስ ጥቅስ: የዮሐንስ ራእይ 21:4-5 "እንባን ሁሉ ከዓይኖቻቸው ያብሳል፤ ሞትም ቢሆን ወይም ኀዘን ወይም ልቅሶ ወይም ሥቃይ ከእንግዲህ ወዲህ አይሆንም፤ የቀደመው ሥርዓት አልፎአልና... "ሁሉንም ነገር

አዲስ አደርጋለሁ!" ** 30. ዘላለማዊ ምስጋና:** - አማኞች ለእግዚአብሔር ፍቅር፤ ጸጋ እና የዘላለም ሕይወት ስጦታ ዘላለማዊ ምስጋናን ይጠብቃሉ። - *የመጽሐፍ ቅዱስ ጥቅስ:* የዮሐንስ ራእይ 7:12 "አሜን፤ ምስጋናና ክብር ጥበብም ምስጋናም ኃይልም ብርታትም ከዘላለም እስከ ዘላለም ለአምላካችን ይሁን፤ አሜን!" የዘላለም ሕይወት እና ሰማያዊ ተስፋ ክርስቲያኖች የመጨረሻ መድረሻቸው የመከራ ቦታ አለ መሆኑን አውቀው በዓላማ እና በመተማመን እንዲኖሩ የሚያነሳሷቸው መሠረታዊ እምነቶች ናቸው።

የማይታሰብ ደስታ እና እርካታ በእግዚአብሔር ፊት። በህይወት ውጣውረዶች እና እርግጠኛ ባልሆኑ ሁኔታዎች ውስጥ ጥንካሬ እና ምቾት የሚሰጥ ተስፋ ነው።

12.1 -የዘላለም ህብረት ተስፋ

"የዘላለም ህብረት ተስፋ" የክርስትና እምነት ጥልቅ ገጽታ ነው፤ ይህም የማያልቅ ህብረት እና ከእግዚአብሔር እና ከእምነት ባልንጀሮቻችን ጋር በሞት በኋላ ባለው ህይወት ያለውን መቀራረብ የሚያረጋግጥ ነው። ይህን ጽንስ ሃሳብ የበለጠ በዚህ ምዕራፉ ውስጥ እናያለን **1. ከእግዚአብሔር ጋር ያለን የጠበቀ ግንኙነት:** - አማኞች ፍጹም ፍቅር፤ መቀራረብ እና ያልተቋረጠ ኅብረት ያለው ዘላለማዊ እና የቅርብ ግንኙነት ከእግዚአብሔር ጋር ይጠባበቃሉ። - *የመጽሐፍ ቅዱስ ጥቅስ:* የዮሐንስ ራእይ 21:3 " ከዙፋኑም እንዲህ ሲል ታላቅ ድምፅ ሰማሁ:— እነሆ፤ የእግዚአብሔር ማደሪያ አሁን በሕዝቡ መካከል ነው፤ ከእነርሱም ጋር ያድራል፤ እነርሱም ሕዝቡ ይሆናሉ። እግዚአብሔርም ራሱ ከእነርሱ ጋር ይሆናል አምላካቸውም ይሆናል።"**2. ለዘላለም ከክርስቶስ ጋር አንድ መሆን:** - ክርስቲያኖች ከቤተክርስቲያን ሙሽራ ከክርስቶስ ጋር

የሚዋሃደውን ዘላለማዊነትን ይጠብቃሉ። ይህ ጥምረት የፍቅር እና የመቀራረብ ጥልቀትን ያመለክታል. - *የመጽሐፍ ቅዱስ ጥቅስ:* ኤፌሶን 5:25-27 25-26 ባሎች ሆይ፤ ክርስቶስ ደግሞ ቤተ ክርስቲያንን እንደ ወደዳት ሚስቶቻችሁን ውደዱ፤ በውኃ መታጠብና ከቃሉ ጋር አንጽቶ እንዲቀድሳት ስለ እርስዋ ራሱን አሳልፎ ሰጠ፤ 27 እድፈት ወይም የፊት መጨማደድ ወይም እንዲህ ያለ ነገር ሳይሆንባት ቅድስትና ያለ ነውር ትሆን ዘንድ ክብርት የሆነችን ቤተ ክርስቲያን ለራሱ እንዲያቀርብ ፈለገ።

3. ከአማኞች ጋር ያልተቋረጠ ህብረት: - በገነት፤ አማኞች መለያየት፤ ጠብ ወይም መለያየት በሌለበት ከሌሎች አማኞች ጋር ያልተቋረጠ ህብረትን ይጠብቃሉ። - *የመጽሐፍ ቅዱስ ጥቅስ:* 1ኛ ተሰሎንቄ 4:17 17 ከዚያም በኋላ እኛ ሕያዋን ሆነን የምንቀረው፥ ጌታን በአየር ለመቀበል ከእነርሱ ጋር በደመና እንነጠቃለን፤ እንዲሁም ሁልጊዜ ከጌታ ጋር እንሆናለን።" **4. ፍጹም አንድነት:** - ዘላለማዊ ኑብረት በአማኞች መካከል ፍጹም አንድነትን እንደሚሰጥ ቃል ገብቷል፤ ይህም የሥላሴን አንድነት የሚያንጸባርቅ - አብ፤ ወልድ እና መንፈስ ቅዱስ። - *የመጽሐፍ ቅዱስ ጥቅስ:* ዮሐ 17፥22-23 " 22-23 እኛም አንድ እንደ ሆንን አንድ ይሆኑ ዘንድ፤ እኔም በእነርሱ አንተም በእኔ ስትሆን፤ በአንድ ፍጹማን እንዲሆኑ፤ የሰጠኸኝን ክብር እኔ ሰጥቻቸዋለሁ፤ እንዲሁም ዓለም አንተ እንደ ላከኸኝ በወደድኸኝም መጠን እነርሱን እንደ ወደድሃቸው ያውቃል።

5. በእግዚአብሔር ክብር መካፈል: - አማኞች በአንድነት የእግዚአብሔርን ክብር ለመካፈል በጉጉት ይጠባበቃሉ፤የእርሱ መገኘት እና ብሩህነት ሙላት ይለማመዳሉ። - *የመጽሐፍ ቅዱስ ጥቅስ:* ወደ ሮሜ ሰዎች 8:18 "በእኛም ይገለጥ ዘንድ ካለው ክብር ጋር ቢመዛዘን አሁን ያለንበት ሥቃይ ምንም እንዳይደለ እስባለሁ።" **6. ዘላለማዊ አምልኮና ውዳሴ:-** -

መንግሥተ ሰማያት የዘላዓለም የአምልኮና የምስጋና ቦታ ሆኖ ይታያል፤ አማኞችም እግዚአብሔርን ለዘላዓለም የሚያከብሩበት። -

የመጽሐፍ ቅዱስ ጥቅስ: የዮሐንስ ራእይ 7:12 "አሜን፤ ምስጋናና ክብር ጥበብም ምስጋናም ኃይልም ብርታትም ከዘላለም እስከ ዘላለም ለአምላካችን ይሁን፤ አሜን!"። **7. የእግዚአብሔር ቤተሰብ መሆን:** - ዘላለማዊ ኅብረት ማለት አማኞች በክርስቶስ ወንድም እና እህት ሆነው አንድ ሆነው የእግዚአብሔር ቤተሰብ መሆን ማለት ነው። - *የመጽሐፍ ቅዱስ ጥቅስ:* ኤፌሶን 2:19 "ስለዚህ እናንተ ከእንግዲህ ወዲህ መጻተኞችና እንግዶች አይደላችሁም፤ ነገር ግን የእግዚአብሔር ሕዝብና የቤተሰቡ አባላት ናችሁ። **8. አንዱ በሌላው መገናት መደሰት:** - በእግዚአብሔር ፊት አማኞች የእግዚአብሔርን ፍጥረት ልዩነትና ውበት እያከበሩ እርስ በርሳቸው ኅብረት ይደሰታሉ። - *የመጽሐፍ ቅዱስ ጥቅስ:* 1ኛ ወደ ቆሮንቶስ ሰዎች 12:26 "አንዱ ከፍል መከራ ቢቀበል እያንዳንዱ ከፍል ከእርሱ ጋር ይሣቀያል፤ አንዱ ከፍል ቢከበር ከፍል ሁሉ ከእርሱ ጋር ደስ ይለዋል።" **9. ሰማያዊ ግብዣ:** - መንግሥተ ሰማያት ዘወትር የሚገለጸው እንደ ሰማያዊ ግብዣ ሲሆን አማኞች በእግዚአብሔር ዘላለማዊ መንግሥት አስደሳች በዓል የሚካፈሉበት ነው።

የመጽሐፍ ቅዱስ ጥቅስ: ሉቃ 14:15 ከተቀመጡትም አንዱ ይህን ሰምቶ:- "በእግዚአብሔር መንግሥት እንጀራ የሚበላ ብፁዕ ነው:" አለው።።። " **10. ማበረታቻ እና ማነጽ:** - ዘላለማዊ ህብረት የአማኞች ቀጣይ ማበረታቻ፤ መታነጽ እና እድገት አንዱ አንዱን ሲደግፍ እና ሲነሳ ያከትታል። *የመጽሐፍ ቅዱስ ቁጥር:* ዕብራውያን 10:24-25" 24 ለፍቅርና ለመልካምም ሥራ እንድንነቃቃ እርስ በርሳችን እንተያይ፤ 25 በአንዳንዶችም ዘንድ ልማድ እንደ ሆነው፤ መሰብሰባችንን አንተው እርስ በርሳችን እንመካከር እንጂ፤ ይልቁንም ቀኑ ሲቀርብ እያያችሁ አብልጣችሁ ይህን አድርጉ።"

ዘላለማዊ ህብረት በክርስትና ውስጥ ያለ ትልቅ ተስፋ ነው፤ እሱም ከእግዚአብሔር ጋር የዘላለም መቀራረብ እና በአማኞች መካከል ያለውን ዘላለማዊ ትስስር የሚወክል ነው። የእግዚአብሔር ቤተሰብ የሆኑትን የሚጠብቃቸውን የአንድነት፤ የደስታ እና የከበረ የወደፊትን የመጠባበቅ ስሜት ያነሳሳል።**11። በእግዚአብሔር ደስታ ውስጥ መካፈል:** - አማኞች በእግዚአብሔር ደስታ እና ሞገስ ለመካፈል ይጠባበቃሉ። በእግዚአብሔር ፊት የልባቸውን የመጨረሻ እርካታ ያገኛሉ። - *የመጽሐፍ ቅዱስ ጥቅስ:* ሶፎንያስ 3:17 ፣ 17: አምላክሽ እግዚአብሔር በመካከልሽ ታዳጊ ኃያል ነው፤ በደስታ በአንቺ ደስ ይለዋል፤ በፍቅሩም ያርፋል፤ በእልልታም በአንቺ ደስ ይለዋል:" ይባላል::" **12. በልዩነት ውስጥ አንድነት:** - ዘላለማዊ ህብረት በልዩነት ውስጥ የሚገኘውን አንድነት ያከብራል። ከሁሉም አስተዳደግ እና ባህሎች የተውጣጡ አማኞች በጋራ የእምነት ማሰሪያ አንድ ሆነዋል:: - *የመጽሐፍ ቅዱስ ጥቅስ:* ገላ 3:28 "አይሁዳዊ ወይም አሕዛብ የለም፤ ባሪያ ወይም ጨዋ ሰው የለም፤ ወንድም ሴትም የለም፤ ሁላችሁ በክርስቶስ ኢየሱስ አንድ ሰው ናችሁና::" **13. ዘላለማዊ እድገት እና ትምህርት:** - በእግዚአብሔር ፊት አማኞች ዘላለማዊ እድገትን እና መማርን ይጠብቃሉ::

የእግዚአብሔር የጥበብ እና የእውቀት ጥልቀት ለዘለአለም ይመረመራል:: - *የመጽሐፍ ቅዱስ ጥቅስ:* 1ኛ ወደ ቆሮንቶስ ሰዎች 13:12 "አሁንም በመስታወት እንደሚታይ መገለጥ ብቻ እናያለን፤ በዚያን ጊዜ ፊት ለፊት እናያለን፤ አሁን ከእውቀት ከፍዬ አውቃለሁ የዚያን ጊዜ እኔ እንደ እኔ አውቃለሁ:: ሙሉ በሙሉ አውቃለሁ" **14. የእግዚአብሔርን የጸጋ ምስክርነቶችን ማካፈል:** - አማኞች የእግዚአብሔርን ጸጋ እና ታማኝነት ምስክርነታቸውን ለዘላለም ማካፈልን ፍቅሩን እና ቤዛነቱን አጉልተው ይጠብቃሉ:: - *የመጽሐፍ ቅዱስ ጥቅስ:* መዝሙረ ዳዊት 107:2

"እግዚአብሔር የተቤዝቸው ከጠላት እጅ የተቤዝቸውን ታሪካቸውን ይናገሩ።
" **15. ቀጣይነት ያለው የቤዛ በዓል:**

ዘላለማዊ ህብረት በክርስቶስ መስዋዕትነት የተገኘውን የቤዛነት ቀጣይነት ያለው በዓል ያከትታል። - *የመጽሐፍ ቅዱስ ጥቅስ:* የዮሐንስ ራእይ 5:9 አዲስ መዝሙርም ዘመሩ:- መጽሐፉን ትወስድ ዘንድ ማኅተሞቹንም ትፈታ ዘንድ ይገባሃል ታርደሃልና በደምህም ለእግዚአብሔር ዋጅተሃል። ሰዎች ከየነገዱ፤ ከቋንቋ፤ ከሕዝብና ከሕዝብ የተውጣጡ ናቸው።'" **16. ማጽናና እና ፈውስ:** - በሰማይ ያሉ አማኞች ላለፉት ቁስሎች እና ሀዘኖች ሁሉ መጽናኛ እና ፈውስ ያገኛሉ። የእግዚአብሔር መገኘት ተሐድሶን እና ሙሉነትን ያመጣል። - *የመጽሐፍ ቅዱስ ጥቅስ:* ራእይ 21:4 "እንባን ሁሉ ከዓይኖቻቸው ያብሳል፤ ሞትም ቢሆን ወይም ጎዘን ወይም ልቅሶ ወይም ሥቃይ ከእንግዲህ ወዲህ አይሆንም፤ የቀደመው ሥርዓት አልፎአልና።"   **17. ዘላለማዊ ደስታ:** - በእግዚአብሔር እና በእምነት ባልንጀሮች ፊት ዘላለማዊ ደስታ የተለመደ ይሆናል። የእግዚአብሔር ቸርነት እና ፍቅር ቀጣይነት ያለው በዓል ነው።

የመጽሐፍ ቅዱስ ጥቅስ:

መዝሙረ ዳዊት 16:11 "የሕይወትን መንገድ አሳየኸኝ፤ በፊትህ ደስታን ሞላኸኝ፤ በቀኝህም የዘላለም ደስታን ሞላኸኝ።" **18. በምስጋና ውስጥ አንድነት:** - አማኞች የተዋሃደ እግዚአብሔርን ውዳሴና አምልኮ ይጠብቃሉ። ድምፃቸው የተዋሃደ የንጉሱን ንጉሥ ውዳሴ ነው። - *የመጽሐፍ ቅዱስ ጥቅስ:* መዝሙረ ዳዊት 95:1-2 " ኑ፤ ለእግዚአብሔር እንዘምር፤ ለመድኃኒታችንም ዓለት እልል እንበል፤ ምስጋናም ይዘን ወደ ፊቱ እንቅረብ በዜማም እናወድሰው።" **19. ፍፁምነት በፍቅር:** - ዘላለማዊ ህብረት

የፍቅርን ፍፁምነት ያሳያል፡፡ አማኞች በእግዚአብሔር ፊት ፍጹም ፍቅርን ይለማመዳሉ እና ይገልጻሉ፡፡ - *የመጽሐፍ ቅዱስ ጥቅስ:* 1ኛ ዮሐንስ 4:18 "በፍቅር ፍርሃት የለም፤ ነገር ግን ፍጹም ፍቅር ፍርሃትን አውጥቶ አውጥቶ ይጥላልና ፍርሃት ቅጣት አለውና፤ የሚፈራም ሰው ፍቅሩ ፍጹም አይደለም፡፡"

20. ለዘላለም የሚታወቅ እና የሚወደድ: - አማኞች በእግዚአብሔር ለዘላለም መታወቅ እና መወደድ መጽናኛ ያገኛሉ፡፡ በሰማይ አባታቸው በማይናወጥ ፍቅር ይኖራሉ፡፡ - *የመጽሐፍ ቅዱስ ቁጥር:* ኤርምያስ 31:3 "በዘላለም ፍቅር ወደድኩሻችሁ፤ በማይጠፋ ቸርነት ሳብኳችሁ፤ ብሎ ጌታ ቀድሞ ተገለጠልን፡፡" የእግዚአብሔርን ፍቅር ጥልቀት እና በአማኞች መካከል ያለውን አንድነት እና ጉብረት ያጎላል፤ እነዚህም ሁሉ በእግዚአብሔር ፊት ለዘለዓለም በሙላት የሚለማመዱ ናቸው፡፡

12.2- አማኞችን የሚጠብቅ ክብር

አማኞችን እየጠበቀ ያለው ክብር ወደፊት በክርስትና አማኞች የሚጠብቃቸው የክብር የወደፊት የእምነት ማዕከላዊ እና አነቃቂ ገጽታ ነው፡፡ በክርስቶስ ለሚታመኑ ተስፋዎችን እና ማረጋገጫዎችን የሚሰጡ የተለያዩ ተስፋዎችን እና በረከቶችን ያጠቃልላል፡፡**1. ትንሳኤ እና ለውጥ:** - አማኞች የከበረ የማይበላሹ ቅርጾችን በመቀበል የሰውነታቸውን ትንሳኤ እና መለወጥ ይጠብቃሉ፡፡

የመጽሐፍ ቅዱስ ጥቅስ: 1ኛ ቆሮንቶስ 15:42-43

42: የሙታን ትንሣኤ ደግሞ እንዲሁ ነው፡፡ በመበስበስ ይዘራል፤ ባለመበስበስ ይነሣል፤ 43: በውርደት ይዘራል፤ በክብር ይነሣል፤ በድካም ይዘራል፤ በኃይል

ይነሣል፤ **2. ከእግዚአብሔር ጋር የዘላለም ሕይወት:** - ክርስቲያኖች በእግዚአብሔር ፊት የዘላለም ሕይወትን በጉጉት ይጠባበቃሉ፤ በዚያም ማለቂያ የሌለው ደስታ፣ ሰላም እና እርካታ ያገኛሉ። - *የመጽሐፍ ቅዱስ ጥቅስ:* ዮሐ 17:3 "እውነተኛ አምላክ ብቻ የሆነህ አንተን የላከኸውንም ኢየሱስ ክርስቶስን ያውቁ ዘንድ ይህች የዘላለም ሕይወት ናት።" **3. በአዲስ ሰማይና አዲስ ምድር መኖር:** - አማኞች በአዲስ ሰማይና አዲስ ምድር መኖርን ይጠብቃሉ፤ ጽድቅ በሚነግስበት እና የእግዚአብሔር ክብር በሁሉንም ነገር የሚያበራበት ጊዜን በደስታ ይጠብቃሉ። - *የመጽሐፍ ቅዱስ ጥቅስ:* ራእይ 21:1 " አዲስ ሰማይና አዲስ ምድርም አየሁ ፊተኛው ሰማይና ፊተኛይቱ ምድር አልፈዋልና። " **4. የአምላክ መንግሥት ዜግነት:** - ክርስቲያኖች በአምላክ መንግሥት ውስጥ ያላቸውን ዜግነታቸውን ይገነዘባሉ፤ ከሁሉም መብቶችና ኃላፊነቶች ጋር።

የመጽሐፍ ቅዱስ ጥቅስ: ፊልጵስዩስ 3:20 "ነገር ግን አገራችን በሰማይ ነውና፤ ከዚያም የሚመጣውን መድኃኒት እርሱንም ጌታን ኢየሱስ ክርስቶስን እንጠባበቃለን።" **5. የእግዚአብሔር የተስፋ ቃል ውርስ:** - አማኞች የዘላለም ሕይወትን፣ ሰላምን፣ ደስታን እና የተትረፈረፈ በረከቶችን ጨምሮ የእግዚአብሔርን ተስፋዎች ይወርሳሉ። - *የመጽሐፍ ቅዱስ ጥቅስ:* 1ኛ ጴጥ 1:4 "ወደማይጠፋ ርስትም ተማርኮ ወደማትጠፋም ይህ ርስት በሰማይ ተዘጋጅቶላችኋል።

" **6. ከሚወዱቸው ሰዎች ጋር መገናኘት:** - ክርስቲያኖች እምነታቸውን በክርስቶስ ካደረጉ ከሚወዱቸው ዘመዶቻቸው ጋር ለመገናኘት በጉጉት ይጠባበቃሉ። - *የመጽሐፍ ቅዱስ ጥቅስ:* 1ኛ ተሰሎንቄ 4:17 "ከዚያ በኋላ እኛ ሕያዋን ሆነን የምንቀረው ጌታን በአየር ለመቀበል ከእነርሱ ጋር በደመና እንነጠቃለን፤ እንዲሁም ከእርሱ ጋር እንሆናለን።**7.ከዚህ በኋላ

መከራ ወይም ስቃይ የለም፦** - በከበረው ወደፊት፤ አማኞች መከራን፤ ስቃይን እና ሀዘንን ያበቃል፡፡ - *የመጽሐፍ ቅዱስ ጥቅስ፡* ራእይ 21:4 "እንባን ሁሉ ከዓይኖቻቸው ያብሳል፤ ሞትም ቢሆን ወይም ኀዘን ወይም ልቅሶ ወይም ሥቃይ ከእንግዲህ ወዲህ አይሆንም፤ የቀደመው ሥርዓት አልፎአልና፡፡" **8. ከክርስቶስ ጋር መንገሥ፦** - ክርስቲያኖች በክርስቶስ ከብር መካፈልን እና ከእርሱ ጋር በዘላለማዊ መንግሥቱ መንገሥን ይጠብቃሉ፡፡ - *የመጽሐፍ ቅዱስ ጥቅስ፡* የዮሐንስ ራእይ 22:5 "ከእንግዲህ ወዲህ ሌሊት አይሆንም፤ ጌታ አምላክም ያበራልና የመብራት ብርሃን ወይም የፀሐይ ብርሃን አያስፈልጋቸውም፤ ይነግሣሉም፡፡

9. ዘላለማዊ አምልኮ እና ውዳሴ፦ - አማኞች ስለ ቸርነቱ እና ስለ ድነቱ እግዚአብሔርን ሲያከብሩ የከበረው የወደፊት ዘላለማዊ አምልኮ እና ምስጋናን ያካትታል፡፡

የመጽሐፍ ቅዱስ ጥቅስ፡ የዮሐንስ ራእይ 5:13 "በሰማይና በምድር ከምድርም በታች በባሕርም ላይ ያሉ ፍጡራን ሁሉ በእነርሱም ውስጥ ያለው ሁሉ፦ በዙፋኑ ላይ ለተቀመጠው ሲሉ ሰማሁ፡፡ ለበጉም ምስጋናና ከብር ምስጋናም ኃይልም ከዘላለም እስከ ዘላለም ድረስ ይሁን፡፡

10** ከብር መካፈል፦**

አማኞች በእግዚአብሔር ከብር ለመካፈል በጉጉት ይጠባበቃሉ፤የእርሱን መገኘት እና ብሩህነት ሙላት ይለማመዳሉ፡፡ - *የመጽሐፍ ቅዱስ ጥቅስ፡* ወደ ሮሜ ሰዎች 8:18 "በእኛም ይገለጥ ዘንድ ካለው ከብር ጋር ቢመዛዘን አሁን ያለንበት ሥቃይ ምንም እንዳይደለ አስባለሁ፡፡" በክርስትና ውስጥ ያሉ አማኞችን የሚጠብቃቸው ከቡር ወደፊት ታላቅ ተስፋ እና ማበረታቻ ነው፡፡ በክርስቶስ ለሚታመኑት ተወዳዳሪ የሌለው እና ዘላለማዊ ደስታ እንደሚጠብቃቸው በማወቅ ታማኝነትን፤ ጽናትን እና በዚህ ዓለም ፈተናዎች

ላይ ሰማያዊ አመለካከትን ያነሳሳል። **11። ዘላለማዊ ርስት:-** - ክርስቲያኖች የሚወርሱት የዘላለም ሕይወትን ብቻ ሳይሆን የማይጠፋና የማይጠፉ ርስት በሰማያት ነው።

የመጽሐፍ ቅዱስ ጥቅስ: 1ኛ ጴጥ 1:4-5 "3-5 ኢየሱስ ክርስቶስ ከሙታን በመነሣቱ ለሕያው ተስፋና ለማይጠፋ፤ እድፈትም ለሌለበት፤ ለማያልፍም ርስት እንደ ምሕረቱ ብዛት ሁለተኛ የወለደን የጌታችን የኢየሱስ ክርስቶስ አምላክና አባት ይባረክ፤ ይህም ርስት በመጨረሻው ዘመን ይገለጥ ዘንድ ለተዘጋጀ መዳን በእምነት በእግዚአብሔር ኃይል ለተጠበቃችሁ ለእናንተ በሰማይ ቀርቶላችኋል።

6-7 በዚህም እጅግ ደስ ይላችኋል፤ ነገር ግን በእሳት ምንም ቢፈተን ከሚጠፋው ወርቅ ይልቅ አብልጦ የሚከብር የተፈተነ እምነታችሁ፤ ኢየሱስ ክርስቶስ ሲገለጥ፤ ለምስጋናና ለከብር ለውዳሴም ይገኝ ዘንድ አሁን ለጥቂት ጊዜ ቢያስፈልግ በልዩ ልዩ ፈተና አዝናችኋል። በመጨረሻው ጊዜ ሊገለጥ ስላለው መዳን ነው። **12. ፍጹም ሰላም እና ደህንነት:** - በከብር ወደፊት አማኞች ከፍርሃትና ከጉዳት ነፃ ሆነው ፍጹም በሆነ ሰላምና ደህንነት ይኖራሉ። - *የመጽሐፍ ቅዱስ ጥቅስ:* ኢሳ 32:18 "ሕዝቤ በሰላም ማደሪያ፤ በተጠበቀ ቤት፤ በጸጥታም ስፍራ ይኖራል።" **13. የበጉ የጋብቻ እራት:** - መንግሥተ ሰማያት እንደ ታላቅ በዓል ተገልጿል፤ "በበጉ የሠርግ እራት" የተመሰለው፤ አማኞች በእግዚአብሔር ፊት የደስታ ግብዣ የሚያደርጉበት ነው። - *የመጽሐፍ ቅዱስ ጥቅስ:* የዮሐንስ ራእይ 19:7 "የበጉ ሰርግ ደርሶአልና፤ ሙሽራውም ራሱን ስላዘጋጀች ደስ ይበለን ሐሤትም እናድርግ ከብርንም እንስጠው።" **14. ከእግዚአብሔር ጋር ዘላለማዊ ወዳጅነት:** - አማኞች ከእግዚአብሔር ጋር ዘላለማዊ ወዳጅነትን ያገኛሉ፤ በእርሱም ጓደኝነት እና

ውይይት ለዘላለም ይደሰታሉ። - *የመጽሐፍ ቅዱስ ጥቅስ:* ያዕ 2:23 "አብርሃምም እግዚአብሔርን አመነ ጽድቅም ሆኖ ተቈጠረለት ያለው ተፈጸመ።

15. በጽድቅ መንገሥ: - አማኞች ከክርስቶስ ጋር በጽድቅ ለመንገስ በመለኮታዊ አገዛዝ ለመሳተፍ ይጠባበቃሉ። - *የመጽሐፍ ቅዱስ ጥቅስ:* የዮሐንስ ራእይ 20:6 "በፊተኛው ትንሣኤ የሚካፈሉ ብፁዓን እና ቅዱሳን ናቸው፤ ሁለተኛው ሞት በእነርሱ ላይ ሥልጣን የለውም፤ ዳሩ ግን የእግዚአብሔርና የክርስቶስ ካህናት ይሆናሉ ከእርሱም ጋር ይነግሣሉ። ለሺህ ዓመታት። **16. ዘላለማዊ ደስታ እና ሳቅ:** - መንግሥተ ሰማያት የዘለዓለም የደስታና የሳቅ ቦታ ሆና ታይታለች፤ እንባ ሁሉ የሚጠርግበት። - *የመጽሐፍ ቅዱስ ጥቅስ:* መዝሙረ ዳዊት 16:11 "የሕይወትን መንገድ አሳየኸኝ፤ በፊትህ ደስታን ሞላኸኝ፤ በቀኝህም የዘላለም ደስታን ሞላኸኝ።"   **17. ከእግዚአብሔር ጋር ፍጹም ኅብረት:** - አማኞች ፍቅሩን፤ ጥበቡን፤ እና መገኘቱን በሙላት እየተለማመዱ ከእግዚአብሔር ጋር ያልተቋረጠ ኅብረት ይኖራቸዋል። - *የመጽሐፍ ቅዱስ ጥቅስ:* 1ኛ ወደ ቆሮንቶስ ሰዎች 13:12 "አሁንም በመስታወት እንደሚታይ መገለጥ ብቻ እናያለን፤ በዚያን ጊዜ ፊት ለፊት እናያለን፤ አሁን ከእውቀት ከፍዬ አውቃለሁ የዚያን ጊዜ እኔ እንደ እኔ አውቃለሁ። ሙሉ በሙሉ አውቃለሁ" **18. ከኃጢአት ተጽእኖ ነጻ መውጣት:-** - በከብር ወደፊት አማኞች ከኃጢአት ተጽእኖ እና መገኘት ነፃ ሆነው ፍጹም ቅድስናን ያገኛሉ። - *የመጽሐፍ ቅዱስ ጥቅስ:* 1ኛ የዮሐንስ መልእክት 3:2 "ወዳጆች ሆይ፤ አሁን የእግዚአብሔር ልጆች ነን፤ ምንም እንደምንሆን ገና አልተገለጸም፤ ነገር ግን ክርስቶስ በሚገለጥበት ጊዜ እርሱን እንድንመስል እናውቃለን። እርሱ እንዳለ እናየዋለን። **19. ዘላለማዊ ምስጋና እና ውዳሴ:** - አማኞች ለእግዚአብሔር ፍቅር፤ጸጋ እና የዘላለም ሕይወት ስጦታ ዘላለማዊ ምስጋና እና ምስጋና ያቀርባሉ። - *የመጽሐፍ ቅዱስ

ጥቅስ:* የዮሐንስ ራእይ 7:12 "አሜን፤ ምስጋናና ክብር ጥበብም ምስጋናም ኃይልም ብርታትም ከዘላለም እስከ ዘላለም ለአምላካችን ይሁን፤ አሜን!"
20. ከመለካት ባሻገር የተትረፈረፈ: - አማኞች የእግዚአብሔርን በረከቶች ሙላት የሚለማመዱበት የከበረ የወደፊት ተስፋዎች ከመጠን በላይ ይበዛሉ።

የመጽሐፍ ቅዱስ ጥቅስ: ኤፌሶን 3:20 "በእኛም እንደሚሠራው እንደ ኃይሉ መጠን ከምንለምነው ወይም ከምናስበው ሁሉ ይልቅ አብልጦ ሊያደርግ ለሚቻለው።" በክርስትና ውስጥ ያሉ አማኞችን የሚጠብቃቸው የከበረ ወደፊት በብዙ በረከቶች፤ ደስታ እና ከእግዚአብሔር ጋር ኅብረት ተለይቶ ይታወቃል። አማኞች በክርስቶስ የሚያምኑ ተወዳዳሪ የሌለው እና ዘላለማዊ እጣ ፈንታ እንደሚጠብቃቸው አውቀው በእምነታቸው እንዲጸኑ እና ከዘላለማዊ አይታ ጋር እንዲኖሩ የሚያነሳሳ የተስፋ ብርሃን ሆኖ ያገለግላል።

13. ምስራቹን ማካፈል

ምስራቹን ማካፈል የኢየሱስ ክርስቶስን ወንጌል ለሌሎች መስበክ ያለውን ኃላፊነትና ደስታ በማጉላት የክርስትና እምነት መሠረታዊ ገጽታ ነው። ከዚህ ልምምድ ጋር የተያያዙ አንዳንድ ቁልፍ ነጥቦች እነሆ: **1. ታላቁ ተልእኮ:** - ክርስቲያኖች ሄደው አሕዛብን ሁሉ በአብ በወልድና በመንፈስ ቅዱስ ስም እያጠመቃችኋቸው ደቀ መዛሙርት እንዲያደርጉ በራሱ ኢየሱስ የተሰጠውን ታላቁን ተልዕኮ እንዲፈጽሙ ተጠርተዋል። - *የመጽሐፍ ቅዱስ ጥቅስ:* የማቴዎስ ወንጌል 28:19-20 "እንግዲህ ሂዱና አሕዛብን ሁሉ በአብ በወልድና በመንፈስ ቅዱስ ስም እያጠመቃችኋቸው ለእኔም ሁሉ እንዲታዘዙ እያስተማራችኋቸው ደቀ መዛሙርት አድርጓቸው። አዝግቻኋለሁ፤ እኔም እስከ ዓለም ፍጻሜ ድረስ ሁልጊዜ ከእናንተ ጋር ነኝ። **2. የእግዚአብሔርን ፍቅር ማካፈል:** - ምስራቹን ማካፈል እግዚአብሔር ለሰው ልጆች ያለውን ፍቅር መግለጫ ነው። በኢየሱስ ክርስቶስ በማመን ይቅርታን፣ ቤዛነትን እና የዘላለም ህይወትን እንድንለማመድ ግብዣ ነው። - *የመጽሐፍ ቅዱስ ጥቅስ:* ዮሐ 3: 16 " በእርሱ የሚያምን ሁሉ የዘላለም ሕይወት እንዲኖረው እንጂ እንዳይጠፋ እግዚአብሔር አንድያ ልጁን እስኪሰጥ ድረስ ዓለሙን እንዲሁ ወዶአልና።" **3. የእግዚአብሔርን ጸጋ መመስከር:** - አማኞች ስለ እግዚአብሔር ጸጋ በራሳቸው ሕይወት እንዲመሰክሩ ይበረታታሉ፤የለውጥ እና የመቤዠት ግላዊ ታሪኮችን ይካፈሉ። *የመጽሐፍ ቅዱስ ጥቅስ:* 1ኛ ጴጥሮስ 3:15 "ነገር ግን ጌታን ክርስቶስን በልባችሁ ጠብቁት፤ ስላላችሁ ተስፋ ምክንያትን ለሚጠይቋችሁ ሁሉ መልስ ለመስጠት ዘወትር የተዘጋጃችሁ ሁኑ። ነገር ግን ይህን አድርጉ።

በየዋህነት እና በአክብሮት" **4. ንስሐንና ይቅርታን መስበክ:** - ምሥራቹን ማካፈል ከኃጢአት ንስሐ መግባትንና በኢየሱስ ክርስቶስ በማመን የኃጢአትን ስርየት መስበክን ይጨምራል፡፡ - *የመጽሐፍ ቅዱስ ጥቅስ:* ሉቃስ 24:46-47 46: እንዲህም አላቸው:- ክርስቶስ መከራ ይቀበላል በሦስተኛውም ቀን ከሙታን ይነሣል፤ 47: በስሙም ንስሐና የኃጢአት ስርየት ከኢየሩሳሌም ጀምሮ በአሕዛብ ሁሉ ይሰበካል: ተብሎ እንዲሁ ተጽፏል፡፡፡ **5. የስብከተ ወንጌል እና የስብከተ ወንጌል አገልግሎት:-** - ክርስቲያኖች ለሰዎች በወንጌል ለማድረስ በተለያዩ የስብከተ ወንጌል እና የስብከተ ወንጌል ሥራዎች ይሠራሉ፡፡ ይህ የሚስዮን ጉዞዎችን፣ የማህበረሰብ አገልግሎትን እና የመስመር ላይ መድረኮችን ሊያካትት ይችላል፡፡ - *የመጽሐፍ ቅዱስ ጥቅስ:* ወደ ሮሜ ሰዎች 10:14 "እንግዲህ ያላመኑትን እንዴት አድርገው ይጠሩታል? ያልሰሙትንስ እንዴት አድርገው ያምናሉ? እንዴትስ ይሰማሉ? ማንም ሳይሰብክላቸው?" **6. ደቀ መዛሙርት ማድረግ:** - ምሥራቹን ላላመኑ ሰዎች ማካፈል አለብን ፡፡ አዳዲስ አማኞችን በእምነታቸው ደቀ መዛሙርት የማድረግ፣ የመንከባከብ እና የማስተማር ሂደትን ያካትታል፡፡ - *የመጽሐፍ ቅዱስ ጥቅስ:* 2ኛ ጢሞቴዎስ 2:2 " በብዙ ምስክሮችም ፊት የተናገርሁትን የሰማኸውን ሌሎችን ደግሞ ለማስተማር ብቁ ለሆኑ ታማኝ ሰዎች አደራ ስጥ፡፡ " **7. የእግዚአብሔርን መንግሥት ማወጅ:** - አማኞች የእግዚአብሔርን መንግሥት የማወጅ ተልእኮ ተሰጥቷቸዋል፤ የእግዚአብሔርን መንግሥት እና በክርስቶስ የዘላለም ሕይወት ተስፋን በማንላት፡፡ - *የመጽሐፍ ቅዱስ ጥቅስ:-* * የሐዋርያት ሥራ 28:31 "የእግዚአብሔርን መንግሥት ሰበከ: ስለ ጌታ ኢየሱስ ክርስቶስም ያለ ድፍረትና ያለ ፍርሃት አስተማረ!" **8. የእግዚአብሔርን ፍቅር በተግባር ማሳየት:** - ምሥራቹን ማካፈል በቃላት ላይ ብቻ ሳይሆን በተግባርም ጭምር ነው፡፡ ክርስቲያኖች የእግዚአብሔርን ፍቅር

በደግነትና በርኅራኄ እንዲያሳዩ ተጠርተዋል። - *የመጽሐፍ ቅዱስ ጥቅስ:* 1ኛ ዮሐንስ 3:18 "ልጆቼ ሆይ፤ በሥራና በእውነት እንጂ በቃልና በአንደበት አንዋደድ።" **9. ከፍት ለሆኑ ልቦች መጸለይ:** - አማኞች ሰዎችን ወደ እግዚአብሔር የሚወቅሰው እና የሚስበው መንፈስ ቅዱስ መሆኑ በመገንዘብ ለተከፈቱ ልቦች እና ነፍሶች ይጸልያሉ። - *የመጽሐፍ ቅዱስ ጥቅስ:-* የሐዋርያት ሥራ 16:14 "ከሰሙት አንዷ ቀይ ልብስ የምትሸጥ ልድያ የምትባል ከትያጥሮን ከተማ የመጣች ሴት ነበረች፤ እርስዋም እግዚአብሔርን የምታመልክ ነበረች። የጳውሎስ መልእክት። **10. በሁሉም ሁኔታዎች ተስፋን መካፈል:** - ክርስቲያኖች የእግዚአብሔር ቃል ኃይለኛ እና ህይወትን እንደሚቀይር በማመን የወንጌልን ተስፋ በማንኛውም ሁኔታ እንዲካፈሉ ይበረታታሉ።

- *የመጽሐፍ ቅዱስ ጥቅስ:* 2ኛ ወደ ጢሞቴዎስ 4:2 " 2 ቃሉን ስበከ፤ በጊዜውም አለጊዜውም ጽና፤ ፈጽሞ እየታገሥህና እያስተማርህ፤ ዝለፍና ገሥጽ ምከርም።4 እውነትንም ከመስማት ጆሮቻቸውን ይመልሳሉ፤ ወደ ተረትም ፈቀቅ ይላሉ።" የእግዚአብሔርን ፍቅር እና ጸጋ ወደሚያስፈልገው ዓለም የመዳንን፣ የተስፋን እና የማስታረቅን መልእክት ለማምጣት ለሚፈልጉ ክርስቲያኖች ምሥራቹን ማካፈል ታላቅ ዕድል እና ጥሪ ነው። በእምነታቸው እንዲኖሩ እና በኢየሱስ ክርስቶስ የተሰጣቸውን ተልዕኮ ለመፈጸም አስፈላጊው አካል ነው። **11። ብርሃንን ወደ ጨለማ ማምጣት:** - ምሥራቹን ማካፈል ወደዚህ ዓለም ጨለማ ብርሃን ከማምጣት፤ የመዳንና የተስፋ መንገድን ከማብራት ጋር ይመሳሰላል። - *የመጽሐፍ ቅዱስ ጥቅስ:* ማቴዎስ 5:14-16 "14 እናንተ የዓለም ብርሃን ናችሁ። በተራራ ላይ ያለች ከተማ ልትሰወር አይቻላትም።15 መብራትንም አብርተው ከዕንቅብ በታች አይደለም እንጂ በመቅረዙ ላይ ያኖሩታል በቤት ላሉት ሁሉም ያበራል።

16 መልካሙን ሥራችሁን አይተው በሰማያት ያለውን አባታችሁን እንዲያከብሩ ብርሃናችሁ እንዲሁ በሰው ፊት ይብራ።። **12. ፍሬ ማፍራት:** - አዲስ አማኞች ወደ እምነት ሲመጡ እና በክርስቶስ ሲያድጉ ምሥራቹን ማካፈል መንፈሳዊ ፍሬ ማፍራት አለቦቸው። - *የመጽሐፍ ቅዱስ ጥቅስ:* ዮሐንስ 15:16 16 እኔ መረጥኋችሁ እንጂ እናንተ አልመረጣችሁኝም፤ አብም በስሜ የምትለምኑትን ሁሉ እንዲሰጣችሁ፥ ልትሄዱና ፍሬ ልታፈሩ ፍሬአችሁም ሊኖር ሾምኋችሁ።። **13. ለእግዚአብሔር መታዘዝን መግለጽ:** - ክርስቲያኖች ወንጌልን ማካፈል የእግዚአብሔርን ትእዛዝ የመታዘዝ እና ለእርሱ ያላቸውን ፍቅር ማሳያ አድርገው ይመለከቱታል። - *የመጽሐፍ ቅዱስ ጥቅስ:* 1ኛ ዮሐንስ 5:3 " ትእዛዙንም ለመጠበቅ የእግዚአብሔር ፍቅር ይህ ነው ትእዛዛቱም ከባዶች አይደሉም።" **14. ለጠፉት ርኅራኄ:** - ለጠፉት ርኅራኄ እና የመዳናቸው ፍላጎት አማኞች ምሥራቹን እንዲናገሩ ያነሳሳቸዋል። - *የመጽሐፍ ቅዱስ ጥቅስ:* ሉቃስ 19:10 "የሰው ልጅ የጠፋትን ሊፈልግና ሊያድን መጥቷልና።

" **15. ትንቢታዊውን ጥሪ መፈጸም:**

  - ወንጌልን ማካፈል የመሲሑን መምጣት እና የእግዚአብሔርን የማዳን እቅድ ለማወጅ የተነገረው ትንቢታዊ ጥሪ ፍጻሜ ሆኖ ይታያል። - *የመጽሐፍ ቅዱስ ጥቅስ:* ኢሳይያስ 61:1 "፣ የጌታ የእግዚአብሔር መንፈስ በእኔ ላይ ነው፥ ለድሆች የምሥራችን እሰብክ ዘንድ እግዚአብሔር ቀብቶኛልና፤ ልባቸው የተሰበረውን እጠግን ዘንድ፥ ለተማረኩትም ነጻነትን ለታሰሩትም መፈታትን እናገር ዘንድ ልኮኛል።

3 እግዚአብሔር ለክብሩ የተከላቸው የጽድቅ ዛፎች እንዲባሉ ለጽዮን አልቃሾች አደርግላቸው ዘንድ፤ በአመድ ፋንታ አክሊልን፤ በልቅሶም ፋንታ

የደስታን ዘይት፤ በጎዘንም መንፈስ ፋንታ የምስጋናን መጐናጸፊያ አስጣቸው ዘንድ ልኮኛል።"

16. የኃጢአትን ሙሉንተናዊነት መቀበል: - ምሥራቹን ማካፈል የኃጢአትን ሙሉንተናዊነትና የመዳን አስፈላጊነትን ይገነዘባል፤ ምክንያቱም ሁሉም ኃጢአትን ሠርተዋል እና የእግዚአብሔር ክብር ጎድሎአቸዋልና። - *የመጽሐፍ ቅዱስ ጥቅስ:* ወደ ሮሜ ሰዎች 3:23 "ሁሉ ኃጢአትን ሠርተዋልና የእግዚአብሔርም ክብር ጎድሎአቸዋል"። **17. የእግዚአብሔርን ግብዣ** - አማኞች አስተዳደጋቸው እና ያለፈው ምንም ይሁን ምን የእግዚአብሔርን የጸጋ እና የይቅርታ ግብዣ ለሁሉም ሰዎች እንዲያደርሱ ተጠርተዋል። - *የመጽሐፍ ቅዱስ ጥቅስ:* ራእይ 22:17 "መንፈስና ሙሽራይቱ:- ና ይላሉ። የሚሰማም ና ይበል! የተጠማም ይምጣ፤ የሚወድም የሕይወትን ውኃ ስጦታ ይውሰድ።" **18. በመንግሥተ ሰማያት መደሰት:** - መላእክት እና አማኞች ንስሐ በገባ እና ወደ እግዚአብሔር በሚመለስ እያንዳንዱ ነፍስ ሲደሰቱ፤ ምሥራቹን ማካፈል በሰማይ ደስታን ያመጣል። - *የመጽሐፍ ቅዱስ ጥቅስ:* ሉቃስ 15:10 "እንዲሁም እላችኋለሁ፤ ንስሐ በሚገባ በአንድ ኃጢአተኛ በእግዚአብሔር መላእክት ፊት ደስታ ይሆናል።" **19. የራስን እምነት ማጠናከር:-** - ምሥራቹን ማካፈል የወንጌልን እውነት ሲናገሩ እና ሲመሰክሩ የራስን እምነት ያጠናክራል። - *የመጽሐፍ ቅዱስ ጥቅስ:* ፊልሞና 1:6 "ስለ ክርስቶስ የምንካፈለውን መልካም ነገር ሁሉ መረዳትህን እንድታጠናክር በእምነት ከእኛ ጋር ያለህ ህብረት ውጤታማ እንዲሆን እጸልያለሁ።" **20. የወንጌል ኃይል:** - ክርስቲያኖች በወንጌል ለውጥ ኃይል ያምናሉ፤ ሕይወትን የመለወጥ ችሎታ ያለው እና ተስፋ ለሌላቸው ሰዎች ተስፋን ይሰጣል። - *የመጽሐፍ ቅዱስ ቁጥር:* ሮሜ 1:16

"በወንጌል አላፍርምና፤ የሚያምን ሁሉ የሚያድን የእግዚአብሔር ኃይል ነውና::" ምሥራቹን ማካፈል ብቻ ሳይሆን ለክርስቲያኖች የተሰጠ መብትና መለኮታዊ ጥሪ ነው:: ሰዎች ሁሉ ወደ ኢየሱስ ክርስቶስ አዳኝ እውቀት እንዲደርሱ የሚፈልግ የእግዚአብሔርን ልብ የሚያንፀባርቅ የፍቅር፣ የመታዘዝ እና የርህራሄ ተግባር ነው:: **21:: ለእግዚአብሔር ጸጋ ምላሽ መስጠት:** - ምሥራቹን ማካፈል አማኞች ራሳቸው ለተቀበሉት ጸጋና ምሕረት ምላሽ ነው:: ለእግዚአብሔር የማዳን ስጦታ የምስጋና መፍሰስ ነው:: - *የመጽሐፍ ቅዱስ ጥቅስ:* 2ኛ ቆሮንቶስ 9:15 "ስለማይነገር ስጦታው እግዚአብሔር ይመስገን!" **22. የክርስቶስን ፍቅር ማንጸባረቅ:** - ክርስቲያኖች ወንጌልን ማካፈል ክርስቶስ ለሰው ልጆች ያለውን ፍቅር የሚያንጸባርቅ መንገድ አድርገው ይመለከቱታል:: ኢየሱስ የጠፋትን ለመፈለግ እና ለማዳን እንደመጣ ሁሉ አማኞችም የእሱን ምሳሌ ይከተላሉ:: - *የመጽሐፍ ቅዱስ ጥቅስ:* 1ኛ የዮሐንስ መልእክት 4:9-10 " በእርሱ በኩል በሕይወት እንኖር ዘንድ እግዚአብሔር አንድ ልጁን ወደ ዓለም ልኮ በእኛ መካከል ያለውን ፍቅር በዚህ መልኩ ገለጸ:: እኛ እግዚአብሔርን ወደድነው እርሱ ግን እንደ ወደደን ስለ ኃጢአታችንም ማስተስሪያ ይሆን ዘንድ ልጁን እንደ ላከ:: **23. የባሕል ምስክርነት:** - ምሥራቹን ማካፈል ብዙውን ጊዜ ከነበሩት ባህላዊ ደንቦች በተቃራኒ ይቆማል:: ለእግዚአብሔር እውነት እና እሴቶች ፀር-ባህላዊ ምስክር ሆኖ ያገለግላል:: - *የመጽሐፍ ቅዱስ ጥቅስ:* ወደ ሮሜ ሰዎች 12:2 "2 የእግዚአብሔር ፈቃድ እርሱም በጎና ደስ የሚያሰኝ ፍጹምም የሆነው ነገር ምን እንደ ሆነ ፈትናችሁ ታውቁ ዘንድ በልባችሁ መታደስ ተለወጡ እንጂ ይህን ዓለም አትምሰሉ::

3 እግዚአብሔር ለአያንዳንዱ የእምነትን መጠን እንዳካፈለው፤ እንደ ባለ አእምሮ እንዲያስብ እንጂ ማሰብ ከሚገባው አልፎ በትዕቢት እንዳያስብ

በመካከላችሁ ሳለው ለእያንዳንዱ በተሰጠኝ ጸጋ እናገራለሁ። ደስ የሚያሰኝ እና ፍጹም ፈቃድ።" **24. ፈውስ እና ተሀድሶን ማምጣት:** - ወንጌል ለተሰበሩ ህይወቶች ፈውስ እና ተሃድሶ ይሰጣል እንዲሁም እሱን ማጋራት ለተጎድ ሰዎች ተስፋ እና መታደስን ይሰጣል። - *የመጽሐፍ ቅዱስ ጥቅስ:* መዝሙረ ዳዊት 147:3 "ልባቸው የተሰበረውን ይፈውሳል ቁስላቸውንም ይጠግናል" **25. ፍርሃትን በእምነት ማሸነፍ:** - ምሥራቹን ማካፈል ብዙውን ጊዜ ፍርሃትን ማሸነፍ እና በእምነት መታመንን ይጠይቃል። ልብን ለመለወጥ በእግዚአብሔር ኃይል የመታመን ተግባር ነው። - *የመጽሐፍ ቅዱስ ጥቅስ:* 2 ጢሞቴዎስ 1:7

"እግዚአብሔር የሰጠን መንፈስ ኃይልን፣ ፍቅርን እና ራስን መግዛትን ይሰጠናል እንጂ እንድንፈራ አያደርገንም።" **26. ድልድይ :** - ወንጌልን ማካፈል ከተለያየ አስተዳደግ፣ ባሕልና የኑሮ ደረጃ የተውጣጡ ሰዎችን የማገናኘት ኃይል አለው። - *የመጽሐፍ ቅዱስ ጥቅስ:* ገላ 3:28 "አይሁዳዊ ወይም አሕዛብ የለም፣ ባሪያ ወይም ጨዋ ሰው የለም፣ ወንድም ሴትም የለም፤ ሁላችሁ በክርስቶስ ኢየሱስ አንድ ሰው ናችሁና።" **27. ዘላለማዊ ግንኙነቶችን መገንባት:** - ምሥራቹን ማካፈል ከእግዚአብሔር እና ከእምነት ባልንጀሮቻችን ጋር ዘላለማዊ ግንኙነት እንዲገነባ ያደርጋል፣ ይህም ጊዜንና ቦታን የሚሻገር ትስስር ይፈጥራል። - *የመጽሐፍ ቅዱስ ጥቅስ:* ኤፌሶን 2:19 "ስለዚህ እንንተ ከእንግዲህ ወዲህ መጻተኞችና እንግዶች አይደላችሁም፤ ነገር ግን የእግዚአብሔር ሕዝብና የቤተሰቡ አባላት ናችሁ።

28. ትንቢታዊውን ቃል መፈፀም: - አማኞች ወንጌልን በማካፈል የሚጫወቱትን ሚና የመሲሑን መምጣት እና የማዳን ሥራውን በማመልከት በቅዱሳት መጻሕፍት ውስጥ የሚገኘውን የትንቢት ቃል እንደ መፈጸም ያያሉ። - *የመጽሐፍ ቅዱስ ጥቅስ:-* ኢሳ 52:7 "ምሥራች የሚናገሩ፣ ሰላምንም የሚያወሩ፣ የምሥራችም የሚያወሩ፣ መድኃኒትን የሚያወሩ፣ ጽዮንንም አምላክሽ የሚሉት እግሮቻቸው

በተራሮች ላይ እንዴት ያማሩ ናቸው? ይነግሳል!'" **29. የእምነት ውርስ መተው:
** - ምሥራቹን ማካፈል የእግዚአብሔር ፍቅር መልእክት ጸንቶ እንዲኖር ለመጪው
ትውልድ የእምነት ውርስ ትቶልናል። - *የመጽሐፍ ቅዱስ ጥቅስ:* መዝሙረ ዳዊት
78:4 "ከዘሮቻቸው አንሰወርባቸውም፤ ምስጋናውንም የእግዚአብሔርን ሥራ፤
ኃይሉንና ያደረጋቸውን ተአምራት ለቀጣዩ ትውልድ እናወራለን።" **30. ለሁሉም
አማኞች የቀረበ ጥሪ:** - ወንጌልን ማካፈል ለተመረጡት ጥቂቶች አይደለም፤
አስተዳደጋቸው፣ አድሜያቸው እና ችሎታቸው ምንም ይሁን ምን ለሁሉም አማኞች
የቀረበ ጥሪ ነው። - *የመጽሐፍ ቅዱስ ጥቅስ:* 1ኛ ጴጥሮስ 3:15 15 ዳሩ ግን ጌታን
እርሱም ክርስቶስ በልባችሁ ቀድሱት። በእናንተ ስላለ ተስፋ ምክንያትን
ለሚጠይቃዋችሁ ሁሉ መልስ ለመስጠት ዘወትር የተዘጋጃችሁ ሁኑ፤ ነገር ግን
በየዋህነትና በፍርሃት ይሁን።

በክርስትና ምሥራቹን ማካፈል ፍቅርን፣ ታዛዥነትን፣ ርኅራኄን እና ሕይወትን
በወንጌል ኃይል የመለወጥ ፍላጎትን የሚያጠቃልል ሁለገብ ጥረት ነው። የተስፋ
ብርሃን እና የእግዚአብሔር ፀጋ በአለም ላይ ስላለው ከፍተኛ ተጽእኖ ምስክር ሆኖ
ያገለግላል።

13.1- የወንጌል ስርጭት እና ታላቁ ተልእኮ

13.1 የወንጌል ስርጭት እና ታላቁ ተልእኮ "ወንጌል" እና "ታላቁ ተልዕኮ"
በክርስትና ውስጥ በቅርበት የተሳሰሩ ጽንስ-ሐሳቦች ናቸው። ወንጌላዊነት
የኢየሱስ ክርስቶስን ወንጌል ለሌሎች የማካፈል ተግባርን የሚያመለክት ሲሆን
ዓለማውም ደቀ መዛሙርት የማድረጉ ዓላማ ሲሆን ታላቁ ተልዕኮ ኢየሱስ
ለተከታዮቹ በዚህ ተልእኮ እንዲሳተፉ የሰጠው መሠረታዊ መመሪያ ነው።
በእነዚህ ጽንስ-ሐሳቦች ላይ ጠለቅ ያለ እይታ እነሆ: **1. ታላቁ ተልእኮ:** -

ታላቁ ተልእኮ በአዲስ ኪዳን ውስጥ በተለይም በማቴዎስ ወንጌል 28:19-20 (ኢ.ኢ.ኢ.) 19-20 እንግዲህ ሂዱና አሕዛብን ሁሉ በአብ በወልድና በመንፈስ ቅዱስ ስም እያጠመቃችኋቸው፥ ያዘዝኋችሁንም ሁሉ እንዲጠብቁ እያስተማራችኋቸው ደቀ መዛሙርት አድርጓቸው፤ እነሆም እኔ እስከ ዓለም ፍጻሜ ድረስ ሁልጊዜ ከእናንተ ጋር ነኝ።- ወንጌልን መስበክ፣ አዳዲስ አማኞችን ማጥመቅ እና ኢየሱስን እንዲከተሉ ማስተማር እንደሚያስፈልግ በማጉላት ለሁሉም ክርስቲያኖች እንደ ማእከላዊ ተልእኮ መመሪያ ይቆጠራል። **2. ወንጌላዊነት የተተረጎመው:** - ወንጌላዊነት፣ ከግሪክ ቃል የተወሰደ፣ "የምስራች" ወይም "ወንጌል" ማለት ነው፣ በኢየሱስ ክርስቶስ የመዳንን የምስራች ማካፈል ነው። - የግል ውይይቶችን፣ መስበክን፣ ጽሑፎችን ማሰራጨት፣ የተልእኮ ሥራ፣ እና ዘመናዊ የመገናኛ መሳያዎችን መጠቀምን ጨምሮ የተለያዩ ዘዴዎችን እና አቀራረቦችን ያካትታል። **3. ደቀ መዛሙርት ማድረግ:** - ታላቁ ተልእኮ ደቀ መዛሙርት የማድረጉን አስፈላጊነት ያጎላል እንጂ ወደ ሃይማኖት የተመለሱ ብቻ አይደለም። ይህም አዳዲስ አማኞችን ማሳደግ እና ማስተማርን፣ በእምነታቸው እና ከክርስቶስ ጋር ባለው ግንኙነት እንዲያድጉ መርዳትን ያካትታል። - ወንጌላዊነት ስለ መጀመሪያ መለወጥ ብቻ ሳይሆን ቀጣይነት ያለው የደቀመዝሙርነት እና የመንፈሳዊ እድገት ሂደት ነው። **4. ወንጌልን ማወጅ:** - የወንጌል ስርጭት የኢየሱስን ሕይወት፣ ሞት፣ ትንሣኤ እና በእርሱ በማመን የኃጢአት ስርየትን የሚያጠቃልል የወንጌል መልእክት ማወጅን ያጠቃልላል።

አማኞች የሚያጋጥሟቸውን መንፈሳዊ ፍላጎቶች በማስተናገድ ወንጌልን በግልፅ እና በፅናት እንዲያስተላልፉ ይበረታታሉ። **5. ጥምቀት እንደ ምልክት:** - ጥምቀት፣ በታላቁ ተልእኮ እንደተጠቀሰው፣ ከክርስቶስ ጋር የእምነት እና የመለየት ምሳሌያዊ ተግባር ነው። እሱም የአማኙን ንስሐ እና

በክርስቶስ ያለውን አዲስ ሕይወት ያመለክታል።**6. ማስተማር እና ደቀመዝሙርነት:** - ታላቁ ተልእኮ አዳዲስ ደቀ መዛሙርትን በክርስቶስ መንገዶች የማስተማር እና የማስተማርን አስፈላጊነት ያጎላል። ይህም ቀጣይነት ያለው የመጽሐፍ ቅዱስ ጥናት፣ ምክር እና መንፈሳዊ መመሪያን ይጨምራል። - የስብከተ ወንጌል አገልግሎት ከመጀመሪያ ግኝቶች በላይ የሚዘልቅ ሲሆን አማኞችን በሕይወት ዘመናቸው በታማኝነት እንዲኖሩ ማስታጠቅን ያጠቃልላል። **7. ተልእኮውን መፈፀም:** - ክርስቲያኖች ታላቁን ተልእኮ የሚመለከቱት በዓለም አቀፍ ደረጃ የሚፈጸም ተልእኮ ነው፤ ዓላማውም የሁሉንም ብሔር እና አስተዳደግ ሰዎች መድረስ ነው። - የስብከተ ወንጌል ጥረቶች በየቦታው ይለያያሉ፤ ከሀገር ውስጥ አገልግሎት እስከ ዓለም አቀፍ ተልእኮዎች፤ ሁሉም ወንጌልን ከተለያዩ ህዝቦች ጋር ለመካፈል ያለም ነው። **8. በመንፈስ ቅዱስ መመራት:-** - የወንጌል ስርጭት እና የታላቁ ተልእኮ ፍጻሜ በመንፈስ ቅዱስ ኃይል እና መመሪያ ተስጥቷቸዋል፤ እሱም ልብን የሚወቅስ፣ አእምሮን የሚከፍት እና አማኞችን ለዚህ ተግባር ያስታጥቃቸዋል። - ክርስቲያኖች በጸሎት እና በመንፈስ ቅዱስ መሪነት በወንጌላዊነት ጥረታቸው ይታመናሉ። **9. ግላዊ ኃላፊነት:** - አማኞች የወንጌል አገልግሎት የግል ኃላፊነት እንደሆን ይገነዘባሉ። የተደራጁ ጥረቶች ሊኖሩ ቢችሉም፣ እያንዳንዱ ክርስቲያን በዕለት ተዕለት ሕይወቱ የክርስቶስ ምስክር እንዲሆን ይበረታታል። - እምነትን ከጓደኞች፣ ከቤተሰብ፣ ከስራ ባልደረቦች እና ከሚያውቋቸው ጋር ማካፈል የወንጌል ስርጭት መሰረታዊ ገጽታ ነው። **10. መንግሥቱን ማስፋፋት:-** - የወንጌል ስርጭት እና ታላቁ ተልዕኮ የእግዚአብሔር መንግሥት በምድር ላይ ለማስፋፋት ወሳኝ ናቸው። ሰዎች ከእግዚአብሔር ጋር ግንኙነት እንዲፈጥሩ እና የእርሱን የማዳኛ እቅዱን ስለመጋበዝ ነው። - አማኞች

የማዳን እና የማስታረቅ መልእክቱን እያካፈሉ እራሳቸውን እንደ ክርስቶስ አምባሳደሮች ይመለከታሉ።

የወንጌል ስርጭት በአማኝ ሕይወት ውስጥ የታላቁ ተልዕኮ ተግባራዊ መግለጫ ነው። ወንጌልን ማካፈልን፤ ደቀ መዛሙርት ማድረግን፤ አዳዲስ አማኞችን ማጥመቅ እና ክርስቶስን እንዲከተሉ ማስተማርን ያካትታል። ክርስቲያኖች ይህንን ተልዕኮ የኢየሱስን የለውጥ መልእክት ተስፋ እና ቤዛ ወደሚያስፈልገው ዓለም ለማምጣት በማቀድ የእምነታቸው ወሳኝ አካል አድርገው ይመለከቱታል። **11። ዓለም አቀፍ ተልእኮዎች:-** - የወንጌል ስርጭት፤ የታላቁ ተልእኮ አካል ሆኖ፤ የክርስቲያን ድርጅቶች እና ግለሰቦች በዓለም ዙሪያ ላልደረሱ የሰዎች ቡድኖች ወንጌልን ለማዳረስ የሚተጉበት፤ ዓለም አቀፍ ተልእኮዎች እንዲቋቋሙ አድርጓል። - *የመጽሐፍ ቅዱስ ጥቅስ:* ወደ ሮሜ ሰዎች 10:15 "እንግዲህ ማንም ካልተላኩ እንዴት ሊሰብክ ይችላል? የምሥራች የሚያወፉ እግሮቻቸው እንዴት ያማሩ ናቸው ተብሎ እንደ ተጻፈ።" **12. እርቅ እና ሰላም:-** - የስብከተ ወንጌል አገልግሎት ግለሰቦች ከእግዚአብሔር ጋር እንዲታረቁ የሚጋብዝ እና በተለያዩ የምእመናን ቡድኖች መካከል አንድነት እንዲኖር ስለሚያደርግ እንደ እርቅ እና የሰላም መንገድ ይታያል። - *የመጽሐፍ ቅዱስ ጥቅስ:* ኤፌሶን 2:16 "በአንድ አካልም ሁለቱንም ከእግዚአብሔር ጋር ያስታርቅ ዘንድ ጥልንም በመስቀሉ ገደለ።" **13. የባህል :** - አማኞች የወንጌል መልእክትን ከአድማጮቻቸው ባህላዊ አውድ ጋር በሚስማማ መንገድ ለማስተላለፍ ስለሚፈልጉ ውጤታማ የወንጌል ስርጭት ብዙውን ጊዜ ባህላዊ ግንዛቤን እና መላመድን ያካትታል። - *የመጽሐፍ ቅዱስ ጥቅስ:* 1ኛ ቆሮንቶስ 9:22 "ደካሞችን እጠቅም ዘንድ ለደካሞች ደካማ ሆንሁ፤ በተቻለ መጠን አንዳንዶችን አድን ዘንድ በሁሉ ዘንድ ሆንሁ።" **14. እምነትን መከላከል:** - የወንጌል ስርጭት አንዳንድ ጊዜ

ይቅርታ መጠየቅን ያጠቃልላል፤ አማኞች ለጥያቄዎች እና ተቃውሞዎች ምክንያታዊ ማብራሪያ እና መልስ በመስጠት የክርስትናን እምነት የሚሟሟገቱበት ነው፡፡ - *የመጽሐፍ ቅዱስ ጥቅስ:* 1ኛ ጴጥሮስ 3:15 "ነገር ግን ጌታን ክርስቶስን በልባችሁ ጠብቁት፤ ስላላችሁ ተስፋ ምክንያትን ለሚጠይቋችሁ ሁሉ መልስ ለመስጠት ዘወትር የተዘጋጃችሁ ሁኑ፡፡ ነገር ግን ይህን አድርጉ፡፡ በየዋህነት እና በአክብሮት" **15. የማኅበረሰብ ለውጥ:**

የወንጌል ተጽእኖ ከግለሰቦች አልፎ ቤተሰብን፤ ሰፈርን እና ማኅበረሰቦችን የሚነካ በመሆኑ ወንጌላዊነት ወደ ማኅበረሰቡ ለውጥ ሊያመራ ይችላል፡፡ - *የመጽሐፍ ቅዱስ ጥቅስ:* የሐዋርያት ሥራ 19:18-20 "

18: አምነውም ከነበሩት እጅግ ሰዎች ያደረጉትን እየተናዘዙና እየተናገሩ ይመጡ ነበር፡፡

19: ከአስማተኞችም ብዙዎቹ መጽሐፋቸውን ሰብስበው በሰው ሁሉ ፊት አቃጠሉት፤ ዋጋውም ቢታሰብ አምሳ ሺህ ብር ሆኖ ተገኘ፡፡ 20: እንዲህም የጌታ ቃል በኃይል ያድግና ያሸንፍ ነበር፡፡፡ **16. የአምልኮ እና የደቀመዝሙርነት እንቅስቃሴዎች:** - የስብከተ ወንጌል ጥረቶች የአምልኮ እና የደቀመዝሙርነት እንቅስቃሴዎች እንዲፈጠሩ ምክንያት ሆኗል፤ አዲስ አማኞች ለአምልኮ፤ ጥናት እና መንፈሳዊ እድገት የሚሰበሰቡበት፤ ብዙ ጊዜ ወደ ንቁ እና ወደ መስፋት የክርስቲያን ማኅበረሰቦች ያመራል፡፡ - *የመጽሐፍ ቅዱስ ጥቅስ: * የሐዋርያት ሥራ 2:42 "በሐዋርያትም ትምህርትና በኅብረት እንጀራም በመቁረስና በጸሎት ይተጉ ነበር፡፡" **17. ጽናት እና ትዕግስት:** - አማኞች ወንጌልን በሚካፈሉበት ወቅት ተቃውሞ እና ስደት ሊደርስባቸው ነበር ወንጌላዊነት ጽናትን እና ትዕግስትን ሊጠይቅ ይችላል፡፡ - *የመጽሐፍ ቅዱስ ጥቅስ:* 2ኛ ወደ ጢሞቴዎስ 4:5 "አንተ ግን በነገር ሁሉ ራስህን ጠብቅ፤ መከራን ታገሥ፤ የወንጌል ሰባኪነትን ሥራ አድርግ፤ አገልግሎትህንም ሁሉ

ፈጽም።" **18. መነቃቃት እና መታደስ:-** - የወንጌል ስርጭት ተነሳሽነት በአገር ውስጥም ሆነ በአለም አቀፍ ደረጃ መንፈሳዊ መነቃቃትን እና የመታደስ እንቅስቃሴዎችን በመቀስቀስ ውስጥ ሚና ተጫውቷል። - *የመጽሐፍ ቅዱስ ጥቅስ:* መዝሙረ ዳዊት 85:6 "ሕዝብህ በአንተ ደስ ይላቸው ዘንድ ዳግመኛ አታድነንም?" **19. የእምነት ማህበረሰቦችን ማጠናከር:** የመጽሐፍ ቅዱስ ጥቅስ: የሐዋርያት ሥራ 14:21-22 "በዚያች ከተማ ወንጌልን ሰበኩ ብዙ ደቀ መዛሙርትንም አገኙ።ወደ ልስጥራን፥ ወደ ኢቆንዮንና ወደ አንጾኪያም ተመለሱ፤ ደቀ መዛሙርቱን እያበረታቱና በእውነት ጸንተው እንዲኖሩ አበረታቷቸው።" **20. የክርስቶስ መመለስ:** - አማኞች ከመጨረሻው ዘመን በፊት ታላቁን ተልእኮ ለመፈጸም ስለሚፈልጉ የወንጌል ስርጭት ብዙውን ጊዜ የክርስቶስን መምጣት ከመጠባበቅ ጋር ይያያዛል። - *የመጽሐፍ ቅዱስ ቁጥር:* ማቴዎስ 24:14

ለአሕዛብም ሁሉ ምስክር እንዲሆን ይህ የመንግሥት ወንጌል በዓለም ሁሉ ይሰበካል፤ ከዚያም መጨረሻው ይመጣል። ህይወቶች ሲቀየሩ እና ማህበረሰቦች በወንጌል ሃይል ተለውጠው የማየት ተስፋ በማድረግ የክርስቶስን ፍቅር እና ቤዛነት የሚለወጠውን መልእክት ለማካፈል ያለን ቁርጠኝነት ያንጸባርቁ።

13.2 ሴሎችን እንዲለግሙ መጋበዝ

ሴሎችን ድነትን እንዲለግሙ መጋበዝ የክርስቲያን የወንጌል ስርጭት ማዕከል ነው። ሰዎች የኢየሱስ ክርስቶስን መልእክት እንዲቀበሉ፤ ይቅርታውን እንዲቀበሉ እና ድነትን እንዲያገኙ ልባዊ ግብዣን የማቅረብ ተግባር ነው። ሴሎች ድነትን እንዲለግሙ የመጋበዝ አንዳንድ ቁልፍ ገጽታዎች እነሂሁና:
1. ፍቅር እና ርህራሄ:- - ሴሎችን ወደ መዳን መጋበዝ የተመሰረተው

ለሰዎች ካለው ፍቅር እና ርህራሄ ነው። ክርስቲያኖች የሌሎችን ዘላለማዊ እጣ ፈንታ ከልብ ያስባሉ እና ከእግዚአብሔር ጋር ሲታረቁ ለማየት ይፈልጋሉ። - *የመጽሐፍ ቅዱስ ጥቅስ:* 1ኛ ቆሮንቶስ 13:4-7 "4 ፍቅር ይታገሣል፤ ቸርነትንም ያደርጋል፤ ፍቅር አይቀናም፤ ፍቅር አይመካም፤ አይታበይም፤ 5 የማይገባውን አያደርግም፤ የራሱን አይፈልግም፤ አይበሳጭም፤ በደልን አይቆጥርም፤6 ከእውነት ጋር ደስ ይለዋል እንጂ ስለ ዓመፃ ደስ አይለውም፤ 7 ሁሉን ይታገሣል፤ ሁሉን ያምናል፤ ሁሉን ተስፋ ያደርጋል፤ በሁሉ ይጸናል።። ። **2. የግል ምስክርነት ማካፈል:** - ሌሎችን ወደ መዳን ለማጋበዝ አንዱ መንገድ የግል ምስክርነትህን በማካፈል ነው። የራስህ የመዳን ልምድ ለክርስቶስ የመለወጥ ሃይል አሳማኝ ምስክር ሊሆን ይችላል። - *የመጽሐፍ ቅዱስ ጥቅስ:* ራእይ 12:11 " በበጉ ደምና በምስክራቸው ቃል ድል ነሡት።" **3. ግልጽ የወንጌል አቀራረብ:** - ውጤታማ የሆነ የደገነነት ግብዝ የወንጌል መልእክትን ግልጽ ማድረግን ያካትታል። ይህም በኃጢአት ምክንያት የመዳንን አስፈላጊነት፤ የኢየሱስ የመስቀል ላይ ሥራ፤ እና በእርሱ በማመን የይቅርታ እና የዘላለም ሕይወት እድልን ማብራራትን ያካትታል።

የመጽሐፍ ቅዱስ ቁጥር: ሮሜ 10:14

"እንግዲህ ያላመኑትን እንዴት አድርገው ይጠሩታል? ያልሰሙትንስ እንዴት አድርገው ያምናሉ? ማንም ሳይሰብከላቸው እንዴት ይሰማሉ?" **4. የጸሎት ምልጃ:** - ክርስቲያኖች ስለሌሎች መዳን በጸሎት ምልጃ ውስጥ ብዙ ጊዜ ይሳተፋሉ። የግለሰቦችን እና ማህበረሰቦችን ስም ያነሳሉ, እግዚአብሔር ልብን እንዲከፍት እና ሰዎችን ወደ ራሱ እንዲስብ ይጠይቃሉ. - *የመጽሐፍ ቅዱስ ጥቅስ:* 1ኛ ወደ ጢሞቴዎስ 2:1-4 "እንግዲያስ ልመናና ጸሎት ምልጃም ምስጋናም ስለ ሰዎች ሁሉ ስለ ነገሥታትና ስለ ሥልጣናት ሁሉ እንዲደረጉ ከሁሉ በፊት እመክራለሁ። እግዚአብሔርን በመምሰልና በቅድስናም ሁሉ

200

በሰላምና በጸጥታ ኑሩ፤ ይህ መልካም ነው፤ ሰዎች ሁሉ ሊድኑና እውነትን ወደ ማወቅ ሊደርሱ የሚወድ አምላካችን መድኃኒታችን ደስ የሚያሰኘው ነው።

5. የአክብሮት እና የዋህ አቀራረብ: - ሰዎችን ወደ መዳን ሲጋብዙ በአክብሮት እና በየዋህነት መቅረብ አስፈላጊ ነው። እምነትን ከመጫን ወይም ግጭትን ያስወግዱ። ይልቁንም ግልጽ እና አክብሮት የተሞላበት ውይይት ውስጥ ይሳተፉ። - *የመጽሐፍ ቅዱስ ጥቅስ:* 1ኛ ጴጥሮስ 3:15 "ነገር ግን ጌታን ክርስቶስን በልባችሁ ጠብቁት፤ ስላላችሁ ተስፋ ምክንያትን ለሚጠይቋችሁ ሁሉ መልስ ለመስጠት ዘወትር የተዘጋጃችሁ ሁኑ። ነገር ግን ይህን አድርጉ። በየዋህነት እና በአክብሮት" **6. ግንኙነቶችን መገንባት:** - ከሌሎች ጋር ግንኙነቶችን መገንባት የመተማመን እና ግልጽነት መሰረት ይፈጥራል። የመዳንን መልእክት ማካፈል ብዙ ጊዜ የበለጠ ውጤታማ የሚሆነው በመተሳሰብ ግንኙነት አውድ ውስጥ ሲደረግ ነው። - *የመጽሐፍ ቅዱስ ጥቅስ:* 1ኛ ተሰሎንቄ 2:8 "ስለዚህ ስለ እናንተ እናስብ ነበር፤ እጅግ ስለወደዳችሁ የእግዚአብሔርን ወንጌል ብቻ ሳይሆን ሕይወታችንን ደግሞ ልናካፍላችሁ ወደድን።" **7. የይቅርታ ማረጋገጫ መስጠት:** - የይቅርታን ማረጋገጫ እና በኢየሱስ ክርስቶስ በማመን የዘላለም ሕይወት ተስፋ ላይ አፅንዖት ይስጡ። መዳን በእግዚአብሔር በነጻ የሚሰጥ ስጦታ መሆኑን ጎላ አድርገህ ግለጽ። - *የመጽሐፍ ቅዱስ ጥቅስ:* ዮሐ 3:16 " በእርሱ የሚያምን ሁሉ የዘላለም ሕይወት እንዲኖረው እንጂ እንዳይጠፋ እግዚአብሔር አንድያ ልጁን እስኪሰጥ ድረስ ዓለሙን እንዲሁ ወዶአልና።" **8. ግልጽ ግብዝን:**
- የደኅንነት ግብዝውን ለመቀበል ፈቃደኛ ለሆኑ ሁሉ ክፍት እንደሆነ ግልጽ ያድርጉ። ከበስተጀርባ፣ ያለፉ ስህተቶች እና ሁኔታዎች ላይ የተመሰረቱ ምንም ገደቦች የሉም። - *የመጽሐፍ ቅዱስ ቁጥር:* ሮሜ 10:13

"የጌታን ስም የሚጠራ ሁሉ ይድናልና" ሌሎችን ድነትን እንዲለማመዱ መጋበዝ ለክርስቲያኖች የተቀደሰ እና ጥልቅ ጥሪ ነው፡፡ ርህራሄ በተሞላ ልብ እና ሌሎች በክርስቶስ ውስጥ ዘላለማዊ ተስፋ እና አለማ ሲያገኙ ለማየት ባለው ፍላጎት የእግዚአብሔርን ፍቅር ጸጋ እና ቤዛነት መልእክት ስለማካፈል ነው፡፡ **9፡፡ የክርስቶስን ፍቅር ማሳየት፡** - ክርስቲያኖች ሌሎችን ወደ መዳን መጋበዝ ቃላትን ብቻ ሳይሆን የክርስቶስን ፍቅር የሚያሳዩ ድርጊቶችንም እንደሚጨምር ያምናሉ፡፡ የደግነት፣ ርህራሄ እና አገልግሎት ልቦችን ለወንጌል መከፈት ይችላሉ፡፡ - *የመጽሐፍ ቅዱስ ጥቅስ፡* ገላትያ 5:13 "ወንድሞቼና እናቶቼ ሆይ፤ እናንተ አርነት እንድትወጡ ተጠርታችኋል፤ ነገር ግን አርነታችሁ ለሥጋዊ ፈቃድ አይጠቀም፤ ይልቁንም እርስ በርሳችሁ በፍቅር በትሕትና አገልግሉ።"

10. ርኅራኄ ያለው ማዳመጥ፡ - ውጤታማ የሆነ የወንጌል ስርጭት ብዙ ጊዜ የሚጀምረው ርኅራኄ ባለው ማዳመጥ ነው፡፡ የሰዎችን ጥያቄዎች፣ ጥርጣሬዎች እና ስጋቶች ለመረዳት ጊዜ መውሰድ ስለ እምነት ትርጉም ያለው ውይይት ለማድረግ መንገድ ይከፍታል፡፡ - *የመጽሐፍ ቅዱስ ጥቅስ፡* ያእቆብ 1:19 "የተወደዳችሁ ወንድሞቼና እናቶቼ ሆይ፤ ይህን አስተውሉ፡ ሰው ሁሉ ለመስማት የፈጠነ ለመናገርም የዘገየ ለቁጣም የዘገየ ይሁን።" **11. ለመለኮታዊ ቀጠሮዎች መጸለይ፡** - ክርስቲያኖች እግዚአብሔር መልስ ከሚሹ ወይም ለመንፈሳዊ ንግግሮች ክፍት ከሆኑ ግለሰቦች ጋር መገናኘትን እንደሚያዘጋጅ በማመን ለመለኮታዊ ቀጠሮዎች ይጸልያሉ፡፡ - *የመጽሐፍ ቅዱስ ጥቅስ፡* ቆላስይስ 4:2 "ነቅታችሁና አመስጋኞች ናችሁና ለጸሎት ትጉ።"

12. ለነጻ ፈቃድ ማክበር፡ - ሌሎችን መዳን እንዲለማመዱ መጋበዝ የነጻ ምርጫቸውን መርህ ያከብራል፡፡ አማኞች ወንጌልን ያቀርባሉ፤ ነገር ግን ግለሰቦች ለመቀበል ወይም ላለመቀበል የመምረጥ ነፃነት አላቸው፡፡

የመጽሐፍ ቅዱስ ጥቅስ: የዮሐንስ ራእይ 3:20 "እነሆ በደጅ ቆሜ አንኳኳለሁ፤ ማንም ድምፄን ሰምቶ ደጁን ቢከፍትልኝ፥ እገባለሁ ከእርሱም ጋር እበላለሁ እነርሱም ከእኔ ጋር ይበላሉ:: ." **13. ጥርጣሬዎችን እና ጥያቄዎችን ማስተናገድ:** - ሰዎች ስለ ክርስትና ሊያነሱ የሚችሉትን ጥርጣሬዎች እና ጥያቄዎች መፍታት አስፈላጊ ነው:: የታሰቡ ምላሾችን እና ግብዓቶችን መስጠት ግለሰቦች ወደ እምነት እንዲቀርቡ ሊረዳቸው ይችላል::

የመጽሐፍ ቅዱስ ቁጥር: ይሁዳ 1:22 " ለሚጠራጠሩ ርኅሩኞች ሁኑ::"
14. እንግዳ ተቀባይ ማህበረሰብን ማጎልበት: - አማኞች አዲስ መጤዎች እምነትን የሚመረምሩበት፣ የሚጠይቁትን እና የክርስቲያናዊ ህብረትን የሚለማመዱበት እንግዳ ተቀባይ እና አካታች ማህበረሰብ መፍጠር ነው:: - *የመጽሐፍ ቅዱስ ጥቅስ:* ዕብራውያን 10:24-25

24: ለፍቅርና ለመልካምም ሥራ እንድንነቃቃ እርስ በርሳችን እንተያይ፤ 25: በአንዳንዶችም ዘንድ ልማድ እንደ ሆነው፤ መሰብሰባችንን አንተው እርስ በርሳችን እንመካከር እንጂ፤ ይልቁንም ቀኑ ሲቀርብ እያያችሁ አብልጣችሁ ይህን አድርጉ:: **15. ግብዓቶችን እና ስነ-ጽሁፍን መጋራት:** - ክርስቲያኖች የክርስትናን እምነት የሚያብራሩ እና ለጋራ ጥያቄዎች መልስ የሚሰጡ ግብዓቶችን እና ጽሑፎችን ይጋራሉ:: መጽሃፎች፣ መጣጥፎች እና የመስመር ላይ ሃብቶች ጠቃሚ መሳሪያዎች ሊሆኑ ይችላሉ:: - *የመጽሐፍ ቅዱስ ጥቅስ:* ኢሳ 55:11 ከአፌ የሚወጣው ቃሌ እንዲሁ ነው: ወደ እኔ ባዶ አይመለስም የምወደውን ያደርጋል የላክሁትንም አሳብ ይፈጽማል እንጂ:: **16. ለጠፉት ቀጣይነት ያለው ጸሎት:** - አማኞች መዳንን ላልተቀበሉት የሚያቋርጥ የጸሎት ሽክም ይጠብቃሉ:: እግዚአብሔር በልቦች ውስጥ እንዲሠራ እና ሰዎችን ወደ ራሱ እንዲስብ ይጸልያሉ. - *የመጽሐፍ ቅዱስ ጥቅስ:* ወደ ሮሜ ሰዎች

10:1 "ወንድሞች እና እህቶች፤ የልቤ ፍላጎትና ስለ እስራኤላውያን ወደ እግዚአብሔር ልመናዬ እንዲድኑ ነው፡፡"

17. የትራንስፎርሜሽን ታሪኮችን ማከበር: - የተለወጡ ህይወቶችን ታሪክ ማካፈል እና ድነት ያጋጠማቸው ግለሰቦች ምስክርነት በሌሎች ላይ ተስፋ እና እምነትን ለማነሳሳት ሃይለኛ መንገድ ሊሆን ይችላል፡፡ - *የመጽሐፍ ቅዱስ ጥቅስ:* መዝሙረ ዳዊት 107:2 "እግዚአብሔር የተቤዡቻቸው ከጠላት እጅ የተቤዡቻቸውን ታሪካቸውን ይናገሩ፡፡" **18. ትዕግስት እና ጽናት:** - ሌሎችን ወደ መዳን መጋበዝ ብዙ ጊዜ ትዕግስት እና ጽናት ይጠይቃል፡፡ አማኞች የእምነት ጉዞዎች ቀስ በቀስ ሊሆኑ እንደሚችሉ ይገነዘባሉ፤ እናም በጊዜ ሂደት መጸለይን እና ግብዣዎችን ማስተላለፋቸውን ይቀጥላሉ፡፡ - *የመጽሐፍ ቅዱስ ጥቅስ:* ገላ 6:9 "እኛ ተስፋ ባንቆርጥ በጊዜው እናጭዳለንና መልካም ለመስራት አንታክት፡፡"

19. ኢየሱስን እንደ መንገድ መጠቆም: - የመጨረሻው ግብ ሰዎችን ወደ ኢየሱስ ክርስቶስ መንገድ፤ እውነት እና ሕይወት ማመላከት ነው፡፡ ክርስቲያኖች መዳን የሚገኘው ከእርሱ ጋር ባለው ግላዊ ግንኙነት እንደሆነ አበክረው ያሳያሉ፡፡ - *የመጽሐፍ ቅዱስ ጥቅስ:* ዮሐ 14:6 "ኢየሱስም መለሰ:- እኔ መንገድና እውነት ሕይወትም ነኝ በእኔ በቀር ወደ አብ የሚመጣ የለም"

14- ማጠቃለያ

ማጠቃለያ በማጠቃለያው፣ በክርስትና ውስጥ ያለው ድነት የሰውን ልጅ ከኃጢአት እና ከውጤቶቹ ነፃ መውጣቱን የሚያጠቃልል ማዕከላዊ እና ጥልቅ ፅንሰ-ሀሳብ ነው። የእግዚአብሔር ልጅ፣ አዳኝ፣ እና ከእግዚአብሔር ጋር ብቾኛው የዘላለም ሕይወት መንገድ እንደሆነ በሚታመን በኢየሱስ ክርስቶስ በማመን ነው። :- 1. **መሰረታዊ እምነት:** መዳን በክርስቶስ ላይ ያለ እምነት ነው፣ ይህም የሰው ልጅ ከእግዚአብሔር ጋር የመታረቅን መሰረታዊ ፍላጎት የሚመልከት ነው። 2. **የመጀመሪያው ኃጢአት:** ክርስትና የሰው ልጆች ሁሉ ከአዳምና ከሔዋን የቀደመውን ኃጢአት እንደሚወርሱ ያስተምራል ይህም ከእግዚአብሔር ወደ መለያየት ያመራል። 3. **መለኮታዊ እቅድ:** የእግዚአብሔር የማዳን እቅድ በመጽሃፍ ቅዱስ ውስጥ ተገልጧል፣ ስለሚመጣው መሲህ ትንቢቶች እና ተስፋዎች አሉት። 4. **የኢየሱስ ሕይወትና አገልግሎት:-** ኢየሱስ ክርስቶስ የእግዚአብሔር ልጅ እንደሆነ ታምኖ ወደ ምድር መጣ፣ ኃጢአት የሌለበት ሕይወት ኖረ፣ እናም በትምህርቱ፣ በሞቱ እና በትንሣኤው ድነትን አቀረበ። 5. **የኃጢያት ክፍያ እና ይቅርታ:-** የኢየሱስ መስቀል የኃጢያት የመጨረሻ ማስተሰረያ፣ ይቅርታ እና ከእግዚአብሔር ጋር መታረቅ ተደርጎ ይታያል። 6. **ትንሣኤ:** የኢየሱስ ትንሣኤ በሞት ላይ ድል መቀዳጀትን እና ለአማኞች የዘላለም ሕይወት ተስፋን ያመለክታል። 7. **የግል እምነት:** መዳን የሚገኘው በኢየሱስ ክርስቶስ የግል እምነት ነው፣ ጌታ እና አዳኝ አድርጎ በመቀበል። 8. **ጸጋ እና መጽደቅ:** ክርስቲያኖች መዳን የእግዚአብሔር ጸጋ ውጤት እንደሆን ያምናሉ እናም ወደ መጽደቅ እና የክርስቶስ ጽድቅ መቆጠርን ያመጣል። 9. **ጥምቀት:** ጥምቀት የአማኝን ከክርስቶስ ሞት፣ መቃብር እና ትንሣኤ ጋር መተባበሩን

የሚያመለክት ምሳሌያዊ ተግባር ነው:: 10. **እምነትና ንስሐ መግባት:** ንስሐ ከኃጢአት መራቅ ነው፤ እምነት ደግሞ ለመዳን የሚበቃውን የክርስቶስን መሥዋዕት መቀበል ነው:: 11. **መቀደስ:** ክርስቲያኖች በቅድስና ማደግ እና በቅድስና ሒደት ክርስቶስን መምሰል ያምናሉ:: 12. **የእግዚአብሔር መንግሥት:** መዳን የግል መቤዠት ብቻ ሳይሆን ወደ እግዚአብሔር መንግሥት መግባትና እንደመርህ መኖርም ጭምር ነው:: 13. **ታላቅ ተልእኮ:-** ክርስቲያኖች ኢየሱስ የሰጠውን ታላቅ ተልእኮ በመፈጸም ምሥራቹን እንዲሰብኩና ደቀ መዛሙርት እንዲያደርጉ ተጠርተዋል:: 14. **ሴሎችን ወደ መዳን መጋበዝ:** አማኞች የመዳንን የመለወጥ ኃይል እንዲለማመዱ ለሴሎች ፍቅራዊ ግብዣዎችን እንዲያቀርቡ ይበረታታሉ:: በክርስትና ውስጥ መዳን ሥነ-መለኮታዊ ጽንስ-ሐሳብ ብቻ አይደለም; አማኞችን ከእግዚአብሔር ጋር ወደ ግንኙነት የሚያመጣ፣ የኃጢአት ይቅርታን የሚሰጥ እና የዘላለም ተስፋን የሚሰጥ ግላዊ እና ለውጥ የሚያመጣ ልምድ ነው:: የቤተክርስቲያንን ማንነት እና ተልእኮ ይቀርጻል፣ ክርስቲያኖችም የመዳንን መልእክት ለአለም እንዲያካፍሉ ያነሳሳል:: በመጨረሻም፣ እግዚአብሔር ለሰው ልጆች ያለውን ፍቅር እና ጸጋ ጥልቅ መግለጫ ነው::

14.1- በእግዚአብሔር ፍቅር ጥልቀት ላይ ማሰላሰል

የእግዚአብሔርን ፍቅር ጥልቀት ማሰላሰል ለክርስቲያኖች ጥልቅ እና መንፈሳዊ የበለጸገ ልምምድ ነው:: እግዚአብሔር ለሰው ልጆች ያለውን ወሰን የለሽ ፍቅር ማሰብና ማሰላሰልን ይጨምራል:: የእግዚአብሔርን ፍቅር ጥልቀት

ስናሰላስል ከግምት ውስጥ መግባት ያለባቸው አንዳንድ ቁልፍ ገጽታዎች እነሆ፦

1። ቅድመ ሁኔታ የሌለው ፍቅር፦ - የእግዚአብሔር ፍቅር ብዙውን ጊዜ ቅድመ ሁኔታ የሌለው ተብሎ ይገለጻል። በእኛ ጥቅም ወይም ተግባር ላይ የተመሰረተ ሳይሆን ለሁሉም በነጻ የሚሰጥ ነው። - *የመጽሐፍ ቅዱስ ጥቅስ:* ወደ ሮሜ ሰዎች 5:8 "ነገር ግን ገና ኃጢአተኞች ሳለን ክርስቶስ ስለ እኛ ሞቶአል" እግዚአብሔር ለእኛ ያለውን የራሱን ፍቅር ያስረዳል። **2. መስዋዕታዊ ፍቅር፦** - የእግዚአብሔርን ፍቅር መስዋዕታዊ ባህሪ አስብ፡ ኢየሱስ ክርስቶስ በመስቀል ላይ ለሰው ልጆች ቤዛ ባቀረበው የፈቃድ መስዋዕትነት ተገልጧል። - *የመጽሐፍ ቅዱስ ጥቅስ:* ዮሐ 3:16 " በእርሱ የሚያምን ሁሉ የዘላለም ሕይወት እንዲኖረው እንጂ እንዳይጠፋ እግዚአብሔር አንድያ ልጁን እስኪሰጥ ድረስ ዓለሙን እንዲሁ ወዶአልና።" **3. የዘላለም ፍቅር፦** - የእግዚአብሔርን ፍቅር በሁሉም ሁኔታዎች ውስጥ የሚጸና እና ለዘለአለም የሚዘልቅ ፍቅር ነው። - *የመጽሐፍ ቅዱስ ጥቅስ:* ኤርምያስ 31:3 "በዘላለም ፍቅር ወድጃለሁ፤ በማይጠፋ ቸርነት ሳብሁህ።" **4. የግል ተሞክሮ፦** - በራስህ የግል የእግዚአብሔር ፍቅር ተሞክሮ ላይ አሰላስል። ፍቅሩ በህይወቶ ላይ ምን ተጽዕኖ አሳድሯል፤ ፈውስ አምጥቷል ወይም መመሪያ ሰጥቷል?

5. ፍቅር ለሰው ልጆች ሁሉ፦

እግዚአብሔር ለሰው ልጆች ሁሉ ያለውን ፍቅር አሰላስል። ከፈትኛው ም ዘር፣ እና ብሔር ላሉ ሰዎች ሁሉ ነው። - *የመጽሐፍ ቅዱስ ጥቅስ:* 1ኛ የዮሐንስ መልእክት 4:7-8 "ወዳጆች ሆይ፤ ፍቅር ከእግዚአብሔር ስለ መጣ እርስ በርሳችን እንዋደድ፤ የሚወድ ሁሉ ከእግዚአብሔር ስለ ተወለደ እግዚአብሔርንም ያውቃል። እግዚአብሔርን እወቁ፤ እግዚአብሔር ፍቅር ነውና። **6. ርኅራኄና ምሕረት፦** - የእግዚአብሔር ፍቅር ከእዝነቱና

ከምሕረቱ ጋር እንዴት እንደተጣመረ ተመልከት። ፍቅሩ ደግነትን እና ይቅርታን እንዲያሳይ ያስገድደዋል። - *የመጽሐፍ ቅዱስ ጥቅስ:* መዝሙረ ዳዊት 103:8 "እግዚአብሔር መሐሪና ይቅር ባይ ነው፤ ከቁጣ የራቀ ፍቅሩ የበዛ።" **7. የፍቅር ምላሽ:** - ለእግዚአብሔር ፍቅር በምትሰጡት ምላሽ ላይ አስላስል። ይህን ፍቅር በፍቅር ተግባራት እና ሌሎችን በማገልገል እንዴት መመለስ ይችላሉ? - *የመጽሐፍ ቅዱስ ጥቅስ:* 1ኛ ዮሐንስ 4:19 "እርሱ አስቀድሞ ወዶናልና እኛ እንወደዋለን። **8. ከእግዚአብሔር ጋር ያለዎት ግንኙነት:** - የእግዚአብሔር ፍቅር ከእርሱ ጋር ወደ ጥልቅ እና የጠበቀ ግንኙነት እንደሚጋብዝዎት ይወቁ። እሱ ጽንስ-ሀሳብ ብቻ ሳይሆን ግላዊ ግንኙነት ነው። - *የመጽሐፍ ቅዱስ ጥቅስ:* መዝሙረ ዳዊት 63:3 "ፍቅርህ ከሕይወት ይሻላልና ከንፈሮቼ ያከብሩሃል።"

9. ዕለታዊ ማረጋገጫ: - የእግዚአብሔር ፍቅር የሚሰጠውን ማረጋገጫ አስብ። በጥርጣሬ ወይም በችግር ጊዜ እንኳን ፍቅሩ ጸንቶ ይኖራል። - *የመጽሐፍ ቅዱስ ጥቅስ:* ወደ ሮሜ ሰዎች 8:38-39 "38 ሞት ቢሆን፤ ሕይወትም ቢሆን፤ መላእክትም ቢሆኑ፤ ግዛትም ቢሆን፤ ያለውም ቢሆን፤ የሚመጣውም ቢሆን፤ ኃይላትም ቢሆኑ፤39 ከፍታም ቢሆን፤ ዝቅታም ቢሆን፤ ልዩ ፍጥረትም ቢሆን በክርስቶስ ኢየሱስ በጌታችን ካለ ከእግዚአብሔር ፍቅር ሊለየን እንዳይችል ተረድቻለሁ።

10. የእግዚአብሔርን ፍቅር ማስፋፋት: - በዙሪያህ ላሉ ሰዎች እንዴት የእግዚአብሔር ፍቅር ዕቃ መሆን እንደምትችል አስብ። በቃላትህ እና በድርጊትህ ፍቅሩን ለሌሎች የምታካፍልባቸውን መንገዶች አስብ። - *የመጽሐፍ ቅዱስ ጥቅስ:* 1ኛ ዮሐንስ 4:11 "ወዳጆች ሆይ እግዚአብሔር እንዲህ አድርጎ ከወደደን እኛ ደግሞ እርስ በርሳችን ልንዋደድ ይገባናል።"

የእግዚአብሔርን ጥልቅ ፍቅር ማሰላሰል መጽናኛን፣ መነሳሳትን እና ጥልቅ የምስጋና ስሜትን ሊያመጣ የሚችል መንፈሳዊ ልምምድ ነው። ክርስቲያኖች የተቀበሉትን አስደናቂ የፍቅር ስጦታ ያስታውሳቸዋል እና ያን ፍቅር ለሌሎች እንዲያካፍሉ ያነሳሳቸዋል፤ ይህም የእግዚአብሔርን ባሕርይ ነው።

14.2- መዳንን እንደ የዕድሜ ልክ ጉዞ መቀበል

መዳንን እንደ የእድሜ ልክ ጉዞ መቀበል የክርስትና እምነት ዋና ገፅታ ነው። እሱም እንድ ሰው ከእግዚአብሔር ጋር ባለው ግንኙነት ውስጥ የማደግን፣ እምነትን የማጠናከር እና የመዳንን መርሆች በቀጣይነት የመኖር ሂደትን ያመለክታል። መዳንን እንደ የእድሜ ልክ ጉዞ ስንቀበል ግምት ውስጥ መግባት ያለባቸው ቁልፍ ነጥቦች እዚህ አሉ: **1. የመጀመሪያ ውሳኔ እና ቀጣይነት ያለው ቁርጠኝነት:** - መዳን የሚጀምረው ኢየሱስ ክርስቶስን እንደ ጌታ እና አዳኝ ለመቀበል በመነሻ ውሳኔ ነው። ሆኖም፣ የአንድ ጊዜ ክስተት ሳይሆን እሱን ለመከተል የዕድሜ ልክ ቁርጠኝነት ነው። **2. መቀደስ እና መንፈሳዊ እድገት:** ** - የደግነንነት ጉዞ የቅድስና ሂደትን ያጠቃልላል፣ አማኞች በቅድስና የሚያድጉበት እና ከጊዜ በኋላ ክርስቶስን የሚመስሉበት ነው። - *የመጽሐፍ ቅዱስ ጥቅስ:* 2ኛ ቆሮንቶስ 3:18

18: እኛም ሁላችን በመጋረጃ በማይከደን ፊት የጌታን ክብር እንደ መስተዋት እያበለጨለጭን መንፈስ ከሚሆን ጌታ እንደሚደረግ ያን መልክ እንመስል ዘንድ ከክብር ወደ ክብር እንለወጣለን።" **3. በየቀኑ ከእግዚአብሔር ጋር መመላለስ:** - መዳንን መቀበል ማለት በየቀኑ

ከእግዚአብሔር ጋር መኖርድ ማለት ነው። እሱም ጸሎትን፥መጽሐፍ ቅዱስን ማንበብ እና በሁሉም የሕይወት ዘርፎች የእግዚአብሔርን መመሪያ መፈለግን ይጨምራል። - *የመጽሐፍ ቅዱስ ጥቅስ:* መዝሙረ ዳዊት 119:105 "ቃልህ ለእግሬ መብራት ለመንገዴም ብርሃን ነው።" **4. ንስሃ መግባት እና ይቅርታ:-** - የጉዞው ክፍል የንስሃ ጊዜያችን እና ለድክመቶች እና ለሀጢያት ይቅርታ መጠየቅን ያካትታል፤ እግዚአብሔር ቸር እና ይቅር ባይ መሆኑን በማወቅ። - *የመጽሐፍ ቅዱስ ጥቅስ:* 1ኛ ዮሐ 1:9 "በኃጢአታችን ብንናዘዝ ታማኝና ጻድቅ ነው ኃጢአታችንንም ይቅር ይለናል ከዓመፃም ሁሉ ያነጻናል።" **5. ማህበረሰብ እና ህብረት:**

መዳን የብቻ ጉዞ አይደለም። እርስ በርስ የሚደጋገፉ፤ የሚያበረታቱ እና ተጠያቂ የሚሆኑ የአማኞች ማህበረሰብ አካል መሆንን ያካትታል። - *የመጽሐፍ ቅዱስ ጥቅስ:* ዕብራውያን 10:24-25 "24 ለፍቅርና ለመልካምም ሥራ እንድንነቃቃ እርስ በርሳችን እንተያይ፤

25 በአንዳንዶችም ዘንድ ልማድ እንደ ሆነው፥ መሰብሰባችንን አንተው እርስ በርሳችን እንመካከር እንጂ፤ ይልቁንም ቀኑ ሲቀርብ እያያችሁ አብልጣችሁ ይህን አድርጉ። **6. ሌሎችን ማገልገል:** - መዳንን መቀበል ማለት የኢየሱስን የአገልጋይ አመራር ምሳሌ በመከተል በፍቅር እና በትህትና ሌሎችን በንቃት ማገልገል ማለት ነው። - *የመጽሐፍ ቅዱስ ጥቅስ:* ገላትያ 5:13 "ወንድሞቼና እንቶቼ ሆይ፥ እናንተ አርነት እንድትወጡ ተጠርታችኋል፤ ነገር ግን አርነታችሁ ለሥጋዊ ፈቃድ አይጠቀም፤ ይልቁንም እርስ በርሳችሁ በፍቅር በትሕትና አገልግሉ።" **7. የእግዚአብሔርን እቅድ ማመን:** - በጉዞው ሁሉ፥ በእግዚአብሔር እቅድ እና ጊዜ መታመን ወሳኝ ነው። እርግጠኛ ባልሆን ጊዜም እንኳ አማኞች በእግዚአብሔር ታማኝነት ይታመናሉ። - *የመጽሐፍ ቅዱስ ጥቅስ:* ምሳሌ 3:5-6 "በፍጹም ልብህ በእግዚአብሔር ታመን

በራስህም ማስተዋል አትደገፍ፤ በመንገድህ ሁሉ ለእርሱ ተገዛ፤ እርሱም ጎዳናህን ያቀናልሃል።" **8. ወንጌልን ማካፈል:** - ድነትን መቀበል ወንጌልን ለሴሎች ለማካፈል፤ ወደ እምነት ጉዞ እንዲቀላቀሉ መጋበዝን ያካትታል። - *የመጽሐፍ ቅዱስ ጥቅስ:* የማቴዎስ ወንጌል 28:19-20 "እንግዲህ ሂዱና አሕዛብን ሁሉ በአብ በወልድና በመንፈስ ቅዱስ ስም እያጠመቃችኋቸው ለእኔም ሁሉ እንዲታዘዙ እያስተማራችኋቸው ደቀ መዛሙርት አድርጓቸው። አዝዣችኋለሁ፤ እኔም እስከ ዓለም ፍጻሜ ድረስ ሁልጊዜ ከእናንተ ጋር ነኝ። **9. የዘላለም ሕይወት ተስፋ:** - የደኅንነት ጉዞ በእግዚአብሔር የዘላለም ሕይወት ተስፋ ነው። አማኞች በእርሱ ፊት ለዘላለም የሚሆኑበትን ቀን በጉጉት ይጠባበቃሉ። - *የመጽሐፍ ቅዱስ ጥቅስ:* ቲቶ 1:2 " የማይዋሽ እግዚአብሔር ከዘመናት በፊት ተስፋ በሰጠው የዘላለም ሕይወት ተስፋ።" ። ከእግዚአብሔር ጋር ጥልቅ ግንኙነትን፣ ግላዊ እድገትን እና የፍቅርን፣ የጸጋን እና ታማኝነትን መርሆዎችን በዕለት ተዕለት ህይወት ለመኖር ቁርጠኝነትን ያካትታል። ቀጣይነት ያለው የመማር፣ የመለወጥ እና ወደ እግዚአብሔር ልብ የመቅረብ ጉዞ ነው።

15.ጥያቄዎች

ጥያቄዎች በእርግጠኝነት፣ ክርስቲያኖች ሊያጤናቸውና ሊወያዩባቸው
ከሚችሉት መዳን ጋር የተያያዙ አንዳንድ ጥያቄዎች እዚህ አሉ:-

1. መዳን በግልህ ምን ትርጉም አለው? ይህስ በሕይወትህ ላይ ምን ተጽዕኖ
አሳድሯል?

2. ክርስትናን ለማያውቅ ሰው የመዳንን ፅንስ-ሃሳብ እንዴት ታስረዳዋለህ?

3. መዳን የሚገኘው በመልካም ሥራ እና በሥነ ምግባራዊ ኑሮ ነው ወይንስ
የእግዚአብሔር የጸጋ ስጦታ ብቻ ነው?

4. በእርስዖ አስተያየት እምነት በመዳን ሒደት ውስጥ ምን ሚና ይጫወታል?

5. የንስሐ ሐሳብ ከደኅንነት ጽንስ-ሐሳብ ጋር እንዴት ይጣጣማል?

6. ስለ መዳን ግንዛቤ ላይ ከፍተኛ ተጽዕኖ ያሳደረባቸው የመጽሐፍ ቅዱስ
ምንባቦች ወይም ታሪኮች የትኞቹ ናቸው?

7. የመዳንን ማረጋገጫ ቀጣይነት ያለው ንስሐና መንፈሳዊ እድገት
እንደሚያስፈልግ እንዴት ሚዛናዊ ታደርጋለህ?

8. ጥምቀት ከድነት ጋር በተያያዘ ያለው ጠቀሜታ ምንድን ነው፣ እና ይህን
ቅዱስ ቁርባን እንዴት ይመለከቱታል?

9. በህይወትህ እና በእምነት ጉዞህ ስለ ድነት ያለህ ግንዛቤ እንዴት ነው
የተሻሻለው?

10. መዳን አንዴ ከተቀበለ በኋላ ሊጠፋ ወይም ሊጠፋ ይችላል፣ እና ከሆነ፣
በምን ሁኔታዎች ውስጥ?

11. የመዳንን መልእክት ለሌሎች እንድንሰብክ ለቀረበልህ ጥሪ በግልህ ምላሽ
የምትሰጠው እንዴት ነው?

12. መንፈስ ቅዱስ አማኞችን በድነት ጉዟቸው በመምራት እና በማበረታታት
ምን ሚና ይጫወታል?

13. መዳን ስለ ፍቅር፤ ይቅርታ እና ጸጋ ካሉት ሰፊ የክርስቲያን ትምህርቶች
ጋር እንዴት ይገናኛል?

14. በጥርጣሬ ወይም በትግል ጊዜ፤ እንዴት ማዕናኝን ማግኘት እና በድነትፀ
ላይ ያለዎትን እምነት እንዴት ያረጋግጣሉ?

15. በእግዚአብሔር ፊት የዘላለም ሕይወት የሚለው ሐሳብ ለአንተ ምን
ትርጉም አለው? ለሕይወትና ስለ ሞት ያለህን አመለካከት እንዴት ይቀርጻል?
እነዚህ ጥያቄዎች በክርስትና እምነት ውስጥ ባለው ጥልቅ እና ማዕከላዊ
የመዳን ጽንሰ-ሀሳብ ላይ ትርጉም ያለው ውይይቶች እና የግል ነጸብራቆች እንደ
መነሻ ሆነው ሊያገለግሉ ይችላሉ።

16. ኃጢአት በሕይወታችን ውስጥ ያለውን ተጽእና ግምት ውስጥ በማስገባት
በእግዚአብሔር ፍቅር ላይ ያለውን እምነት ከመዳን ጽንሰ-ሐሳብ ጋር እንዴት
ያመሳስሉታል?

17. የመዳን ልምምዶች ከሰው ወደ ሰው ሊለያዩ ይችላሉ ወይስ ለድነት ጉዞ
ሁለንተናዊ ይዘት አለ?

18. የቤተክርስቲያን ማህበረሰብ ግለሰቦችን በድነት ጉዞአቸው በመደገፍ ረገድ
ምን ሚና ይጫወታል?

19. የመዳንን አእምሮዊ ግንዛቤ ከስሜታዊ እና መንፈሳዊ የእምነት ገፅታዎች
ጋር እንዴት ሚዛናዊ ታደርጋለህ?

20. በእርስዎ እይታ፤ መዳን ከሌሎች ጋር ባለን ግንኙነት እና ለማህበራዊ
ፍትህ እና ርህራሄ ባለን አቀራረብ ላይ ተጽእና የሚያሳድረው እንዴት ነው?

21. አንተ በግልህ በቅድስና ሂደት እና የበለጠ ክርስቶስን መምሰል
የምትችለው እንዴት ነው?

22. አንድ ሰው ሁሉንም ሥነ-መለኮታዊ ልዩነቶች ሙሉ በሙሉ ሳይረዳ በእውነት መዳንን ይፈልጋል፤ እና ከሆነ፤ የዚህ የእምነት ቀላልነት ፋይዳ ምንድን ነው?

23. የመዳን ተስፋ በችግር እና በህይወት ውስጥ በሚያጋጥሙ ተግዳሮቶች ላይ ያለውን አመለካከት የሚነካው እንዴት ነው?

24. በእምነትህ ወግ ውስጥ በተለይ ከደህንነት አውድ ውስጥ ትርጉም ያላቸው ልዩ ልማዶች ወይም ሥርዓቶች አሉን?

25. የመዳን እምነት በዓላማህ እና በህይወትህ ጥሪ ስሜት ላይ እንዴት ተጽእኖ ይኖረዋል?

26. በእምነት ጉዞህ፤ ስለ መዳንህ የምትጠራጠርበት ጊዜ አጋጥሞሃል፤ እና ከሆነ፤ እነዚያን ፕርጣሬዎች እንዴት ፈለካቸው?

27. የመዳን ጽንስ-ሐሳብ ከሌሎች ሃይማኖቶች ወይም የእምነት ሥርዓቶች ጋር መገናኘቱን እንዴት ያዩታል፤ እና ይህ ለሃይማኖቶች መነጋገር ምን ማለት ነው?

28. በመዳን እና በእግዚአብሔር ሉዓላዊነት እና በሰዎች ነፃ ምርጫ መካከል ስላለው ግንኙነት ያለህ ግንዛቤ ምንድን ነው?

29. በእግዚአብሔር ፊት የመዳን ጉዞህን ፍጻሜ እንዴት ታስባለህ?

30. መዳን አጠቃላይ ማህበረሰቦች ወይም ማህበረሰቦች በጋራ ቤዛ እና ለውጥ የሚሹበት የጋራ ልምድ ሊሆን ይችላል?

31. የመዳን ግንዛቤ ለህይወት ትርጉም እና ለደስታ ፍለጋ ያለውን አመለካከት እንዴት ይነካዋል?

32. ጸሎት ቀጣይነት ባለው የደኅንነት ጉዞ ውስጥ ምን ሚና ይጫወታል፤ እና ከእግዚአብሔር ጋር እንድትገናኝ የሚረዳህ እንዴት ነው?

33. ከተለያዩ ባሕሎች ወይም ሃይማኖቶች ላሉ ሰዎች የመዳንን መልእክት
ለማካፈል የምትቀርበው እንዴት ነው?

34. የእግዚአብሔርን የማዳን ጸጋ እንዴት ጉልህ በሆነ መንገድ እንዳገኘሁ
የግል ምስክርነት ወይም ታሪክ ማካፈል ትችላለህ?

35. በእምነት ጉዞዎ ውስጥ የመዳን ጽንሰ-ሐሳብ ከይቅርታ እና እርቅ ሃሳቦች
ጋር እንዴት ይገናኛል?

36. ከእግዚአብሔር የማዳን ስጦታ አንጻር የትህትና እና የአመስጋኝነት ስሜትን
እንዴት ይጠብቃሉ?

37. ስለ መዳንዎ ግንዛቤ ጋር የሚስማሙ የተወሰኑ መጽሐፍ ቅዱሳዊ
ምሳሌዎች ወይም ምንባቦች አሉ?

38. ክርስቲያኖች በግል የመዳን ጉዟቸው እና በዓለም ላይ በጎ ተጽዕኖ
በማሳደር በሚጫወቱት ሚና መካከል ሚዛናዊ መሆን የሚችሉት እንዴት
ነው?

39. ለክርስቲያናዊው የደኅንነት ጽንሰ-ሀሳብ፥ በተለይም በብዝሃ ወይም
ዓለማዊ ማህበረሰብ ውስጥ ለሚገጥሙት ፈተናዎች እንዴት ምላሽ ይሰጣሉ?

40. በግል ፈተናዎች እና ችግሮች ጊዜ መዳን መጽናኛና ተስፋ የሚሰጠው
በየትኞቹ መንገዶች ነው?

41. በመዳን እና በዘላለማዊ ደኅንነት ወይም በቅዱሳን ጽናት ጽንሰ-ሐሳብ
መካከል ያለው ግንኙነት በእርስዎ ሥነ-መለኮታዊ አይታ ምንድን ነው?

42. በመዳን ዋስትና እና እምነትን በፍርሃት እና በመንቀጥቀጥ መስራቱን
እንዲቀጥል በሚቀርበው ጥሪ መካከል ያለውን ውጥረት እንዴት
ይመለከቱታል?

43. የእግዚአብሔርን ፍቅር እና ማዳን እውቀት ለሴሎች ፍቅር እና
አገልግሎት የሚያነሳሳው እንዴት ነው?

44. መጽሐፍ ቅዱስ፣ እንደ እግዚአብሔር ቃል፣ ስለ መዳን ያለዎትን ግንዛቤ
እና ከእግዚአብሔር ጋር በየዕለቱ የምታደርገውን ጉዞ በመምራት ረገድ ምን
ሚና ይጫወታል?

45. የመዳን ፅንስ-ሀሳብ ከሞት በኋላ ስላለው ህይወት ያለዎትን አመለካከት
እና የወደፊት ተስፋዎን እንዴት ይነካዋል?

46. መዳን በአለም ላይ ያለዎትን ማንነት እና አላማ እንዴት እንደሚነካው
ያስባሉ?

47. የመዳን ጽንስ-ሐሳብ ከእግዚአብሔር በመፈለግ እና ለሌሎች በማስፋፋት
በይቅርታ ላይ ያለዎትን አመለካከት እንዴት ይነካዋል?

48. ስለ መዳን ያለህ ግንዛቤ በሕይወታችሁ ውስጥ ቅድሚያ የምትሰጧቸውን
ነገሮች እና እሴቶችን የቀረጸው በየትኞቹ መንገዶች ነው?

49. በመዳን ዋስትና እና ቀጣይነት ባለው የግል እድገት እና የመቀደስ ሂደት
መካከል ያለውን ውጥረት እንዴት ይዳስሳሉ?

50. በእምነት ጉዞህ ከእግዚአብሔር የማዳን ጸጋ ጋር ጥልቅ ግንኙነት
የተሰማህበት ወሳኝ ምዕራፍ ወይም ጊዜ ማካፈል ትችላለህ?

51. የአምልኮ እና የምስጋና ልምምድ በድነት ልምድዋ ውስጥ ሚና
የሚጫወተው እንዴት ነው?

52. ክርስቲያናዊ ሥርዓቶች ወይም ምሥጢራት፣ እንደ ቁርባን፣ ስለ መዳን
ግንዛቤ ውስጥ ምን ሚና አላቸው?

53. ክርስቲያኖች ስለ መዳን የተለያዩ አመለካከት ካላቸው ሰዎች ጋር ትርጉም
ያለው ውይይት ማድረግ የሚችሉት እንዴት ነው?

54. ክርስቲያኖች የመዳንን ጥሪ ለሌሎች ሲያቀርቡ ፍቅርንና ርኅራኄን
የሚያሳዩባቸው ተግባራዊ መንገዶች የትኞቹ ናቸው?

55. ለመዳን በአምላክ ሉዓላዊነት በመታመንና ለእምነትህ የግል ኃላፊነት በመውሰድ መካከል ያለውን ሚዛን መጠበቅ የምትችለው እንዴት ነው?

56. በእርስዎ አይታ፣ መዳን በህብረተሰብ ውስጥ ካሉ የፍትህ እና የጽድቅ ጽንስ-ሀሳቦች ጋር እንዴት ይገናኛል?

57. የመዳን ጽንስ-ሐሳብ አማኞች በተስፋ፣ በደስታ እና በዓላማ ሕይወት እንዲመሩ የሚያበረታታቸው እንዴት ነው?

58. በግል የደገንነት ጉዞህ ውስጥ ያጋጠሙህ ፈተናዎች ወይም መሰናክሎች ምንድን ናቸው፣ እና እንዴት ነው ያሸነፍካቸው?

59. ክርስቲያኖች መዳንን እንደ የዕድሜ ልክ ጉዞ ሲቀበሉ በእምነታቸው ማህበረሰቦች ውስጥ የአንድነት እና የመደጋገፍ ስሜት እንዴት ማዳበር ይችላሉ?

60. ከእግዚአብሔር ጋር ያለው የዘላለም ሕይወት ተስፋ አማኞች በምድር ላይ ያላቸውን ዓላማ ለመፈጸም በጥድፊያ ስሜት እንዲኖሩ የሚያነሳሳቸው እንዴት ነው?

61. በአምላክ መዳን ላይ ባለው ሉዓላዊነት እና በግለሰብ ደረጃ በአምነት ምላሽ የመስጠት ኃላፊነት መካከል ያለውን ሚዛን እንዴት ተረዳህ?

62. ከእግዚአብሔር የማዳን ጸጋ እና ፍቅር ጋር ጥልቅ ግንኙነት የተሰማህበትን ቅጽበት የግል ታሪክ ማካፈል ትችላለህ?

63. የመዳን ፅንስ-ሀሳብ ለወንጌል መስበክ እና ለሌሎች ወንጌልን ለማካፈል ባሎትን አቀራረብ ላይ ተጽእኖ ያሳድራል?

64. የመዳን ጉዞህ የህይወታችሁን አላማ እና ጥሪ ጥልቅ ያደረገው በየትኞቹ መንገዶች ነው?

65. በድነት ጉዞ ላይ ግለሰቦችን በመንከባከብ እና በመደገፍ የቤተክርስቲያኒን ሚና እንዴት ተረዱ?

66. በህይወት ተግዳሮቶች እና እርግጠኛ ባልሆኑ ሁኔታዎች መካከል ንቁ እና ትክክለኛ እምነትን እንዴት ይጠብቃሉ?

67. የመቀደስ ሂደት በዕለት ተዕለት ሕይወትዎ ውስጥ ምን ይመስላል፣ እና እንዴት መንፈሳዊ እድገትን በንቃት ይከታተላሉ?

68. ክርስቲያኖች ከማያምኑ ሰዎች ጋር በሚያደርጉት ውይይት ስለ መዳን የተሳሳቱ አመለካከቶችን ወይም አለመግባባቶችን ውጤታማ በሆነ መንገድ እንዴት መፍታት ይችላሉ?

69. የመዳንን ሃሳብ እንደ የጸጋ ስጦታ በመታዘዝ እና በፅድቅ ህይወት እንድንኖር ከሚጠራው ጥሪ ጋር እንዴት ያስታርቁታል?

70. ክርስቲያኖች ከእርሱ ርቀው ለሚሰማቸው የእግዚአብሔርን ፍቅር እና ጸጋ የሚያሳዩባቸው አንዳንድ ተግባራዊ መንገዶች የትኞቹ ናቸው?

71. ከእግዚአብሔር ጋር ያለው የዘላለም ሕይወት ተስፋ በዓለማዊ ፍላጎቶች እና ንብረቶች ጊዜያዊ ተፈጥሮ ላይ ያለዎትን አመለካከት እንዴት ይነካዋል?

72. የመዳንን ግንዛቤ ላይ ጉልህ ለውጥ ያደረጉ የመጽሐፍ ቅዱስ ዋና ዋና መርሆዎች ወይም ትምህርቶች የትኞቹ ናቸው?

73. በግል የመዳን ልምድ እና በቤተክርስትያን ማህበረሰብ ውስጥ ባለው የእምነት የጋራ ገጽታ መካከል ያለውን ውጥረት እንዴት ይቀርባሉ?

74. በእምነት ጉዞዎ ሂደት ውስጥ ስለ መዳን ያለዎት ግንዛቤ እንዴት እንደተሻሻለ ወይም እንደጨመረ ማካፈል ይችላሉ?

75. የመዳን ጽንሰ-ሐሳብ በአምልኮዎ እና በመንፈሳዊ ልምምዶዎ ውስጥ ምስጋና እና ውዳሴ የሚያነሳሳው እንዴት ነው?

77. በእምነት ጉዞህ፣ ስለ ድነትህ ትንሽ ጥርጣሬ ወይም መንፈሳዊ ትግል አጋጥሞህ ያውቃል? እንዴት አሸነፈው?

218

78. ከእግዚአብሔር ጋር ያለዎትን ግንኙነት ለማጠናከር እና መዳንን እንደ የእድሜ ልክ ጉዞ ለማግደረግ ምን አይነት ልምዶች ወይም ልማዶች ይረዳሉ?

79. በማዳን ልምድ ህይወቱ እንደተለወጠ ስለምታውቁት ሰው የግል ምስክርነት ማካፈል ትችላለህ?

80. ስለ ድነት የሚሰጠውን መጽሐፍ ቅዱሳዊ አስተምህሮዎች በክርስትና እምነት ውስጥ ካሉት የስነ-መለኮት ትርጓሜዎች ብዛት ጋር እንዴት ያመዛዝኑታል?

81. የመዳን ተስፋ በህይወታችሁም ሆነ በሌሎች ህይወት ውስጥ ለመከራ እና ለችግር ያለዎትን ምላሽ እንዴት ይነካዋል?

82. ግለሰቦች የመዳን ጉዞቸውን እንዲሄዱ በመርዳት አማካሪዎች ወይም መንፈሳዊ መሪዎች ምን ሚና ይጫወታሉ?

83. በእምነት እና በሥራ መካከል ያለውን ግንኙነት በደኅንነት አውድ ውስጥ እንዴት ይመለከቱታል?

84. ክርስቲያኖች በእምነታቸው ማህበረሰቦች ውስጥ በተለያዩ የመዳና ጉዞቸው ደረጃዎች ውስጥ ለግለሰቦች የመደመር እና ተቀባይነት መንፈስ መፍጠር የሚችሉት እንዴት ነው?

85. የመዳን ጽንሰ-ሐሳብ በህይወታችሁ ውስጥ የተልእኮ ወይም የዓላማ ስሜት የሚያነሳሳው እንዴት ነው፧ እና ያንን ተልዕኮ ለመፈጸም ምን እርምጃዎችን ትወስዳላችሁ?

86. ክርስቲያኖች ወጣቶች የራሳቸውን የመዳን ጉዞ ሲጀምሩ መንፈሳዊ ፍላጎቶችን እና ጥያቄዎችን የሚፈቱባቸው አንዳንድ ተግባራዊ መንገዶች የትኞቹ ናቸው?

87. የዘላለም ሕይወት ተስፋ ስለ ምድራዊ ሕይወት አጭርነት እና ለዘላቂ ትርጉም ፍለጋ ያለዎትን አመለካከት እንዴት ይነካዋል?

88. በሃይማኖቶች መካከል ወይም በሃይማኖቶች መካከል በሚደረጉ ንግግሮች ውስጥ ሲሳተፉ ስለ ድነት በሥነ-መለኮታዊ እምነቶች ውስጥ ያለውን ልዩነት እንዴት ይዳስሳሉ?

89. የመዳን ፀንስ-ሀሳብ ላይቀርፃ፤ እርቅ እና የተበላሹ ግንኙነቶችን ወደነበረበት ለመመለስ ያለዎትን አመለካከት እንዴት ይነካዋል?

90. ጥልቅ የእግዚአብሔር መገኘት እና በህይወቶ የማዳን ጸጋ የተሰማዎትን የተወሰነ ጊዜ ወይም ልምድ ማካፈል ይችላሉ?

እነዚህ ጥያቄዎች ክርስቲያኖች ስለ ድነት ያላቸውን ግንዛቤ እንዲያሳድጉ፤ የግል ግንዛቤን እንዲካፈሉ እና በእምነት ጉዞአቸው ላይ ትርጉም ያለው ውይይት እንዲያደርጉ እድሎችን ይሰጣሉ። የእግዚአብሔር ፍቅር እና ጸጋ በአማኞች ሕይወት ውስጥ ስላለው የለውጥ ኃይል እንዲያሰላስል ይጋብዛሉ።